AF529767

पुस्तकाविषयी

मॅस्वी आणि कंपनी प्रा. लि. अशी एक कंपनी होती, हेही आता फारसे कोणाच्या लक्षात नसेल. इंग्लंडमधील मँचेस्टर कॉलेज ऑफ टेक्नॉलॉजीमधून विद्युत अभियांत्रिकीची पदवी घेतलेल्या एका पदवीधराने हिंदुस्थान स्वतंत्र व्हायच्या आधी ही सुरू केली होती. आपल्या उच्च शिक्षणाचा उपयोग स्वत:च्या उपजीविकेसाठी करतानाच राष्ट्रीय प्रगतीला व तांत्रिक आत्मनिर्भरतेलाही हातभार लावावा अशा राष्ट्रीय उद्योजक वृत्तीने त्याने हा धंदा चालू केला होता. १९५०-५१ पासून या कंपनीने प्रथम एअर इंडिया व नंतर इंडियन एअरलाइन्स व एअर फोर्ससाठी हिंदुस्थानात प्रथमच विमानतळावर लागणारी ग्राउंड सपोर्ट इक्विपमेंट बनवायला सुरुवात केली व परकीय चलन वाचवले. १९७१-७२ पर्यंत त्यांची कंपनी मोठ्या प्रगतिपथावर होती. कंपनीचा पुणे येथे ७१ गुंठे जमिनीवर यंत्रशाळा म्हणून कारखाना होता. पुणे, मुंबई व कोल्हापूर येथे विक्रीची दुकाने व कचेऱ्या होत्या. कंपनीत अंदाजे ३५० लोक काम करत होते. त्या काळी एकूण धंदा वर्षाला ५० लाखापर्यंत होत होता. या कंपनीस १९७३ चे इंपोर्ट सबस्टिट्यूशनचे राष्ट्रपतींचे कांस्यपदक मिळाले होते.

१९७१-७२ च्या आर्थिक मंदीमध्ये कंपनीच्या प्रगतीचे विमान भरकटले व अपघातग्रस्त होऊन १९७८ साली कंपनी लिक्विडेशनमध्ये गेली. एव्हाना या कंपनीचे संस्थापक - संचालक वृद्धत्वाकडे झुकू लागले होते. ही कंपनी कर्ज देणाऱ्या सरकारी बँका व इतर आर्थिक संस्थांनी ताब्यात घेऊन चालविण्याचा प्रयत्न केला, पण त्यांना ते जमले नाही. शेवटी कंपनी रसातळाला गेली. या आर्थिक संस्थांविरुद्ध हे गृहस्थ कष्टाने २० वर्षे मुंबई उच्च न्यायालयात लढले. ही लढत अत्यंत एकाकी होती; पण हे गृहस्थही वयाच्या नव्वदाव्या वर्षापर्यंत जिद्दीने लढत राहिले व सर्व देणेकऱ्यांचे व ठेवीदारांचे मूळ मुद्दल ४ टक्के व्याजासह परत करण्यात यशस्वी झाले. हे उद्योजक होते शारंगधर पुरुषोत्तम कान्हेरे. त्यांचा ध्येयवादी उद्यमशील जिद्दी जीवनपट उलगडण्याचा हा प्रयत्न आहे.

मॅस्वी कान्हेरे

एका कल्पक उद्योजकाच्या १९४५-१९७८ या ३३ वर्षांच्या जिद्दी वाटचालीची कहाणी

लेखक
आनंद कान्हेरे

मेहता पब्लिशिंग हाऊस

✆ +91 020-24476924 / 24460313 / Mob. No. 9545000513
Email : production@mehtapublishinghouse.com
Website : www.mehtapublishinghouse.com

MASVI KANHERE by **ANAND KANHERE**

मॅस्वी कान्हेरे : आनंद कान्हेरे / चरित्रात्मक कहाणी

Email : author@mehtapublishinghouse.com

प्रकाशक : सुनील अनिल मेहता, मेहता पब्लिशिंग हाऊस,
१९४१ सदाशिव पेठ, माडीवाले कॉलनी, पुणे ४११०३०

मुद्रक : ट्रिनिटी अ‍ॅकॅडमी फॉर कॉर्पोरेट ट्रेनिंग लिमिटेड

मुखपृष्ठ : सतीश भावसार

प्रथमावृत्ती : जानेवारी, २०१६

किंमत : ₹ १८०

P Book ISBN 9788184989489
E ISBN Book 9788184989496
E Books available on : amazonkindle Apple Books Google Play Books

तीर्थरूप आईच्या पवित्र स्मृतीस

एका तंत्रकुशल उद्योजकाला प्रणाम

पुण्याची उद्योगभूमी अतिशय सुपीक आहे. अनेक कुशल तंत्रज्ञांना, उद्योजकांना, व्यावसायिकांना तिने जन्म दिला आहे. आपल्या व्यवसायात, उद्योगात, तांत्रिक क्षेत्रात मोठे प्रावीण्य आणि कुशलता मिळवून त्यांनी स्वत: तर नाव मिळविले आहेच परंतु त्यांनी पुण्यालाही मोठे नाव मिळवून दिले आहे. त्यातलेच एक आहेत कै. दादासाहेब कान्हेरे; स्वत:च्या तांत्रिक ज्ञानाच्या बळावर त्यांनी अनेक तांत्रिक करामती करून दाखविल्या आणि व्यवसायात चांगले यश मिळविले.

मला आठवते, शंतनुरावांना ते एकदा सभेत बोलत असताना एकाने सहज प्रश्न विचारला. "आपण कुठल्या वस्तूची निर्मिती करावी हे कसे ठरवावे?" त्यांनी उत्तर दिले, "पुण्याला नागरी विमानतळ नाही. येथे विमाने उतरत नाहीत. येथून विमाने आकाशात झेपावत नाहीत. तरी पुण्यात एकाने विमानात चढण्यासाठी शिड्या तयार करण्याचा कारखाना काढलेला आहे आणि तो चांगला चाललेला आहे. उत्पादनाची गणिते वेगळी असतात. ती नीट आत्मसात करून उत्पादने किफायतशीर कशी तयार करता येतील हे चांगल्या उद्योजकाला पाहता आले पाहिजे."

हेच ते महत्त्वाकांक्षी उद्योजक कै. दादासाहेब कान्हेरे. इंग्लंडमधील मँचेस्टर कॉलेज ऑफ टेक्नॉलॉजीमधून विद्युत अभियांत्रिकीतील पदवी घेऊन भारताच्या स्वातंत्र्यापूर्वी १९३९च्या सुमारास, दुसरे महायुद्ध सुरू होण्यापूर्वी ते मायदेशात परत आले होते.

१९४५-४६ सालापासून त्यांनी मॅस्वी नावाची कंपनी काढून या कंपनीतर्फे प्रथम एअर इंडिया व नंतर इंडियन एअरलाइन्स आणि भारतीय हवाईदल यांच्यासाठी हिंदुस्तानात प्रथमच विमानतळावर लागणारी ग्राऊंड सपोर्ट इक्विपमेंट बनविण्यास सुरुवात केली व त्यात नाव मिळविले. पुण्यात या कंपनीचा कारखाना होता आणि पुणे, मुंबई, कोल्हापूर येथे विक्रीची ऑफिसे आणि कचेऱ्या होत्या. अनेक कंपन्यांच्या विक्री एजन्सीजही त्यांच्याकडे होत्या. त्या काळी कंपनीची वार्षिक उलाढाल सुमारे ५० लाख रुपयांपर्यंत होती. १९७२-७३ साली कंपनीला आयातपर्यायी वस्तू

तयार केल्याबद्दल भारत सरकारचे राष्ट्रपती पारितोषिक मिळाले होते. १९७१-७२च्या आर्थिक मंदीमध्ये ही कंपनी सापडली आणि दुर्दैवाने १९७८ साली ही कंपनी दिवाळखोरीत गेली. या पुस्तकात या कंपनीचा सर्व इतिहास आणि वृत्तान्त देण्यात आला आहे. विशेष म्हणजे कै. दादासाहेब कान्हेरे यांचे इंजिनिअर चिरंजीव श्री. आनंद कान्हेरे यांनी या कंपनीची सर्व माहिती काळजीपूर्वक एकत्र करून हा वृत्तान्त अतिशय कसोशीने आणि काळजीपूर्वक लिहिला आहे. स्वत:च्या वडिलांचे चरित्र जरी ते लिहीत असले तरी कुठेही अतिशयोक्ती नाही; त्यांची बाजू घेऊन दुसऱ्यावर टीका नाही. वेगळे काही मांडण्याचा प्रयत्न नाही. त्यांच्या वडिलांनी अतिशय कसोशीने, कष्टाने आयुष्यात जी धडपड केली, जो औद्योगिक प्रयत्न केला त्याचा सर्व इतिहास पुढील पिढ्यांसाठी कुणीतरी लिहून ठेवावा या केवळ एका इच्छेपोटी त्यांनी खूप तपशिलात जाऊन, समग्र माहिती गोळा करून मोठ्या कष्टाने ही सर्व हकिगत लिहिली आहे. महाराष्ट्राच्या औद्योगिक इतिहासात मॅस्वी कंपनीच्या सर्व धडपडीची कोठेतरी नीट नोंद झालेली असावी, पुढील पिढीला हे माहीत व्हावे ही एकच त्यांची धडपड दिसते.

घरची परिस्थिती चांगली असल्याने १९३६ साली दादासाहेब स्वखर्चाने मँचेस्टरला इलेक्ट्रिकल इंजिनिअरिंगचे शिक्षण घ्यायला गेले. दोन वर्षांचे शिक्षण पूर्ण केल्यावर त्यांनी बर्मिंगहॅम ॲटोमॅटिक इलेक्ट्रिक या कंपनीत वर्षभर संशोधन विभागात उमेदवारी केली व नंतर तेथेच नोकरी स्वीकारली. तेथील कामावर आधारित काही विषयांवर त्यांनी कंपनीच्या व स्वत:च्या संयुक्त प्रयत्नाने काही पेटंट्स मिळविली होती. १९३९ साली कंपनीशी असलेला त्यांचा करार संपुष्टात आला आणि त्याच सुमारास दुसरे जागतिक युद्धही सुरू होण्याची भीति होती; त्यामुळे ते तडक भारतात परत आले. त्यांनी भारतात जाऊ नये म्हणून तेथील कंपनीच्या व्यवस्थापनाने खूप प्रयत्न केला. पण 'माझे वडील वयस्कर असल्यामुळे त्यांच्याजवळ राहणे मला आत्यंतिक गरजेचे आहे' असे सांगून त्यांनी परत जाण्यासाठी कंपनीची परवानगी मिळविली. ''कंपनीच्या संशोधन विभागात तुझ्यासाठी

केव्हाही कायमची जागा आहे व काम आहे. तू केव्हाही ये आणि चार्ज घे'' असे त्यांना सांगून व्यवस्थापनाने त्याला निरोप दिला.

भारतात परत आल्यावर त्यांना मुंबईच्या क्रॉम्प्टन पार्किन्सनमध्ये सेल्स इंजिनिअर म्हणून पहिली नोकरी मिळाली व ते मुंबईला रुजू झाले. शिवाजी पार्कसारख्या चांगल्या वस्तीत त्यांना जागा मिळाली आणि त्यांचा नवा संसार सुरू झाला.

दादासाहेब जरी नोकरीत स्थिर होत होते तरी त्यांना स्वत:चा स्वतंत्र व्यवसाय करावयाचा होता. त्यांच्या काही जवळच्या मित्रांनी आपल्या पहिल्या नावाची आद्याक्षरे घेऊन 'मॅस्वी' नावाचा शब्द तयार केला आणि या नावाने या फर्मच्या नावे व्यवहार सुरू केला. सर्वजण पार्टटाइम भागीदार होते व स्वत:चा उद्योग सांभाळून कंपनीचा व्यवहार पाहात होते. क्रॉम्प्टन पार्किन्सनची एजन्सी, स्वस्तिक ऑईल मिलला पुरवठादार, पंपसेट्स, इलेक्ट्रिक मोटर्स व स्विचगिअर्सचे वितरक असा व्यवसाय सुरू झाला. मुंबई व कोल्हापूर या दोन ठिकाणांहून त्यांच्या मालाची विक्री होत असे. काही दिवस दादासाहेबांनी नोकरी सोडून पूर्णवेळ धंद्याला वाहून घेतले. कोल्हापूरला उद्योगनगरी वाढत होती; त्यामुळे मॅस्वीला अनेक नामवंत कंपन्यांच्या एजन्सीज मिळाल्या व काम वाढत गेले.

विक्रीच्या व्यवहारातून त्यांचा एअर इंडियाशी संबंध आला. एअर इंडियाला ते लोखंडी रॅक्स, लोखंडी स्कॅफोल्डिंग्ज व कंट्रोल पॅनेल्स पुरवीत असत. त्यातूनच विमानात चढण्यासाठी शिडी तयार करण्याची कल्पना त्यांना सुचली. निरनिराळ्या प्रकारच्या शिड्यांचा खूप तपशील या पुस्तकात दिला आहे. लेखक स्वत: तंत्रज्ञ इंजिनिअर असल्याने त्याने अशा शिड्यांच्या बारकाव्यांचे खूप तपशीलवार तांत्रिक वर्णन या पुस्तकात केले आहे. त्यांनी केलेल्या या शिड्या एअर इंडियाला पसंत पडल्या आणि नंतर एअर इंडियाबरोबर अनेक प्रयोग करत मॅस्वीने विविध प्रकारच्या शिड्या तयार केल्या. त्यात दादासाहेबांची तंत्र-कुशलता आणि डिझाइनचे कौशल्य दिसून येते. विशेष म्हणजे देशात ही वस्तू कोणीही तयार करत नव्हते, कुणाचे तांत्रिक सहकार्य नव्हते; तरी अनेक प्रयत्न करून शिड्यांचे निरनिराळे प्रकार त्यांनी

बनविले. त्यात अनेक तांत्रिक सुधारणा केल्या. शिडीबरोबरच विमानतळावर लागणाऱ्या साहित्य संकल्पनेपासून ते वस्तूनिर्मितीपर्यंत सर्व प्रकारच्या वस्तू निर्मितीत त्यांनी तांत्रिक प्रगती केली. अशा अनेक वस्तू निर्मितीतील मॅस्वीचे अनेक प्रयोगांचे तपशीलवार वर्णन लेखकाने या पुस्तकात केले आहे.

नंतर त्यांना केवळ विमानतळ सामग्रीच्या निर्मितीवर कारखाना चालणार नाही हे कळून चुकले. मॅस्वीने स्वत:च्या नावाने विविध प्रकारच्या ट्रॉलीज, कॅस्टर्स व चाके यांची सर्व रेंज तयार केली. एअर इंडियासाठी बॅगेज ट्रॉलीज, पॅरॅफिन एअरक्लिनिंग इक्विपमेंट, निरनिराळ्या साइजच्या चाकावर आधारित ट्रॉलीज, व्हील व कॅस्टरचे जवळजवळ ३०० प्रकार ते करू लागले. संपूर्ण देशातून हलक्या वस्तू हलविण्यासाठी मॅस्वी हे एके काळी अतिशय विश्वसनीय नाव होते. एस के एफ, सँडविक एशिया, इस्रो, बर्माशेल, महाराष्ट्रातील साखर कारखाने या सर्वांना हा माल मॅस्वी पुरवीत असे.

या सर्व नवीन वस्तू तयार करताना दादासाहेब यांनी ते स्वत: कुशल तंत्रज्ञ असल्याने वस्तुनिर्मितीमध्ये नवीन तांत्रिक सुधारणा केल्या आणि नवीन शोध लावले. अशा सुमारे १०-१२ नवीन वस्तू तयार केल्या. अशा सर्व कल्पक शोधांची यादीच लेखकाने या पुस्तकात दिली आहे. उत्पादन करीत असलेल्या वस्तूंची यशस्वी चाचणी स्वत:च्या यंत्रशाळेतच करावयाची असा त्यांचा दंडक होता; ते स्वत: याबाबतीत लक्ष घालत होते आणि इंजिनिअर्सबरोबर काम करीत असत.

प्रथमपासून त्यांना निव्वळ विक्री व्यवसायात न पडता आपण उत्पादन क्षेत्रात पडावयाला हवे असे वाटत होते. म्हणून पुण्यात यंत्रशाळेला त्यांनी मोठी जागा घेतली आणि स्वत: स्वतंत्र यांत्रिक वस्तूंची निर्मिती करू लागले. आपण उत्पादक व्हावे, देशाला अत्यंत आवश्यक अशा दर्जेदार वस्तू निर्माण करून या वस्तूंची देशाला आयात करावी लागू नये असा आदर्शवाद त्यांच्यापाशी प्रथमपासूनच होता. त्यासाठी त्यांचे सतत प्रयत्न चालू असत. लेखकाने या पुस्तकात यंत्रशाळेच्या

रचनेबद्दल, तेथील कामाबद्दल, तेथील व्यवस्थापन याबद्दल खूप तपशीलवार लिहिले आहे. उत्पादन व्यवसायात जाताना त्यांनी निवडलेली जी उत्पादने होती ती देशाला वर्षानुवर्षे सतत लागतील अशी होती. एवढेच नव्हे तर त्यांची निर्यातही होऊ शकेल अशी होती.

यंत्रशाळेच्या व्यवस्थापनाबद्दलही लेखकाने तपशीलवार लिहिले आहे. उत्पादनासाठी केलेली रचना, कामगार-मालक संबंध, विक्रीसाठी स्वतंत्र व्यवस्थापन याचेही सविस्तर वर्णन केले आहे.

असे सर्व असताना मॅस्वी ही कंपनी तोट्यात का गेली? आपला सर्व व्यवसाय त्यांना बँकेच्या ताब्यात का द्यावा लागला?

१९६९ साली मॅस्वी कंपनी प्रथमच फायद्यात आली. पण त्यानंतर भारताच्या अर्थव्यवस्थेत मंदीची लाट आली, त्यामुळे सगळीकडून मागणी कमी झाली. एअर इंडियाने परदेश प्रवास करणाऱ्या प्रवाशांची संख्या रोडावली; त्यामुळे त्यांचे उत्पन्न कमी झाले व शिड्यांची त्यांची मागणी कमी झाली. एअर इंडियातील अधिकाऱ्यांचा कल परदेशातून शिड्या मागविण्याकडे झुकू लागला. या मंदीचे अनेक किस्से आणि कथा पुस्तकात दिल्या आहेत. त्यातील अडचणींचा तपशील दिला आहे. त्यावरून या अडचणी किती मोठ्या होत्या याची कल्पना येते. मॅस्वीने आपल्या उत्पादनात सर्व आधुनिक व्यवस्थापन पद्धती अवलंबल्या होत्या. त्याचा सर्व तपशील लेखकाने पुस्तकात दिला आहे. पण असे असले तरी कितीही प्रयत्न केला तरी १९६९ नंतर कंपनी काही फायद्यात येईना. खर्च भरमसाट आणि आवक मात्र कमी ही अवस्था काही टळेना.

वाढत्या व्यवहाराला पैसे अपुरे पडू लागले. मुंबई, पुणे, कोल्हापूर या तीन ठिकाणांहून वाढत्या गरजेसाठी कंपनीने जनतेकडून ठेवी स्वीकारणे सुरू केले व बँकांकडूनही कर्जे घेतली. असे करता करता कारखाना मंदीच्या गर्तेत अडकला, कामगार तंटे सुरू झाले. MSFC ने कारखान्यासाठी मंजूर केलेले कर्जही कंपनीला देणे नाकारले. बाजारातील पत नाहीशी झाली आणि ऑर्डर पूर्ण करण्यासाठी

बाजारातून कोणी माल पुरवेना. MSFC ने लघुउद्योग म्हणून कर्जासाठी त्यांची गॅरंटी दिली. बँक ऑफ महाराष्ट्राने कर्ज मंजूर केले. त्यावेळचे बँकेचे जनरल मॅनेजर श्री. चिं.वि.जोग यांनी खूप मदत केली. सल्ला दिला; पण त्यांचीही नोकरीची मुदत संपली; ते निवृत्त झाले आणि कंपनीचा आधारच तुटला. त्याच वेळी रिझर्व्ह बँकेने ठेवी स्वीकारण्यावर बंधने आणली. हा सर्व तपशील लेखकाने सविस्तर लिहिला आहे. तो मुळातूनच वाचण्यासारखा आहे. यावरून कंपनीसमोरील बिकट आर्थिक अडचणींची वाचकांना कल्पना येईल.

आर्थिक संस्था आणि बँका यांनी या सर्व अपयशाचे खापर श्री. कान्हेरे यांच्यावर फोडले व त्यांच्याकडून कंपनीचे व्यवस्थापन काढून घेतले. हा त्यांना मोठा धक्का होता. १९७४-७५ मध्ये एम.एस.एफ.सी व बँक ऑफ महाराष्ट्र या दोघांनी कान्हेरे यांच्यावर दावे लावले; त्यामुळे दादासाहेबांची शेवटची सर्व वर्षे कोर्ट-कचेऱ्या करण्यात आणि असे सर्व दावे लढविण्यात गेली. हा सर्व तपशील लेखकाने पुस्तकात दिला आहे आणि एका तंत्रकुशल उद्योजकाची कशी फरफट झाली हे पण लिहिले आहे.

एवढा मोठा कुशल तंत्रज्ञ असून पैशाचा पुरेसा पाठिंबा नसल्याने किंवा असा पैसा उभा करता न आल्याने त्यांचा सर्वच व्यवसाय अडचणीत आला. पण महाराष्ट्राच्या सुरुवातीच्या औद्योगिक कालखंडात अपुऱ्या साधनांनिशी, अपुऱ्या भांडवलामुळे या मराठी तंत्रज्ञाने काय प्रयत्न केला होता, त्यांना काय अडचणी आल्या याची नोंद औद्योगिक इतिहासात करणे जरूर आहे. म्हणून या लेखन प्रयत्नाचे कौतुक आहे. विशेष म्हणजे त्यांच्या मुलानेच हा सारा इतिहास लिहिला आहे. एकतर या सर्व घटना त्याने समक्ष पाहिल्या आहेत, त्यात काही महत्त्वाची कामगिरी पण बजावली आहे. शिवाय त्यांचा मुलगा स्वत: तंत्रज्ञ असल्याने त्याला सर्व वस्तूंची तांत्रिक माहिती आहे. यामुळे अधिकारवाणीने प्रसंगी काही वस्तूंच्या आकृत्या काढून त्यांनी तांत्रिक तपशील सांगितला आहे; त्यामुळे हा सर्व वृत्तान्त अतिशय अधिकृत व वाचनीय झाला आहे.

मॅस्वी या कंपनीत कान्हेरे कुटुंबातील अनेक नातेवाईक होते. अशा कौटुंबिक व्यवस्थापनातील कोणताही व्यवसाय असला तरी या परस्पर कौटुंबिक संबंधांचा त्यावर कमी-अधिक परिणाम होतच असतो. हे सर्व बारकावेही लेखकाने जरी ते नाजूक संबंध असले तरी त्यांचे तपशीलवार वर्णन केले आहे. त्याचा कंपनीच्या व्यवस्थापनावर जो बरा-वाईट परिणाम झाला, त्याचाही उल्लेख केला. पण हा सर्व उल्लेख स्वतंत्र भूमिका घेऊन केला आहे. फक्त सतत स्वत:च्या वडिलांची बाजू मांडण्याचा त्यांनी प्रयत्न केलेला नाही.

एका अर्थी अतिशय स्वतंत्र भूमिका घेऊन निष्पक्षपातीपणे हा सर्व इतिहास लिहिलेला आहे. मॅस्वी कंपनीचा हा औद्योगिक इतिहास लिहून श्री. आनंद कान्हेरे यांनी एका अर्थाने पितृॠण चांगल्या अर्थाने फेडले आहे व मराठी औद्योगिक इतिहासात मोलाची भर टाकली आहे, असे म्हणावयास काही हरकत नाही.

वडिलांच्या औद्योगिक प्रयत्नांची नोंद करण्याचा हा उत्तम प्रयत्न केल्याबद्दल व महाराष्ट्राच्या औद्योगिक इतिहासात मोलाची भर घातल्याबद्दल श्री. आनंद कान्हेरे यांचे मन:पूर्वक अभिनंदन!

डॉ. भा. र. साबडे
सोनिया, २३८, श्री सहकारी गृहरचना संस्था,
सहकारनगर नं. २, पुणे – ४११००९.

लेखकाचे मनोगत

शारंगधर कान्हेरे ऊर्फ दादा कान्हेरे माझे वडील! त्यांच्याबद्दल पुस्तक लिहावे असे माझ्या मनात आले ह्याचे मुख्य कारण म्हणजे ते एक आगळे संशोधक होते. त्यांना ब्रिटिश पेटंट्स मिळाली होती आणि त्यांनी ब्रिटनमध्ये राहायचे ठरवले असते तर ते एक संशोधक म्हणून प्रसिद्ध झाले असते. इंग्लंडमधील मँचेस्टर युनिव्हर्सिटी येथून डिग्री घेतल्यावर त्यांना इंग्लंडमध्ये उत्तम संशोधनात्मक नोकऱ्या मिळत होत्या. त्या सोडून आपल्या शिक्षणाची देशाला गरज आहे असा देशभक्तीचा विचार मनी बाळगून ते दुसऱ्या महायुद्धाआधी येथे परत आले आणि येथे स्वत:चा स्वदेशी वस्तू निर्मितीचा उद्योग सुरू करून अनेकविध उत्पादने बाजारात आणून यशस्वी केला. जगातील गुणवत्तेबद्दल सर्वात अग्रणी असलेल्या 'रोल्स रॉईस' या जगप्रसिद्ध कंपनीच्या तोडीस तोड वस्तू येथे बनवून यशस्वीरित्या एअर इंडियाला दिल्या. रोल्स रॉईसच्या उत्पादनात काही बाबतींत असलेल्या त्रुटी दूर करून जास्त दर्जेदार वस्तू तयार केल्या. तसेच हे करत असताना त्यांनी जीवनात अत्युच्च मूल्यांचीही जपणूक केली. ते कायम लाचलुचपत व भ्रष्टाचार ह्याच्या विरोधात लढले. आयुष्यभर व्रत म्हणून त्यांनी खादी वापरली. त्यांना राष्ट्रपतींच्या हस्ते इंपोर्ट सबस्टिट्यूशनबद्दलचे पारितोषिक मिळाले.

मी माझ्या नोकऱ्यांनिमित्त अनेक उद्योगधंदे जवळून पाहिले, पण दादांइतका इनोव्हेटिव्ह तंत्रज्ञ मला क्वचितच दिसला. त्या काळच्या उद्योगपतींमध्ये त्यांच्या इतका शाश्वत मूल्यांवर श्रद्धा असलेला आणि सतत स्वदेशीचा आग्रह धरणारा उद्योगपती मला दिसला नाही. त्यांचे हे व्यक्तिमत्त्व लोकांसमोर यावे ह्या विचारांनी मी पूर्णपणे झपाटला गेलो व हे पुस्तक लिहावयाचे ठरवले. वरील गोष्टींमध्ये त्यांनी आर्थिक संस्थांविरुद्ध दिलेला जबरदस्त लढा आणि त्यांना 'गृहिणी सचिवा' ह्याप्रमाणे सर्वच क्षेत्रांत आईने दिलेली साथ ही उल्लेखनीय गोष्ट हा पुस्तकाचा विषय ठरला.

स्वत:च्या वडिलांबद्दल लिहीत असताना मी त्रयस्थ दृष्टीने त्यांच्या व्यक्तिमत्त्वाचा सांगोपांग अभ्यास करून माझे स्पष्ट मत मी मांडू शकेन अशी मला खात्री नव्हती पण लिहून बघू या म्हणून सुरुवात केली. केलेले लेखन सौ. अंजली, माझी पत्नी व श्रीमती सुमनताई कुलकर्णी, आमच्या कौटुंबिक स्नेही आणि कुलकर्णी ग्रंथागार

संस्थेच्या सध्याच्या मालक यांनी वाचून पाहिले आणि मी दादांबद्दल त्रयस्थपणे लिहू शकेन असे वाटल्याने मला पुढे लिहिण्याचे प्रोत्साहन दिले. त्यांच्या प्रोत्साहनाने मला जे वाटले ते सर्वप्रथम लिहून काढले. जसजसे लेखन झाले तसतसे टाइपिंग करून घेतले व नंतर संकलन करून सुधारित प्रत माझे स्नेही श्री. श्री. ग. बापट यांना वाचायला दिली. त्यांनी काही उपयुक्त सूचना केल्या; त्यातील काही स्वीकारून परत एकदा संकलित प्रत दिली. तसेच त्यांच्याबरोबर दादांशी संबंधित व्यक्तींकडून दादांबद्दल एका प्रश्नावलीची उत्तरे घेतली.

हे सर्व झाल्यावर मी एक प्रत श्री. संतोष दास्ताने यांना दाखवली व माझा मावस भाऊ श्री. शरद दादा गोगटे यांना त्यांचे परखड मत घेण्यासाठी दिली. शरद दादाचा दादांबरोबर ४-५ वर्षे एकत्र सहवास होता आणि नेमका त्या काळात मी पुण्यात नव्हतो; त्यामुळे त्या काळातील दादांच्या मॅस्वीबाबतच्या घटना त्याला माझ्यापेक्षा जास्त माहिती होत्या, म्हणून तपशील तपासून घेणे हाही हेतू होता. तसेच त्याला प्रकाशन संस्थेतील गाढा अनुभव असल्याने हे पुस्तक प्रकाशनासाठी योग्य असेल तर योग्य प्रकाशक त्याने पाहून द्यावा हाही हेतू होता.

त्याने हे वाचून मौलिक सूचना केल्या. त्याआधारे सुधारित प्रत तयार करून मी त्याला मेहता पब्लिशिंगकडे देण्यासाठी दिली. त्याने माझी व श्री. सुनील मेहता यांची गाठ घालून दिली. मेहतांनी पुस्तक वाचून काही बदल सुचवले व त्याप्रमाणे आता हे पुस्तक सादर केले आहे.

मूळ हेतू, दादांच्या असाधारण व्यक्तिमत्त्वाचा आदर्श तरुण पिढापुढे ठेवण्याचा माझा संकल्प पूर्ण झाला याबद्दल मी समाधानी आहे.

ह्या पुस्तकासाठी श्री. भा.र.साबडे यांनी पुरस्कार लेख लिहून दिला ह्याबद्दल मी त्यांचा आभारी आहे. तसेच पुस्तकाचा मसुदा वाचून त्याबद्दल उपयुक्त सूचना करणारे श्री. श्री. ग. बापट, श्रीमती सुमनताई कुलकर्णी, श्री. संतोष दास्ताने आणि किर्लोस्कर कन्सल्टंटचे एमडी कै. टिळेकर आणि नायक्रोमचे पूर्वीचे मालक प्रभात परांजपे यांचा मी आभारी आहे.

श्री. बापट व मी, दोघांनी मिळून दादांबद्दल एक प्रश्नावली तयार करून, ती माझे काही मित्र व काही दादांशी संबंधित त्यांच्या स्वतःच्या क्षेत्रातील नावाजलेल्या व्यक्ती यांच्याकडून भरून घेतली. ह्या पुस्तकात त्यांचा मी थेट समावेश केलेला नाही, पण ज्यांनी ज्यांनी प्रश्नावलीला उत्तरे दिली व मॅस्वी प्रकरणातील काही बारकावे समजून घ्यायला मला मदत केली त्या सर्वांचा मी आभारी आहे.

सौ. प्रिती ठकार, सौ. सुचेता राऊत आणि श्री. सुनील राऊत यांनी मला पुस्तकाचे मराठी टाइपिंग व प्रिंटिंगसाठी मसुदा तयार करण्यास खूप मदत केली. फोटो, जुन्या फोटोंवरून चांगले प्रोसेसिंग ह्यासाठी लॅबचे व पूजा फोटो स्टुडिओने बहुमोल मदत केली त्यांचा मी आभारी आहे.

श्री. सुनील मेहता यांनी पुस्तक प्रकाशन करण्याचे ठरवून मला उपकृत केले आहे, त्यांचा मी आभारी आहे.

माझी सून सौ. मृदुला हिने मसुद्याची ओळ अन् ओळ वाचून अनेक ठिकाणी पुनरुक्ती स्पष्ट करून, ती काढण्याचे बहुमोल काम केले; तसेच दोन्ही मुलांनी – जय व हर्ष आणि सुनांनी – वृषाली व मृदुला यांनी वेळोवेळी सूचना दिल्या. त्यांचाही मी आभारी आहे.

पुस्तकाचे मुखपृष्ठ करून दिल्याबद्दल मी सतीश भावसार यांचाही आभारी आहे.

श्रीमती सुमनताई कुलकर्णी, श्री. शरद गोगटे, श्री. श्याम बापट यांनी मला सातत्याने मार्गदर्शन केले; ह्याबद्दल त्यांचे मी विशेष आभार मानतो.

ह्याशिवाय अनेकांनी त्यांच्या परीने सहकार्य केले, त्या सर्वांचा मी आभारी आहे. कोणाचा नामोल्लेख राहिला असल्यास त्यांच्याबद्दल माझी दिलगिरी मी व्यक्त करतो.

आनंद कान्हेरे
पुणे.

अनुक्रमणिका

१
बालपण व शिक्षण

क्रांतिकारक हुतात्मा अनंत कान्हेरे यांच्यामुळे विशेष प्रसिद्धीला आलेले आयनी (अंजनी) हे गाव चिपळूणपासून ३१ कि.मी. व खेडपासून १५ कि.मी.वर हिंदुस्थानच्या पश्चिम किनारपट्टीच्या कुशीत वसलेले आहे. या गावाचा परिसर अतिशय निसर्गरम्य आहे. गाव जवळपास जंगलात असल्यासारखेच आहे. संपूर्ण गावात सर्वत्र कलमी हापूस आंब्याची लागवड आहे. घरच्यापुरती भातशेती असते. पावट्याचे पीकही घेतले जाते, पण गावात कोठेही नारळ अथवा पोफळी नाहीत. काजू खूप प्रमाणावर आहेत व फणस आहेत; पण अननस नाहीत.

याच खेड्यात १४ डिसेंबर १९११ रोजी माझे वडील शारंगधर पुरुषोत्तम कान्हेरे

दादांचे जन्मस्थळ (आयनी)

ह्यांचा जन्म कान्हेरे खोतांच्या चौसोपी वाड्यात झाला. माझ्या वडिलांना, घरी वडीलधारी मंडळी बाळ व बाकीचे सर्वजण दादा म्हणत. येथून पुढे मीही त्यांचा उल्लेख दादा म्हणून केला आहे. दादांचे वडील पुरुषोत्तम दामोदर कान्हेरे हे अण्णा अथवा अण्णासाहेब म्हणून ओळखले जात. त्यांचा उल्लेख अण्णा असा केला आहे. हे आयनीच्या खोत कान्हेरे यांचे वंशज.

अण्णांची पहिली पत्नी खूप लवकर, अपत्यहीन निवर्तली. दादा हे अण्णांच्या दुसऱ्या बायकोपासून झालेले चौथे अपत्य.

अण्णांचे वडील दामोदरपंत एक प्रथितयश कॉन्ट्रक्टर होते. दादांनी सांगितल्याप्रमाणे ते श्रीलंकेत व्यवसाय करत होते. त्यातून निवृत्त व्हायचे ठरवून त्यांनी आपली सर्व संपत्ती सागवान लाकूड घेण्यासाठी वापरली. ही सर्व लाकडे तीन गलबते भरून होती. सर्व संसार व तीन गलबते घेऊन ते आयनीकडे निघाले.

येताना वाटेत दाभिळजवळ एका चक्रीवादळाचा त्यांना जबरदस्त तडाखा बसला. सर्व गलबते फुटली, लाकडे वाहून गेली, दामोदरपंत व कुटुंब मात्र यातून कसेबसे वाचले व आयनीला विपन्न अवस्थेत पोहोचले. आयनी येथे लवकरच ते स्वत: साथीच्या रोगाने गेले. अण्णांची आई त्यानंतर वाड्यावरच राहत असे.

अण्णा व त्यांचे दोन धाकटे भाऊ नागेश व सीताराम या श्रीमंतीत वाढलेल्या तिघाही भावंडांना परिस्थिती सुधारण्याच्या आधी अचानक वडील जाण्याचाही जबरदस्त धक्का बसला. त्यांच्यापैकी कोणीही घराची जबाबदारी घेण्याच्या वयात नव्हते. खडपोलीच्या बापटांची सासुरवाशीण ह्या मुलांची आत्या होती. त्या काळात बापट पती-पत्नी या कुटुंबाच्या मदतीला आले. त्यांनी अण्णांना इंग्रजी शाळेत शिकण्याचा सल्ला दिला. शिक्षणास काही मदत केली. अण्णा मॅट्रिक झाल्यावर पुढच्या शिक्षणासाठी पुण्याला जाण्याचा लाखमोलाचा सल्ला त्यांनी दिला व आर्थिक मदत केली.

त्या काळी कोकणातील खूपशी वाहतूक कऱ्हाडमार्गे पायी अथवा बैलगाडीने होत असे. बैलगाडीच्या भाड्यावर उगाचच पैसे खर्च करायला नकोत म्हणून अण्णा पुण्याला चालत आले.

पुण्याला आल्यावर नुकत्याच सुरू झालेल्या इंजिनिअरिंग कॉलेजमध्ये त्यांना प्रवेश मिळाला. थोडीफार शिष्यवृत्तीही मिळाली. या वेळी धाकट्या नागूअण्णांना बार्शी येथे पोस्टात नोकरी मिळाली होती. तेव्हा त्यांना पगार होता रु.९, त्यातील २/- रु. ते अण्णांना शिक्षणासाठी खर्चाला पाठवत होते.

अनेक प्रसिद्ध व्यक्तींनी, लहानपणी म्युन्सिपालटीच्या दिव्याखाली अभ्यास केला आहे असे त्यांच्याबद्दल कौतुकाने सांगितले जाते. अण्णांनीही असाच अभ्यास केला होता.

अण्णांच्या चिकाटीबद्दल व त्यांच्या धैर्याबद्दल अनेक गोष्टी लहानपणापासून ऐकल्या आहेत. त्यांपैकी त्यांच्या स्वभावाचा द्योतक असा एक किस्सा सांगावासा वाटतो.

अण्णा इंजिनिअरिंगच्या शेवटच्या वर्षाला शिकत असताना त्यांच्या दृष्टीने अत्यंत अवघड असलेल्या विषयावरील पुस्तकाची किंमत ५०/- रु. होती. ही किंमत देऊन पुस्तक विकत घेणारे वर्गात ४-५ जणच होते. त्यातील एक श्री. गोडबोले हे अण्णांचे चांगले मित्र होते. अण्णा त्यांच्या घरी जाऊन मित्राला नको असेल तेव्हा पुस्तक अभ्यासासाठी घेऊन त्यांच्याकडेच अभ्यास करत. गोडबोले यांनी मागितले की, त्या क्षणी अण्णा पुस्तक त्यांना देत असत. अशा पद्धतीने त्यांनी पुस्तकाचा अभ्यास सहा महिन्यांत संपवला. पुस्तकातील महत्त्वाचा भाग मुखोद्‌गत केला होता. वार्षिक परीक्षेत ते या विषयात पहिले आले.

अण्णा एल.सी.ई. (लायसेंसिएट सिव्हिल इंजिनिअर) झाले. त्या वेळी अद्याप पदवी/पदविकेचे अभ्यासक्रम सुरू झालेले नव्हते. त्यांना लगेचच पंधरा रुपये पगारावर पी.डब्ल्यू.डी.मध्ये नोकरी मिळाली. त्यांनी नागेशच्या शिक्षणाचा ध्यास घेतला. अण्णांनी त्यांना पुण्याला बोलावले. पण ते येऊ शकले नाहीत. मग अण्णांनी नागूअण्णांना बार्शीला पैसे पाठवावयास सुरुवात केली. नागूअण्णांनी नोकरी सोडली. वकिलीचा अभ्यास केला व वकील झाल्यावर तेथेच वकिली करू लागले.

अण्णांना नोकरी मिळाली ती फिरतीची. ५-६ धरणांच्या बांधकामांवर देखरेख व नंतर काही महत्त्वाच्या धरणांची देखभाल करणे हे काम होते. भाटघर धरणावरील श्रेयनामावलीत त्यांचे नाव आहे. सततच्या बदलीमुळे बिऱ्हाड पुण्यात व ते धरणावर कामाला अशी स्थिती असे.

अण्णा आपली नोकरी अत्यंत जबाबदारीने व निष्ठापूर्वक करत असत. कामात येणाऱ्या सर्व प्रकारच्या अडचणींतून धैर्याने मार्ग काढत असत; त्यामुळेच एक्झिक्युटिव्ह इंजिनिअरचा हुद्दा मिळवणारे ते पहिले 'नेटिव्ह' ठरले. खडकवासल्याच्या धरणावर ते एक्झिक्युटिव्ह इंजिनिअर असताना त्यांच्यातील धैर्यशील समयसूचकतेचा खरा कस लागला.

या धरणाला तेव्हा स्वयंचलित उघडणारी दारे होती. ही दारे धरणाच्या भिंतीच्या पाणीसाठ्याच्या विरुद्ध बाजूला बांधलेल्या विहिरींमधील तरंगत्या प्लॅटफॉर्मने उघडली जात. जसजसे धरणातील पाणी वाढे, तसतसे हे प्लॅटफॉर्मस वर उचलले जात. या प्लॅटफॉर्मच्या वर उचलण्याच्या क्रियेने दरवाजे उघडले जात व धरणातील पाणी नदीपात्रात वाहू लागे. एका वर्षी या धरणाच्या पाणलोट क्षेत्रात जोरदार पाऊस पडत होता. धरणातील पाण्याची पातळी जोरात वाढत होती. त्याच वेळेला नेमके

प्लॅटफॉर्म हलेनात. एकदम जाम होऊन बसले. हीच स्थिती तासभर राहिली असती तर धरणफुटीचा धोका होता. बराच वेळ खटपट केल्यावर अण्णांच्या डोक्यात एक भन्नाट कल्पना आली. त्यांनी गावातल्या तीस-चाळीस धष्टपुष्ट तरुणांना एकत्र आणले व एका विहिरीतल्या प्लॅटफॉर्मवर उभे केले आणि त्या सर्वांना प्लॅटफॉर्मवर उड्या मारणे, नाचणे, जोरात पाय आपटणे असे एकदम करावयाला लावले. दहा मिनिटांच्या अथक प्रयत्नानंतर एक प्लॅटफॉर्म हलला. नदीत पाणी जोरात वाहू लागले. धरण वाचायची आशा दिसली. अर्ध्या पाऊण तासात सर्वच प्लॅटफॉर्म या पद्धतीने हलते केले व धरण वाचवले.

अण्णांचे बिऱ्हाड दादांच्या लहाणपणी खडकावर आज जेथे लडकत पेट्रोल पंप आहे, त्याच्याजवळ काळेवाड्यात होते. काळेवाड्यात बिऱ्हाड असतानाच दादांचा व सर्व भावडांचा जन्म झाला. ती सर्व एकूण सहा भावंडे. त्यातील तीन बहिणींवर चौथे दादा व त्यानंतर दोघी बहिणी. दादांची आई याच वाड्यात गेली.

अण्णा खडकावर राहत असताना तेथे ह्याच वाड्यात त्यांच्याच खात्यातले एक तरुण इंजिनिअर खरे तेथे राहत. अण्णांची पत्नी गेली तेव्हा दादा सहा वर्षांचे व इंदूआत्या सहा महिन्यांची होती. मृत्यूपूर्वी माझ्या आजीनं इंदूआत्यास खरे वहिनींच्या पदरी घातलं व मुलीप्रमाणेच हिला वाढवीन असे वहिनींकडून वचन घेतले.

पुढे खरेकाकांनी जंगली महाराज रोडवर बंगला बांधला. इंदूआत्या खूपशी खरे यांच्याकडेच वाढली, तिचं शाळेचं व कॉलेजचं शिक्षणही खरेकाकांनीच केलं. नंतर तिचं सालंकृत कन्यादान करावयाचा खरेकाकांचा दृढनिश्चय होता.

शेवटी लग्न अण्णांनीच लावले. पण सर्व दागिने व हुंडा खरेकाकांनी दिला व त्या वेळेस घरातील मुलीचा वाटा म्हणून इंदूआत्यास उचलून खरेकाकांनी पंचवीस हजार रुपयेही दिले.

दादांचे बालपण

आयनी येथील घरात दादांच्या पाळण्यात, त्यांच्या डोक्याशेजारी फणा काढून वेटोळे घातलेला नाग बसलेला होता. अशी घटना राजयोगाचे लक्षण समजले जाते.

मॅस्वी कंपनी १९७१-७२ च्या मंदीत गोते खायला लागेपर्यंत-वयाच्या साठीपर्यंत दादांनी राजयोग अनुभवला असे म्हणता येईल. अण्णांच्या कायम नोकरीमुळे घरात श्रीमंती आली होती व त्यामुळेच अण्णांना दादांना विलायतेत शिकायला पाठवता आले. १९४० सालापासून प्रथम नोकरी व नंतर धंदा यांत

६६-६७ सालापर्यंत चांगला पैसा मिळत होता. १९६६-६७ सालापर्यंत सतत बरकत होती.

दादांच्या जन्माच्या सुमारास पुण्याच्या पश्चिमेला निर्माण होणाऱ्या डेक्कन जिमखाना वसाहतीत अण्णांनी दोन प्लॉटस् घेतले होते. पैकी एकावर बंगला बांधला तो १९२४ साली व दुसऱ्यावर त्याच सुमारास चाळ बांधून त्यातील गाळे भाड्याने दिले. म्हातारपणी पेन्शनबरोबरच आणखी उत्पन्न असावे असा सरळ हेतू त्यात होता.

दादा लहानपणीच्या काही मोजक्याच आठवणी सांगत. ते नूतन मराठी शाळेत होते. सबनीस सर हे त्यांचे दैवत होते. दादा शाळेत असताना घरात अनेक मुलं होती. नागूअण्णा अचानक कर्करोगाने गेले होते. त्यांच्या पत्नी पार्वतीबाई व त्यांची तिन्ही मुलं अण्णांकडेच होती. शिवाय दादा व त्यांच्या पाच बहिणी होत्या. कोकणातून शिकायला आलेली व नातेवाइकांची इतर काही मुलंही असत. अण्णांनी कोकणातून सरस्वतीबाई शिंत्रे या बालविधवेस घरदार सांभाळण्यासाठी मदत म्हणून पुण्यास आणले. तिला सर्वजण काकू म्हणत असत. ती अण्णांच्या थोड्या लांबच्या नात्यातलीच होती. आपल्या सहा मुलांसह इतरांचाही संसार आपण निभावून न्यायचा आहे असे त्यांनी मनात पक्के ठरवले होते. पण त्यासाठी घर सांभाळायलाही कोणीतरी असणे आवश्यक होते. म्हणून अण्णांनी काकूला पुण्यास आणले. आपले घर व मुले तिच्याकडे सांभाळण्यासाठी सुपुर्द केली. घरातल्या सर्व जबाबदाऱ्या तिच्यावर सोपवल्या व घर चालविण्याचा संपूर्ण अधिकारही दिला. असा अधिकार देणे व तिला खास मान देणे आणि इतरांनाही द्यायला लावणे हे त्या काळातल्या समाजात एक धाष्ट्यांचे पाऊल होते. विधवा पुनर्वसनाचा हा एक प्रयोग होता असे म्हणायला हरकत नाही. हे करत असताना त्यांना स्वत:च्या वागणुकीची पूर्ण खात्री होती; त्यामुळे यात शंभर टक्के यश मिळेल याचीही.

आमची ही आजी आमच्या घरात इतकी रुजली की, पुढे तिनं तिच्याजवळ सासरहून आलेली सोन्याची माळ व बांगड्या, जाण्यापूर्वी माझ्या आईजवळ (शशीजवळ) दिल्या. आपल्या घरात येईल त्या लक्ष्मीला (अण्णांच्या नातसुनेला) देण्यासाठी.

दादांना या घरच्या मोठ्या खटल्यामुळे असेल किंवा काकूआजीच्या सोवळ्याओवळ्यामुळे असेल अथवा इतरही काही कारणांनी असेल, शाळेत जायला उशीर होई. सबनीस सरांनी या उशिराबद्दल एकदा त्यांना हटकले. आईला वेळेवर स्वयंपाक करून शाळेच्या वेळेच्या आधी नीट वाढायला सांग, असे त्यांनी दादांना सांगितले. त्यावर दादांनी त्यांना 'मला आई नाही' असे सांगितले होते. दादा सांगत

त्याप्रमाणे त्या मोठ्या मनाच्या सरांनी त्यांना परत कधीही उशीर का झाला असे विचारले नाही.

याच सबनीस सरांनी पुढे नारायणगाव येथे आश्रमशाळेसारखी शाळा काढली होती. आई व दादा आम्हा मुलांना आवर्जून त्यांना भेटायला व शाळा दाखवायला घेऊन गेले होते.

दादा १३/१४ वर्षांचे असताना जिमखान्यावरचा बंगला बांधून तयार झाला. अण्णांनी संसार तेथे हलविला. दादा सायकलवरून लकडीपूल (आताचा संभाजी पूल) ओलांडून शाळेत जात. शाळेतून जाता येता घर ते लकडी पूल हे अंतर गुडघा-गुडघा गवतातून पार करावे लागे.

त्या वेळी आमच्या आधी बांधलेला इंजिनिअर मोडकांचा बंगला जवळच होता. पूल ओलांडायला उशीर झाला की, भीती वाटे, कारण बाजूच्या नदीकाठी अनेकदा मृतदेह जळत असत. आताच्या वैकुठांच्या अलीकडे नदीकाठी तेव्हा स्मशान होते.

पूल ओलांडून जिमखान्याकडे आले, म्हणजे मोठा रस्ता फर्ग्युसन कॉलेजकडे जात असे. बाकी सर्वत्र दाट गवत व थोड्याफार पाऊलवाटा असेच जिमखान्याचे स्वरूप होते. गावाबाहेर असलेला हा परिसर जवळपास निर्मनुष्य व अत्यंत शांत होता. त्या वेळच्या कान्हेरे परिवाराला गावाबाहेरच्या प्रशस्त व हवेशीर बंगल्यात राहायची सवय झाली होती. त्या वेळी बंगल्याभोवती व आजूबाजूलाही पपईची जातिवंत झाडे लावलेली होती. या झाडांवरच्या पपया खोलीतून दोर टाकून कशा काढल्या व खाल्ल्या याची हकिगत दादा रंगवून सांगत असत.

डेक्कन जिमखाना कॉलनीत बांधलेल्या या घराचा चेहरामोहरा 'लाखाची गोष्ट'मधल्या 'त्या तिथे पलीकडे...' या गाण्यात दाखविलेल्या बंगल्यासारखाच होता. त्या काळच्या बंगल्यांप्रमाणे आमचा बंगलाही दगडांनी मजबूत बांधलेला होता. जागेवरच मळलेल्या चुन्यामध्ये केलेले सर्व बांधकाम दर्जेदार होते. लाकूडकाम अस्सल सागवान (बर्मा टीक) मधले होते. वजन पेलणाऱ्या जाडजूड भिंती, त्यातील कपाटे हे सर्व कालानुरूप होते. पुढच्या तीन खोल्यांवर आणखी एक मजला होता. हा भाग मंगलोरी कौलारू होता. सर्वच खोल्या ऐसपैस व मोठ्या होत्या. तळमजल्यावर माजघराला लागून १२ फूट बाय १२ फुटांची खोली होती. त्याच्या मध्यभागी अस्सल सागवानी झोपाळा होता.

मी एकदा कॉलेजच्या सुट्टीमध्ये घरी आल्यावर झोपाळ्यावर बसून छत बघत होतो. दोन बीममध्ये आर्च (कमान) का आहे याचा विचार करत होतो. दादांनी मला वर बघताना पाहिले आणि 'काय बघतो आहेस' असे विचारले. मी त्यावर 'आर्चेस का असाव्यात याचा विचार करत होतो' असे सांगितल्यावर ते हसले व मला म्हणाले चल, 'तुला अण्णांनी केलेल्या काही वैशिष्ट्यपूर्ण खासियती दाखवतो.'

बंगल्यामध्ये वेगवेगळ्या ठिकाणी सिव्हिल इंजिनिअरिंगचे तंत्रज्ञान वापरून अण्णांनी, त्यांच्या काळाच्या मानाने केलेल्या त्या नावीन्यपूर्ण कल्पक सुधारणा दादांनी मला दाखविल्या. रेल्वे वाघिणींच्या टपचा उपयोग सीलिंग्जसाठी व त्यावरच्या मजल्यावरील जमिनीचे वजन घेण्यासाठी केलेला दाखविला. वाघिणींच्या टपांना असणाऱ्या गोलाईचा वजन पेलणारी कमान असा वापर केलेला होता. एका खोलीत या पत्र्यांच्या खाली वजन पेलण्यासाठी लोखंडी गर्डर्स टाकलेले दाखविले. तसेच वरच्या मजल्यावर संडास व बाथरूमच्या निम्म्या भिंती जाळी व दोन्ही बाजूंनी चुना लिंपून ३ इंच जाळीच्या केलेल्या दाखविल्या. सिमेंट वापरत नसताना केलेल्या या पातळ भिंती करण्याचे काम एक वेगळीच नावीन्यपूर्ण कल्पकता होती.

दादा म्हणाले की, अण्णा फार कल्पक व चोखंदळ होते. माजघरातील साधी शहाबादी फरशी आताच्या पॉलिश तंदूरच्या तोडीची होती. स्वयंपाकघरात खूप मोठ्या आकाराच्या (३ फूट बाय ३ फूट) फरश्या होत्या. त्या पॉलिश केलेल्या होत्या. या सर्व फरश्या त्यांनी खास मागवल्या होत्या. बागेतील सर्वच झाडे विशेषतः चाफा, चिक्कू व सीताफळ ही खास दर्जेदार होती. ती त्यांनी खास लक्ष ठेवून, हेरून मिळविली होती. त्यांची पेनं असत शेफर्ड, ब्लॅकबर्ड किंवा पार्करची. अगदी सिगारेटसुद्धा फक्त ५५५ चीच ओढत.

नंतर मी दादांना विचारले की, आपल्या घराच्या बांधकामात पुढील भाग व मागील भाग यांच्या दर्जात कमालीचा फरक आहे. दादा म्हणाले, हा मागील भाग असा कामचलाऊ होण्याचे कारण कान्हेरे 'कुटुंबावर' आलेले एक आगळेवेगळे संकट हे होते. अण्णांनी बंगला बांधायला सुरुवात करावयाच्या आधीच अण्णांच्या कुटुंबाकडील कोकणातल्या सर्व इस्टेटीचे तिघा भावांत वाटप होऊन फारकत पत्र झालेले होते. मूळ वाडा सीतारामकाकांच्या नावे झालेला होता. सीतारामकाकांना काही व्यसन नव्हते पण ते एका बाईच्या नादी आहेत असा अण्णांना संशय होता म्हणून अण्णांनी फारकतनामा केला होता. फारकत पत्र झाल्यावर इतर दोघांनी त्यांची सर्व इस्टेट वापरण्यासाठी सीतारामकाकांकडे दिली होती.

घर अर्धे बांधून झाले असताना अण्णांना कळले की, सीतारामकाकांनी घेतलेले कर्ज परत केले नाही म्हणून त्यांच्या घरावर टाच आली आहे. सर्वसाधारण माणसाने फारकतनामा झाला आहे असे म्हटल्यावर काहीही केले नसते. पण अण्णा घरबांधणीसाठी साठवलेले सर्व पैसे घेऊन आयनीला पोहोचले. सर्व पैसे भरून काकांची बेअब्रू टाळली व जप्ती परतवली. सीतारामकाकांना वाचवले. परत येताना त्यांनी काकांना एवढेच सांगितले, 'माझ्याजवळील सर्व पैसे संपले आहेत. यापुढे जर असा प्रसंग आलाच तर मी काहीही करू शकणार नाही. तेव्हा सांभाळ.'

याच कारणाने नंतर बंगल्यातील उरलेले काम जमतील तसे पैसे वापरून

अतिशय काटकसरीने केलेले होते!

उच्च दर्जाच्या सागवानी झोपाळ्यावर बसून चांदीच्या दोन खणी खास डब्यातून पान लावणाऱ्या या अत्यंत करारी व कठोर वाटणाऱ्या माणसाच्या हृदयात भावंडांबद्दल व इतर नातेवाइकांबद्दल विलक्षण आत्मीयता होती हेच खरे.

अण्णांकडे दरवर्षी शिक्षणासाठी कोकणातून तीन-चार विद्यार्थी येत. अण्णांचे भाचे, नातू, नाती यांची त्यात भर पडत असे. दादा फर्ग्युसन कॉलेजमध्ये प्रथम वर्षाला दाखल झाले होते. त्या वर्षी ते नापास झाले. त्या वर्षी प्रथम वर्षाची परीक्षा कॉलेज घेत असे. अंतर्गत परीक्षा असे, म्हणून अण्णांच्या मित्रांनी त्यांना प्राचार्यांना भेटावयाचा सल्ला दिला. पण अण्णा काही प्राचार्यांना भेटले नाहीत आणि दादा काही त्या वर्षी पास झाले नाहीत.

पुढील वर्षी दादा डेक्कन कॉलेजमध्ये गेले. त्या वेळी त्यांची प्रकृती अत्यंत कृश व किरकोळ होती. दादा, लो. टिळकांचा आदर्श डोळ्यांसमोर ठेवून, भरपूर व्यायाम व अत्यंत पौष्टिक असा रास्त खुराक घेऊ लागले. त्यांचा सर्वच खेळांतला दम (स्टॅमिना) व जोरही वाढू लागला. ते कॉलेजकडून टेनिस व हॉकी खेळू लागले. टिळक तलावात पोहताना रोज तलावाला २०-२२ फेऱ्या (२ ते ३ कि.मी.) मारायला लागले. पुढे इंग्लंडमध्येही ते कॉलेजकडून टेनिस खेळायचे. ते हॉकीच्या टीममध्ये सेंटर फॉरवर्ड म्हणून खेळत असत. नंतर ते हॉकीचे कॅप्टनही होते.

दादा पुण्यात शिकत असताना १९३२ व १९३६ साली डेक्कन जिमखाना या संस्थेने सर्व हिंदुस्थानी खेळाडूंसाठी दोनदा मॉक् ऑलिम्पिक्स् भरवल्या होत्या. अगदी ऑलिम्पिकसारख्याच सर्व खेळांच्या स्पर्धा झाल्या. त्यामध्ये दादांनी १९३२ साली स्वयंसेवक म्हणून हिरिरीने भाग घेतला होता.

मँचेस्टर येथे एका मॅचमध्ये त्यांच्या उजव्या हातावर दुसऱ्या खेळाडूच्या स्टीकचा जबरदस्त तडाखा बसला. त्यानंतर आयुष्यभर त्यांना स्टीक घट्ट धरता आली नाही म्हणून त्यांनी हॉकीचा खेळ सोडला व टेनिसवर लक्ष केंद्रित केले. हिंदुस्थानात आल्यावर मुंबई-पुण्याला टेनिसची वेळ जमेना म्हणून त्यांनी बॅडमिंटन सुरू केले. पुण्यात पी.वाय.सी.वर आठवड्यातून तीन दिवस बॅडमिंटन कोर्टचे रिझर्व्हेशन केलेले असे. ते बॅडमिंटनही चांगले खेळत. दादांना त्या काळी दम्याचा खूपच त्रास होत होता. अनेकदा बॅडमिंटन खेळून आल्यावर त्यांना दम्याचा खूप त्रास होई. मी १९५५ व १९५६ साली पुण्यामध्ये इंटरस्कूल चॅम्पियन होतो. तेव्हा मी १५ वर्षांचा होतो आणि दादा ४६ वर्षांचे. मी डावरा तरीही मला त्यांच्याविरुद्ध एखादीच गेम घेता यायची.

◆

२
मँचेस्टर कॉलेज ऑफ टेक्नॉलॉजी

इंग्लंडला रवाना

दादांनी डेक्कन कॉलेजमध्ये बी.एस्सी.पर्यंत शिक्षण केल्यावर, कराचीच्या इंजिनिअरिंग कॉलेजमध्ये प्रवेश घेतला. तेथे ते एक वर्ष होते. या वर्षात पत्रव्यवहार करून त्यांनी मँचेस्टर कॉलेज ऑफ टेक्नॉलॉजीमध्ये प्रवेश मिळवला.

हा पत्रव्यवहार त्यांनी सरळ कॉलेजबरोबरच केला होता, पण यामुळे त्या वेळच्या ब्रिटिश सत्तेच्या हिंदुस्थानातील फॉरिन ऑफिसमधील अधिकारी खवळले. त्यांनी प्रवेश असूनसुद्धा प्रवासासाठी परवानगी देण्यास खळखळ केली व स्टुडंटशिप देण्यासाठीही खूप कटकट केली आणि अडथळे आणले. अखेर दादांनी फॉरिन ऑफिसमध्ये कौन्सिल जनरलला स्वत: भेटून व त्याच्या नाकदुऱ्या काढून मोठ्या मिनतवारीने सर्टिफिकेट कोर्सला प्रवेश घेऊन तिकडे जाण्याची परवानगी मिळवली.

दादा बोटीनं इंग्लंडला गेले. तोपर्यंत त्यांचा मेन्यूकार्डशी कधीही परिचय झालेला नव्हता. मेन्यूकार्डवरून निवडून पदार्थ मागवायचे याची कल्पनाच दादांना नव्हती. दोन-तीन दिवस दादांनी त्या दिवशीच्या मेन्यूकार्डवरचे सूप्सचे सर्व प्रकार घेतले. इतर कोर्सेसचंही तसंच. त्यानंतर त्यांना कोणीतरी मेन्यूकार्डची कल्पना समजावून दिली. बोटीवरचे मस्त जेवण, टेनिससारखा खेळ व इतर व्यायाम आणि दिवसभर आराम. या दीड महिन्याच्या बोटीच्या प्रवासात त्यांचे वजन दहा पौंडांनी वाढले.

दादा मँचेस्टरला इलेक्ट्रिकल इंजिनिअरिंगमध्ये बी.एस्सी.टेक् करावयास गेले होते. त्यांना प्रथम सर्टिफिकेट कोर्स पुरा करावा लागला. त्यानंतर त्यांच्या हुशारीवर व कष्टाच्या जोरावर त्यांनी डिग्री कोर्सही पुरा केला.

मँचेस्टर युनिव्हर्सिटीमध्ये त्या काळात इलेक्ट्रिकल इंजिनिअरिंग शिकणे हा एक आगळा कपिला षष्ठीसारखा योग असावा. तेव्हा तेथे डी.सी. मशीन्स शिकवायचे

अल्बर्ट क्लेटन. ए.सी. मशीन्स शिकवायचे फिलीप केम्प. या दोघांचीही ते शिकवायचे त्या विषयावर जगन्मान्य प्रमाण मानलेली पुस्तके आहेत. मी दादांनंतर जवळजवळ तीस-बत्तीस वर्षांनी इलेक्ट्रिकल इंजिनिअरिंगची पदवी घेतली. तेव्हा मला नेमलेली पुस्तके याच दोघांची होती. पीटर ड्रकर यांना जसे आज व्यवस्थापन क्षेत्रात आद्यगुरू म्हणतात, तसेच स्थान इलेक्ट्रिकल इंजिनिअरिंगमध्ये त्या दोघांचे आहे.

मँचेस्टरला गेल्यावर दादांना शिक्षणासाठी शिष्यवृत्तीही मिळाली होती. राहायला जागा मिळायला अडचण होती, पण एका आयरीश बाईने त्यांना पेईंग गेस्ट म्हणून ठेवून घेतले.

दादांच्या आधी सुमारे १० वर्षे अण्णांच्या परिचयाचे कान्हेरे शास्त्री इंग्लंडमध्ये लंडनला स्थायिक झाले होते. अण्णांचे आणि कान्हेरे शास्त्रींचे चांगले संबंध होते. ते मूळचे आयनीचेच होते. दादा मँचेस्टरला जायला निघाले तेव्हा अण्णांनी त्यांना चिठ्ठी दिली होती, पुढे कधी पैसे कमी पडले तर त्यांच्याकडून घेत जा, मी त्यांना देईन, असे सांगितले होते. इंग्लंडमधील वास्तव्यात शास्त्रीबुवांकडे दादांची 'खारी' या मुलीशी ओळख झाली होती व पुढे मैत्रीही झाली. ती उंच शेलाटी, तांबूस व भारतीय वंशाची होती. कायम पाश्चात्त्य पेहरावात असे. तिचे फोटोही स्कर्टमधलेच आहेत. दादा तिचा उल्लेख फक्त 'खारी' असाच करत. दादा एकदा म्हणाले होते की, मी इंग्लंडमध्ये स्थायिक झालो असतो तर तिच्याशीच लग्न केले असते. ती गायची उत्तम व नाचायचीही छान!

तेथे शिकत असताना दादांकडे अडीच-तीन हॉर्सपॉवरची मोटरसायकल होती. या मोटरसायकलवरून ते लंडनला महिन्यातून दोन-तीनदा जात असत. लंडन - मँचेस्टर हे अंतर तीनशे मैलांपेक्षा जास्त आहे. या मोटरसायकलवरून लंडनहून परत येत असताना त्यांना एकदा एक विचित्र अपघात झाला होता. त्या वेळी त्यांचा वेग साठ मैलांपेक्षा (शंभर किलोमीटर) जास्त होता. एका नेहमीच्या वळणावर वळण न घेता ते चुकून सरळ पुढे गेले. ते मोटरसायकलसह सर्कसमध्ये 'मोटरसायकल जंप'चा प्रयोग करतात तसे उडाले व रस्त्यापासून सुमारे दीडशे ते दोनशे फूट अंतरावर अंदाजे ३०-४० फूट खोल, नदीकाठी अलगद हिरवळीवर पडले. त्यांना काहीही दुखापत झाली नाही. पेट्रोल सांडले पण पेटले नाही. पाच एक मिनिटांत स्वत:ला सावरत त्यांनी मोटरसायकल ढकलत रस्त्यावर आणली, चालू केली व सरळ मँचेस्टरला आले. नशीब बलवत्तर होते हेच खरे!

दादा इंग्लंडमध्ये असताना त्यांचा अण्णांबरोबर नियमित पत्रव्यवहार चालू असे. अण्णांनी दादांना वेळोवेळी १० पौंडांपासून ८० पौंडांपर्यंत पैसे पाठविल्याचा उल्लेख आहे. इंग्लंडमधून येताना अण्णांनी त्यांना दोन चांगले रेडिओ सेट, एक

खरेकाकांसाठी आणि एक घरच्यासाठी आणायला लिहिले होते.

दोन-तीन पत्रांत, शिक्षण पुरं झाल्यावर म्हणजे सर्टिफिकेट कोर्स पुरा झाल्यावर परत ये असे लिहिले होते. पण डिग्रीला प्रवेश मिळाल्यावर मात्र कसून अभ्यास कर व शिक्षण चांगले पुरे कर आणि डिग्री घेऊन ये असे लिहिले आहे. दादा हिंदुस्थानात आल्यावर नोकरी न करता स्वतंत्र उद्योग करणार याची बहुधा अण्णांना कल्पना होती. कारण दोन-तीन पत्रांत 'त्यांनी डोळे उघडे ठेवून तिकडे व्यापार उदीम कसा करतात याची माहिती गोळा करून आण व त्या दृष्टीने योग्य मिळाली तर अ‍ॅप्रेंटिसशिप कर, अन्यथा वेळ न घालवता लगेच परत ये व धंदा चालू कर. तुझ्यावर कान्हेरे कुटुंबीयांची व आयनी येथील प्रॉपर्टीची जबाबदारी असणार आहे याचेही भान ठेव,' असेही लिहिले आहे.

या पत्रव्यवहारातून एक गोष्ट स्पष्ट होते की, अण्णा दादांचे खास मार्गदर्शक होते. दुर्दैवाने दादांनी लिहिलेली पत्रे उपलब्ध नाहीत. एकाच बाजूने गोष्टी स्पष्ट होतात.

कौतुकास्पद संशोधन

दादा अ‍ॅटोमॅटिक इलेक्ट्रिकमध्ये असताना

पुढे शिक्षण संपल्यावर दादांनी बर्मिंगहॅम येथील ऑटोमॅटिक इलेक्ट्रिक या कंपनीमध्ये रिसर्च आणि डेव्हलपमेंट विभागात वर्षभर उमेदवारी केली व नंतर ते त्याच कंपनीमध्ये नोकरीला लागले. वर्षभराचे त्यांचे कॉन्ट्रॅक्ट होते. त्यांनी या

कंपनीच्या एका प्रॉडक्टमध्ये वरचेवर येणाऱ्या दोषांवर उपाय शोधून काढला. प्रॉडक्टमध्ये उद्‌भवणारा हा दोष अनेक वर्षांत काढता आलेला नव्हता. दोष कंपनी बनवत असलेल्या फरनेसेसमध्ये होता. या त्यांच्या कामामध्ये आलेल्या यशामुळे कंपनीने दादांबरोबर भागीदारीत या संशोधनातून शोधलेल्या उत्तराचे पेटंट घेतले.

इ.स. १९३६-१९३९ या काळी अद्याप रडार यंत्रणा कोठेच नीट कार्यान्वित झालेली नव्हती. तसेच पाणबुडी पाण्याखाली गेली की तीमधून किनाऱ्यावरील तळावर व तळापासून बुडालेल्या पाणबुडीवर संदेश पाठवणे यशस्वी झाले नव्हते. यासाठी त्यांच्या कंपनीने दादांच्या नेतृत्वाखाली टॉकिंग बीम्सवर संशोधन आरंभले आणि ते संशोधन दादांच्या टीमने पूर्णत्वास नेले. तोपर्यंत दादांच्या तेथल्या कामावर आधारित स्वीच गिअर्स व फरनेस हीटिंगमधील काही शोधांची पेटंट्स त्यांनी त्यांच्या व कंपनीच्या जॉईंट नावे मिळवली होती. दादांनी कंपनीत राहून ही पेटंट्स कंपनीला वापरायला परवानगी द्यावी व त्याप्रमाणात कंपनीकडून हिस्सा घ्यावा असे कंपनीचे म्हणणे होते.

१९३९ साली टॉकिंग बीमचा प्रकल्प पूर्णत्वास येत असतानाच त्यांच्या नोकरीच्या कराराची मुदत संपली. युरोप युद्धाच्या खाईत ओढला जाईल असे सर्वत्र वातावरण होते व त्यामुळेच दादांना हिंदुस्थानात परतीचे वेध लागले होते.

करार संपल्याच्या दुसऱ्या दिवशी दादा कंपनीत सकाळी कामाच्या वेळेवर न जाता २-३ तासांनी गेले. कंपनीतील सर्व संबंधितांना भेटून निरोप घेण्यासाठी ते गेले होते. दादांनी, युरोपमधील काही ठिकाणे पाहून हिंदुस्थानात तसेच पुढे जाता येईल अशा बोटीची तिकिटेही काढली होती. ही बोट पंधरा दिवसांनी सुटणार होती. दादांनाही चार वर्षांचा सर्व पसारा आवरायला तेवढा वेळ लागणार होताच.

दादा दुपारी कंपनीत गेले. तो कंपनीत हलकल्लोळ माजला होता. रिसेप्शनिस्टपासून सर्वजण त्यांना शोधत होते. सर्वजण त्यांची आतुरतेने वाटच पाहत होते. दादा आले नाहीत म्हणून त्यांचे एम.डी. अत्यंत अस्वस्थ होते. वैतागले होते.

दादा येताच रिसेप्शनिस्टने त्यांना सांगितले की, 'एम.डी. सकाळपासून तुला शोधत आहेत व अतिशय बेचैन आहेत. त्यांना तत्काळ भेट.'

एम.डीं.नी दादांना विचारले, 'गेली दोन वर्षे कधीही उशिरा न येणाऱ्या तुला आज अचानक काय झाले?'

त्यावर दादांनी सांगितले, 'कालच माझे कॉन्ट्रॅक्ट संपले. मी आता पंधरा दिवसांनी हिंदुस्थानात कायमचा जाणार आहे. आज येथे सर्वांना भेटून, सर्वांचा निरोप घेण्यासाठी व सर्वांनी दिलेल्या सहकार्याबद्दल आभार मानायला आलो आहे.'

हे ऐकल्यावर एम.डी. जाम वैतागले. एकदम उसळून म्हणाले, 'हे शक्य नाही. मी काही तुला सोडणार नाही आणि आता तर मुळीच नाही. तू विकसित

केलेल्या टॉकिंग बीमचे प्रात्यक्षिक पुढील महिन्यात सर लॉईड जॉर्ज यांच्यासमोर करावयाचे आहे. काल रात्रीच मी सर्व कार्यक्रम ठरवून आलो आहे. हे प्रात्यक्षिक तूच करणार आहेस, तेव्हा तू त्वरित कामाला लाग!' (लॉईड जॉर्ज हे त्या वेळी संरक्षण खात्याचे सेक्रेटरी होते.)

दादांनी एम.डीं.ना खूप समजावले, 'मी अण्णांचा एकुलता एक मुलगा आहे, आई नाही. अण्णा खूपच म्हातारे झाले आहेत. मी अण्णांजवळ असणे आत्यंतिक गरजेचे आहे. युद्ध आता क्षितिजावर आले आहे तेव्हा मला जाऊ द्या.' खूप वेळ चर्चा झाल्यावर शेवटी पुढील महिन्यात प्रात्यक्षिक कर व मग जा असे सांगितले; तेही मोठ्या अनिच्छेनेच. आताचे तिकिट रद्द करून महिन्याने हिंदुस्थानला जाणाऱ्या बोटीचे तिकिट कंपनी काढेल. सर्व खर्च कंपनी करेल असेही ठरले. शेवटी दादांनी ते मान्य केले व ते कामाला लागले.

ठरल्याप्रमाणे दादांनी टॉकिंग बीमचा प्रयोग यशस्वी करून दाखविला व सर्व जबाबदारी पूर्ण करून ते मुंबईकडे रवाना झाले. त्यांनी सर्व पेटंट्स कंपनीला विनाहरकत वापरण्याचा अधिकार दिला. लंडनवर हवाई हल्ला झाला तर बलून्सद्वारे उत्तम सिव्हिल डिफेन्स करता येईल याचे प्रात्यक्षिक त्यांनी आधीच दाखवले होते; त्यामुळे दादांना ॲटोमॅटिक इलेक्ट्रिकमध्ये कायमचे बोलावणे होते. त्यांच्या एम.डीं.नी निरोप समारंभात सांगितलं होतं की, 'कंपनीच्या R & D मध्ये तुला कायमच जागा आहे व कामही आहे; केव्हाही ये व चार्ज घे.'

कान्हेरेशास्त्री व खारी यांचा निरोप घेऊन, आता इतर युरोपियन देशात जाणे धोक्याचे होते म्हणून ते तडक मुंबईस आले.

दादांनी हा निर्णय घेतला तेव्हा हिंदुस्थानातील आम जनता राष्ट्रभक्तीच्या संकल्पनेने पूर्ण प्रेरित झालेली होती. प्रथम लाल, बाल व पाल आणि नंतर गांधींच्या कर्तृत्वाने सर्व देश, विशेषत: तरुण पिढी मोठ्या प्रमाणावर भारलेली होती. दादा या पिढीचाच एक अविभाज्य घटक होते. तेही जाज्ज्वल्य देशभक्त होते. हिंदुस्थानात परत आल्यावर त्यांनी आयुष्यभर खादी वापरायचे ठरवले. हिंदुस्थानात परत येण्याचा निर्णयही अशा भारलेल्या वातावरणातच त्यांनी घेतलेला असणार.

दादा इंग्लंडमध्ये असताना ते हिंदुस्थानात परत येणार असे निश्चित झाल्यावर त्यांना एक नोकरी आली होती. नोकरी मुंबईत क्रॉम्पटन पार्किन्सनमध्ये विक्री विभागात इंजिनिअर म्हणून होती. पगार देत होते रु. ३०० दरमहा. दादांनी तेव्हा ही नोकरी घेतली नाही. हिंदुस्थानात गेल्यावर बघू असे त्यांनी सांगितले होते.

दुसरे महायुद्ध सुरू होण्याच्या आधी दादा परत आले. तेव्हा देशामध्ये स्वातंत्र्यलढ्याचे जोरदार वारे वाहत होते. दादांचे मन या लढ्यात सहभागी होण्याकडे वळले होते.

लंडनहून येताना त्यांनी हिंदुस्थानात बंदी असलेल्या अनेक गोष्टी आणल्या होत्या. त्यामध्ये बॉम्ब तयार करण्याची कृती असलेली पुस्तिका होती, दोन छोटी पिस्तुले होती. कार्ल मार्क्सचा 'दास-कॅपिटल' हा ग्रंथ होता आणि इतर अनेक पुस्तके व पत्रके होती. या गोष्टी कम्युनिस्टांना हव्या होत्या व पिस्तुले क्रांतिकारकांना! त्यांचे मित्र आर. डी. तुळपुळे (प्रख्यात कम्युनिस्ट नेते) यांच्याकडे दादांनी या सर्व गोष्टी सुपुर्द केल्या.

खूप पुढे जेव्हा मला हे सर्व काही प्रसंगाने कळले तेव्हा मी त्यांना विचारले, 'या साऱ्या बंदी असलेल्या गोष्टी आणताना तुम्हाला तेव्हा भीती वाटली नाही का?' यावर 'फाशी जाताना चाफेकर, कान्हेरे, भगतसिंग यांना कुणाला भीती वाटली होती का ?' अशा प्रतिप्रश्नाने त्यांनी उत्तर दिले होते. या उत्तरावरून त्यांच्या मनात त्या वेळी काय भावना होत्या याची कल्पना येऊ शकते.

◆

३
नोकरी व मॅस्वीची स्थापना

स्वदेशी परत

त्या वेळी दादा त्यांच्या आयुष्यातील अतिशय उत्कृष्ट कालखंडात होते. मनासारखे शिक्षण झाले होते. नोकरीत चांगले यश मिळाले होते आणि मनाने ठरवून ते हिंदुस्थानात परत आले होते. पुढे काय करायचे याबद्दल मात्र ठाम निर्णय होत नव्हता.

येथे आल्यावर काही दिवस त्यांनी फक्त विचार करण्यात घालविले. खरेकाका, अण्णा व इतर संबंधितांबरोबर सल्ला-मसलत केली. स्वत:चा धंदा असावा असा विचारही डोक्यात घोंघावत होताच. शेवटी त्यांनी आणखी दोन वर्षे शिक्षण करावे व त्यासाठी पुणे इंजिनिअरिंग कॉलेजमध्ये असिस्टंटशिप करावी असे ठरले. खरेकाकांनी यात पुढाकार घेऊन नोकरी मिळवून दिली. पण अण्णा मात्र लवकरात लवकर धंदा चालू कर असे सांगत होते.

सहा महिने नोकरी केली पण त्यांना एम. ई.साठी रास्त शिक्षक व योग्य विषय मिळे ना. चांगला प्रकल्पही डोक्यात भरला नाही. सरकारी लाल फितीच्या दिरंगाईचाही कंटाळा आला. शेवटी त्यांनी ही नोकरी सोडली व ते तडक महात्मा गांधींना भेटायला गेले. स्वातंत्र्यलढ्यात उतरण्याचा त्यांचा मानस पक्का झाला होता. पण महात्मा गांधींभोवतीचे वातावरण त्यांना आवडले नाही. त्यात आपले मन रमणार नाही, अशी त्यांची खात्री झाली. शिवाय महात्मा गांधींच्या स्वतंत्र हिंदुस्थानच्या अर्थव्यवस्थेच्या कल्पनेत प्रथितयश उच्चशिक्षित तंत्रज्ञानी माणसास कोठेही स्थान नव्हते असे त्यांना जाणवले; त्यामुळे त्यांनी हा नाद सोडून दिला.

पुढे टाइम्समधील जाहिरातीवरून त्यांनी मुंबईला क्रॉम्पटन पार्किन्सनमध्ये सेल्स इंजिनिअर म्हणून नोकरी पत्करली. तेव्हा त्यांना पगार मिळाला रु. १५०/- कर्मधर्म संयोगाने हीच नोकरी इंग्लंडमध्ये असताना मिळत असूनही त्यांनी घेतली नव्हती.

पण आता त्यांनी ही चाकरी पत्करली व चाकरमाने म्हणून मुंबईत रुजू झाले.

दादांचे क्रॉम्पटन पार्किन्सनमधील ऑफिस काळा घोडा परिसरात होते. त्या काळात ब्रिटिश व्यापारी ऑफिसे याच भागात होती. दादांनी राहण्यासाठी किंग सर्कलला माटुंग्याजवळ एक छोटेखानी ब्लॉक भाड्याने घेतला.

पुण्याला अण्णांच्या घरी शिक्षणासाठी राहणारे व नंतर त्यांचे मित्र झालेले सिंहेंद्र घाटे हेही शिक्षण संपवून मुंबईला आले होते व मोरारजी गोकुळदास मिलमध्ये लेबर ऑफिसर म्हणून कामाला लागले होते. त्यांनी लालबागला एका जुन्या चाळीत तीन खोल्यांचा ब्लॉक भाड्याने घेतला.

दादांचे डेक्कन कॉलेजमधील स्नेही, बाळासाहेब दांडेकर हेही मुंबईला विमा कंपनीत कामाला होते. त्यांचे ऑफिसही फोर्टमध्येच होते. पण ते राहायचे मात्र ठाण्याला. ते दोघे फोर्टमध्ये दुपारच्या वेळी भेटत असत. बाळासाहेबांचे स्नेही दादा व नाना गांगल यांच्याशी दादांची मैत्री जुळली व नंतर नातेसंबंधही! दादा गांगल आय. सी. एस. अधिकारी होते तर नाना गांगल हायकोर्टात सबरजिस्ट्रार होते. नाना गांगल यांची पत्नी लीलाताई माझ्या आईची सख्खी मावसबहीण होती. राजाभाऊ भावे हे आईचे मावसभाऊ ठाण्यात स्थायिक होते. दादांची यांच्याशीही ओळख झाली होती.

या मैत्रीसंबंधांतून आईचे स्थळ दादांना सांगून आले. पाहण्याचा कार्यक्रम झाल्यावर दादांनी पसंती कळवली होती. आई तेव्हा नाजूक, शेलाटा बांधा व आकर्षक चेहरा अशी होती. पण कान्हेरे यांचे काश्यप गोत्र व जोश्यांचे शांडिल्य गोत्र यामुळे हे लग्न होऊ शकणार नाही असे सर्व शास्त्री सांगत होते. दादांच्या

तरुण वयातील शशिकला

मनात मुलगी भरली होती व गोत्र मिलन वगैरे त्यांच्या सुधारकी विचारांना अनावश्यक वाटत होते. त्यांनी रजिस्टर लग्नाचा प्रस्ताव मांडला. अण्णांचेही मन सुधारकांच्या बाजूला झुकलेले असल्याने त्यांनीही विरोध केला नाही.

आईला मात्र दादा किंचित जाड वाटत होते. मनात हो नाही चालले होते, पण बाबाआजोबांनी (आईच्या वडिलांनी) 'इतके चांगले स्थळ नाकारले तर मी यापुढे स्थळच बघणार नाही' असे स्पष्ट सांगितल्याने आईचाही होकार आला. जोश्यांकडूनही नोंदणी विवाहाला हरकत नव्हती.

माझी आई, ही नारायणराव जोश्यांची मुलगी. शनिवारवाड्यापासून जवळच अमृतेश्वर देवळाजवळ जोश्यांचा मोठा वाडा होता. त्यांना ५ मुलगे व ४ मुली होत्या. नारायणराव स्वत: एक यशस्वी वकील होते.

दादांनी लग्नात हुंडा घ्यायचा नाही व मानपानही करायचे नाही असे स्पष्ट निक्षून सांगितले होते. एप्रिल १९४० मध्ये हे लग्न झाले. गोखले हॉलमध्ये मोठ्या थाटात स्वागत समारंभ झाला होता.

घरात सून येणार म्हणून अण्णांनी जुनी हिलमन गाडी विकून टाकली व नवी कोरी स्कोडा गाडी घेतली. त्यातूनच मिरवत गृहलक्ष्मीने घरात प्रवेश केला.

लग्नानंतर लगेचच आई-दादा मुंबईला राहावयास गेले. आईचे शिक्षण तेव्हा इंटरपर्यंत झाले होते. मोठ्या आग्रहाने दादांनी रुईया महाविद्यालयात तिचे पुढील शिक्षणासाठी नाव घातले. पुढे वर्षभरात माझा जन्म झाला; तरीही आईने मोठ्या जिद्दीने शिक्षण पूर्ण केले. ती इकॉनॉमिक्स व पॉलिटिक्स विषय घेऊन बी.ए. झाली. या परीक्षेत तिने ऑनर्सही मिळवले होते.

अतिशय मोठ्या आलिशान बंगल्यात किंवा मोठ्या वाड्यात वाढलेली ही दोघेही व्हिन्सेंट रोडवरच्या तीन खोल्यांच्या छोट्या घरात राहू लागली आणि दादांच्या चाकरमानी आयुष्यात लोकल किंवा ट्रॅम धरून वेळेत नोकरीला पोहोचण्याची कसरत सुरू झाली. आईच्या कॉलेजला जाण्याने तिला थोडीतरी बाहेर पडण्याची सवय लागली.

हळूहळू श्री व सौ. बाळासाहेब दांडेकर, दादा व आई यांचा ग्रुप तयार झाला. दर शनिवारी व रविवारी या चौघांनी 'पायी चालत, उरलेले बस व ट्रॅम आणि लोकलने प्रवास करत' आख्खी मुंबई पालथी घातली.

महिन्यातून एखादी फेरी पुण्याला व्हायची, तर कधी ठाण्याला दांडेकरांकडे व लालबागेला घाटेंच्याकडेही फेऱ्या व्हायच्या. आयुष्य स्थिरावायला सुरुवात झाली होती. दादांचे मन मात्र यात रमत नव्हते. दादांची अस्वस्थता त्यांना गप्प बसू देईना. त्यांनी सिटी लाइट सिनेमाजवळ एका गल्लीत व्यवसाय करण्यासाठी जागा विकत घेतली.

१९४१-४२ मध्ये दुसरे महायुद्ध हिंदुस्थानच्या सीमेपर्यंत आले. मुंबईवर हवाई हल्ले होतील अशी बातमी पसरली आणि त्यामुळे मुंबई बऱ्यापैकी रिकामी झाली व 'रस्तोरस्ती' जागा भाड्याने देणे आहे अशा पाट्या झळकू लागल्या. सिटी लाइटजवळच्या जागेचा वापर करण्यासाठी त्यांना शिवाजी पार्कवरील जागा फार सोईची पडली असती आणि म्हणून त्यांनी या भागात जागा पाहायला सुरुवात केली. त्यांच्या नजरेला शिवाजी पार्क मैदानासमोरच्या दीक्षित निवासमध्ये 'जागा भाड्याने देणे आहे' अशी पाटी दिसली आणि ते तत्काळ जागेचे मालक भाऊ दीक्षितांना भेटले. (प्रसिद्ध, लोकप्रिय अभिनेत्री माधुरी दीक्षितचे आजोबा) जागा प्रशस्त व आलिशान होती. सर्व जागा अंदाजे १२०० ते १४०० चौरसफूट होती. दीक्षितांनी तेव्हा ४३ रु. भाडे मागितले. दादांना जागा खूप मोठी वाटली. दादा त्यांना म्हणाले, "भाऊ, (दीक्षितांना सर्वचजण भाऊ म्हणत.) मी हॉल व पुढची गॅलरी सोडून सर्व जागा घेतो. ३० रु. भाडे देईन. हॉल व गॅलरीला बोळातून जाता येते; त्यामुळे तो भाग तुम्हाला दुसऱ्या कोणाला तरी देता येईल." थोडा वेळ चर्चा झाल्यावर भाऊ दादांना म्हणाले, "सर्व जागा तुम्हीच घ्या. सहा महिने ३५ रु. भाडे द्या. नंतर ४३ रु. द्या." उभयपक्षी हे मान्य झाले. दादा व आईंना व्हिन्सेंट रोडवरील जागा अगदीच लहान वाटत होती. या प्रशस्त जागेत राहायला जाण्याने त्यांना खूप बरे वाटले. या जागेच्या प्लॉटमध्ये दीक्षित निवासाला लागून शिवाजी पार्ककडे तोंड करून उभे राहिल्यास उजव्या हाताला राधाकुंज ही हुबेहूब दीक्षित निवासासारखी बिल्डिंग आहे; तिचे मालक श्री. कुंटे बडोद्याला सयाजीरावांकडे मोठ्या हुद्द्यावर होते.

शिवाजी पार्कला लागून असलेल्या या वस्तीत तेव्हा येथे अनेक नामवंत दिग्गज राहत होते. सिनेमा क्षेत्रातील संगीतकार सी. रामचंद्र आणि वसंत देसाई, अभिनेत्री उषा किरण व नलिनी जयवंत, क्रिकेटमधील गुप्ते बंधू, मांजरेकर व अनेक नावाजलेले क्रिकेटर्स तेथे राहत होते.

बालमोहन विद्यामंदिराच्या (ज्या शाळेत मी पुढे जाऊ लागलो) समोरच्या बंगल्यात राहायचे, स्वातंत्र्यवीर सावरकर. त्याच गल्लीत होते प्रसिद्ध स्त्री रोग व प्रसूतितज्ज्ञ पुरंदरे व त्यांचा दवाखानाही याच रस्त्यावर होता.

पोर्तुगीज चर्चच्या चौकात, प्रबोधनकार ठाकरे राहायचे. यथाकाल बाळ ठाकरे यांची शिवसेना येथेच जन्मली. (१९६६)

लोकसंग्रह

दादा व आई या दोघांचेही स्वभाववैशिष्ट्य म्हणजे त्यांचा लोकसंग्रह! ते सर्वांशी मिळून मिसळून वागत, सर्वांशी गप्पागोष्टी करत. अनेकजण त्यांच्याशी सुख-दुःखाच्या गोष्टी करत असत. या गप्पांतूनच त्यांची अनेकांशी मैत्री होत होती.

दादा-आईंची आमच्या वाडीतील (वाडी हा बिल्डिंगसाठी असलेला मुंबईचा त्या काळातला खास शब्द) सर्वांशीच खास मैत्री झाली होती. दादा-आईंची लवकरच समोरच्या पटवर्धन कुटुंबीयांशी, वरच्या दीक्षित मंडळींशी व बोपर्डीकर, आठल्ये व चांदवडकर कुटुंबांशी चांगल्यापैकी गट्टी जमली होती. माझ्या आठवणीप्रमाणे मी अनेकदा समोरच्या पटवर्धन काकांच्या गॅलरीत पडीक असे.

राज कपूरच्या एका नव्या सिनेमातील गाण्यांची तबकडी (रेकॉर्ड) ऐकायला भाऊंनी आम्हा यच्चयावत भाडेकरूंना बोलावले होते. त्यांनी नवीन घेतलेल्या रेकॉर्ड प्लेअरचा त्या दिवशी त्यांनी वापर सुरू केला.

एका रात्री मला खूप ताप चढला. ती संपूर्ण रात्र भाऊ व ताई (दीक्षित), दादा आई व पटवर्धन काकू माझ्या उशाशी बसून होते. दीक्षितांकडील फ्रीजमधून बर्फ काढून आणून बर्फाच्या पिशवीत घालून डोक्यावर ठेवले. खालील अंगणातून माती आणून ती चाळून त्याची एक थापी एका पातळ कपड्यावर टाकून ही थापी माझ्या पोटावर बांधली. थोडक्यात, या तिन्ही कुटुंबांत फारच जवळीक निर्माण झालेली होती. आई व दादा या दोन्ही कुटुंबांना कौटुंबिक अडचणींच्या वेळी आधार मानू लागले होते. यातूनच पुढे भाऊंच्या मोठ्या मुलाशी (शंकरनानांशी) धंद्यामध्ये भागीदारी झाली. अशा प्रकारे दीक्षित निवासामधील जीवनक्रम गुण्यागोविंदाने चालला होता.

धंद्याची मुहूर्तमेढ

खरं तर अण्णा सरकारी नोकरीतून निवृत्त झालेले होते. दादांनाही क्रॉम्प्टन ग्रीव्हज्‌मध्ये चांगली सेल्स इंजिनिअरची नोकरी होती. नुकतेच त्यांचे लग्न झालेले होते. सर्व काही व्यवस्थित होते. नोकरीमध्ये चांगला जम बसलेला होता आणि नावलौकिकही झालेला होता. पण दादांच्या मनात स्वत:चा धंदा करण्याचे फार होते. देशासाठी काहीतरी करावयास हवे म्हणून स्वत:चा धंदा काढून त्याद्वारे देशाची औद्योगिक गरज भागविण्याचा विचार डोक्यात घोंघावत होता व त्यासाठीच नोकरीमुळे मित्र बनलेल्या पाचजणांनी एकत्र येऊन धंदा चालू करण्याचे ठरवले. मंगेश गंभीर, आनंद गोरे, शारंगधर कान्हेरे, विठ्ठल घारसे व व्यंकटराव खणसे असे हे पाचजण होते. धंद्याला नाव देण्यासाठी त्यांनी रोमन लिपीत लिहिलेल्या पहिल्या चौघांच्या नावातील पहिले अक्षर आणि व्यंकटरावांच्या नावातील दुसरे अक्षर घेऊन मॅस्वी (MASVY) असा शब्द तयार केला. या पाचजणांपैकी खणसे यांचा फर्निचरचा धंदा होता. त्यांच्याच जागेत ४ जून १९४३ रोजी म्हणजे माझ्या तिसऱ्या वाढदिवशी मॅस्वीचा व्यवहार चालू केला. दोन वर्षे पार्ट टाइम धंदा करायचा असा तेव्हा त्यांचा निर्णय होता. प्रत्येकाने भांडवल घातले होते रु. २५०/-.

दोन वर्षांत विशेष प्रगती झाली नाही. म्हणून सर्वांनी परत विचार करून दादांनी नोकरी सोडायची व धंद्याकडे पूर्ण लक्ष द्यायचे असा निर्णय घेतला. त्यांनी दरमहा ३५०/- रु. पगार घ्यायचा असेही ठरले. इतके दिवस खणश्यांच्या ऑफिसमधून चालणाऱ्या या धंद्यासाठी श्री. खणसे यांनी ३८८/९४, शेख मेमन स्ट्रीट येथे जवळपास ७५० चौरसफुटांचे ऑफिस ५०/- रु. भाड्याने मिळवून दिले.

दादांनी त्यांचे नोकरीतले संबंध वापरून क्रॉम्पटन पार्किन्सनच्या मालाचे अधिकृत विक्रेते म्हणून एजन्सी मिळवली. दादांनी बाळासाहेब दांडेकरांच्या ओळखीमुळे आपटे यांच्या टेक्सटाईल मिलला माल पुरविण्याचे कॉन्ट्रक्ट मिळविले. मग ते स्वस्तिक ऑईल मिलला पुरवठा करू लागले. त्यांचा एअर इंडियालाही पुरवठा सुरू झाला. वर्षभरातच धंद्यात जम बसू लागला.

दादा दरमहा धंद्यात अडचण न येता ३५०/- रु. उचलू शकत असत. म्हणजे धंद्यात नफाही चांगल्यापैकी मिळत होता व भांडवलही पुरेसे होते. तीन वर्षे असा भागीदारीत धंदा चालू होता.

धंद्याचे असे बस्तान बसत असताना, दीक्षित निवासामधील आमच्या जागी, दादांचे चुलत भाऊ बापूकाका व भाचा बंडूदादा राहायला आले. बापूकाका कामधंदा पाहायला व बंडूदादा शिक्षण पूर्ण करायला. बंडूदादाच्या पाठोपाठ त्याच्या दोघी बहिणी विमलताई व बेबीताईही आल्या. त्याच सुमारास म्हणजे १९४६-४७ मध्ये माझे दोन मामा दत्तामामा व माधवमामा हे कामधंदा शोधायला आले. पैकी दत्तामामा माझ्या आईचा पाठचा भाऊ १९४६-४७ मध्ये मॅस्वीत रुजू झाला १९४८ साली धंदा विस्तारासाठी कोल्हापूरला गेला. दत्तामामा हा माझ्या आईचा पाठचा भाऊ B.Sc. झालेला होता. स्वातंत्र्यसैनिक होता, स्काउटमध्ये सतत कार्यरत होता. देशभक्तीने पूर्ण प्रेरित होता. त्याने शिवाजी कुलासाठी देशभक्तीपर कविता केल्या होत्या. माझ्यावर त्याची व बंडूदादाची खूप छाप होती. माझ्या मानसिक जडणघडणीत त्याचा खूप वाटा होता. या पुस्तकात त्याच्याबद्दल खूप चर्चा आहे. पण मी मनाने तो कायमच दादांचा धंदा चालवेल असे सतत मानत होतो, नव्हे ते क्रमप्राप्त आहे असे मला कायमच वाटत होते. त्याने कोल्हापुरात केलेल्या धंदा विस्ताराचा मी एक चाहता होतो. माधवमामालाही याच सुमारास पुण्यात नोकरी मिळाली म्हणून तो पुण्याला गेला. १९४९ मध्ये बापूकाकांचे लग्न झाल्यावर त्यांनी प्रवीण महालामध्ये भाड्याने जागा घेतली व तिकडे गेले. बंडूदादाने शिक्षण पुरे झाल्यावर चेंबूरला जागा भाड्याने घेतली व तो तेथे राहू लागला. त्याच्या बहिणीही त्याच्याबरोबर गेल्या.

घरातील वाढती गर्दी, नोकरी सोडलेली, मित्रांकडे सतत जाणे व मुंबईतील भटकंती हे सारे चालू असतानाच दादांच्या मनात धंद्याच्या वाढीच्या व बदलाच्या नवीन कल्पना जोरात चालू होत्या. त्यामध्ये भागीदारीचे प्रायव्हेट लिमिटेड कंपनीत

रूपांतर करण्याची त्यांची मानसिक तयारी होत होती. त्यानंतर १९४६ मध्ये त्यांनी भागीदारीचा धंदा प्रायव्हेट लिमिटेड कंपनीत रूपांतरित केला. सर्व भागीदारांना दादा करतील त्या व्यवहारातून मर्यादित फायदा चालणार होता आणि शेअर्सखेरीज इतर कोणताही धोका पत्करायला ते तयार नव्हते. तेव्हाच्या आर्टिकल्स ऑफ असोसिएशन्समध्ये इंजिनिअरिंग वस्तूंचा व्यापार व तांत्रिक गोष्टींचे मॅन्युफॅक्चरिंग हे धंद्याचे उद्देश असल्याचे म्हटले होते. आर्टिकल्स अॅण्ड मेमोरँडम ही व्यवस्थित व सर्वसमावेशक होती.

मॅस्वी आता मोठ्या प्रमाणावर वाढू लागली. मॅस्वीमधून मुख्यत्वे पंपसेट, मोठाल्या इलेक्ट्रिकल मोटारी व स्वीच गिअरची विक्री होत असे. कापड गिरण्या, मोठमोठाल्या पाणीपुरवठा योजना व थोड्याफार प्रमाणात सुरू होऊ पाहणारे रासायनिक उद्योग यांना मुख्यत्वे हा पुरवठा होत होता. हे चालू असतानाच मॅस्वीचा एअर इंडियाशी संबंध आला. तेव्हा एअर इंडिया ही टाटांच्या मालकीची होती. तेथे मॅस्वीने माल द्यायला सुरुवात केली होती. काही कंट्रोल पॅनेल्स करून दिली होती. ही मुख्यत्वे विद्युतपुरवठा व त्याचा वापर याच्याशी संबंधित होती. या सुमारास हिंदुस्थानात निर्मितीच्या उद्योगात थोडी फार वाढ होऊ लागली होती; त्यामुळे मॅस्वीचा चांगला जम बसू लागला होता.

मॅस्वी ही भागीदारी असताना मॅस्वीचा धंदा मुख्यत्वे एजन्सीजचा होता. दुसऱ्या कोणीतरी बनविलेल्या मालाची विक्री होत होती. धंदा वाढत जरूर होता आणि त्याच्या वाढीसाठी राबविलेल्या वेगवेगळ्या योजनांना यश येत होते; पण आपण स्वत: उत्पादन करून तो माल विकावयास हवा, त्यात शिक्षणाचा व अनुभवाचा कस लागेल असे दादांना जाणवू लागले होते. कदाचित ही संकल्पना भागीदारांना रुचणार नाही, म्हणून दादा पुढे धंद्यात घालण्यासाठी दरमहा पगारातून रक्कम बाजूला काढून ठेवत होते. आता कंपनी प्रायव्हेट लिमिटेड झाल्यावर पूर्वी घेतलेल्या सिटी लाइटजवळच्या जागी त्यांनी स्वतंत्रपणे औद्योगिक उत्पादन करता येईल असे बांधकाम केले. या ठिकाणाहून काय उत्पादन करायचे याबद्दल दादांच्या मनात खूप विचार चालू होते. हा धंदा त्यांनी वैयक्तिक जबाबदारीवर काढला होता. या व्यवसायाला त्यांनी 'भारत मॅन्युफॅक्चरिंग' असे नाव दिले. त्याचा मॅस्वीशी तसा काहीच संबंध नव्हता. 'भारत'मध्ये त्यांनी काही विद्युतचलित गोष्टी बनवायच्या ठरविले. शेगड्या व इस्त्री बनविण्यास त्यांनी सुरुवात केली. मग त्यांनी प्लेटिंगशॉप व आइसकॅन्डी (आइसफ्रूट) बनविण्याचा कारखानाही भारतमध्ये सुरू केला. प्लेटिंगशॉपमध्ये पितळी भांड्यावर त्यांनी चांदीचा मुलामा देण्यास सुरुवात केली. पण या दोन्ही गोष्टींसाठी रोज छोटी छोटी ग्राहक हाताळावे लागतात आणि त्यांच्या मनातील स्वदेशी वस्तू निर्मितीच्या संकल्पनांशी हे काम मिळतेजुळते नाही म्हणून

भारत चालू ठेवून त्यातील फक्त प्लेटिंग व आइसकॅन्डीचे युनिट विकले. त्याच सुमारास त्यांनी भारततर्फे कोहीनूर सिनेमामधील रिनोव्हेशन करताना इलेक्ट्रिफिकेशनचे काम घेतले व थिएटर नीट सुरूही झाले. पण ६ महिन्यांनी रात्रीच्या खेळाच्या वेळी शॉर्ट सर्किट झाले. लोक पैसे परत करूनही घरी जाईनात. शेवटी रात्री भारतमधील इलेक्ट्रिकल सुपरवायझर हनुमंतांना बोलावून त्यांच्याबरोबर जाऊन दोष काढून थिएटर चालू करून द्यावे लागले. याने मनस्ताप झाला आणि यापुढे अशी कामे घ्यायची नाहीत असे त्यांनी ठरवले.

या 'भारत'मध्ये दादा रोज सकाळी जात व कामे लावून अकरा-साडेअकराला घरी येऊन, जेवून क्रॉफर्ड मार्केटमधील मॅस्वीच्या ऑफिसमध्ये जात. 'भारत'चे प्रॉडक्टस्ही मॅस्वी विकत होती.

भारत व मॅस्वी दोन्ही धंदे सांभाळणे दादांना जरा जास्तच व्हायला लागले होते. अगदी भारतमध्ये बनलेल्या वस्तू मॅस्वीतून विकल्या जात होत्या तरीही हे त्रासदायकच वाटू लागले होते. एव्हाना भारतमध्ये दादांचे चुलत भाऊ बापूकाका सामील झाले होते. चंदुलाल हे एक हरहुन्नरी गृहस्थही भारतमध्ये सामील झाले होते, पण हे सर्व कमी पडतात, कारण त्यांना तांत्रिक गोष्टी चांगल्या समजत नाहीत असे जाणवू लागले होते.

त्याच सुमारास त्यांना आयुष्यातील एक पहिला मोठा धक्का बसला आणि धंद्याच्या वास्तविकतेबद्दलची स्पष्ट कल्पना दादांना या काळात आली. त्यांनी BESTसाठी त्यांच्या बसमध्ये लावता येईल असे उत्तम लॅम्पफिटिंग बनविले. ते उत्तम प्रकारे निकेल व क्रोम प्लेट केले आणि त्याच्या रिंगवर मोठ्या दिमाखात मॅन्युफॅक्चर्ड बाय 'भारत मॅन्युफॅक्चरिंग' 'मेड इन इंडिया' अशी अक्षरे कोरली व ही फिटिंग्ज त्यांनी भेंडीबाजारातही सर्व बसेससाठी म्हणून विकायला नेली. आजही या भागात इलेक्ट्रिकल वस्तूंचा मोठा बाजार चालतो.

तेथील दुकानदारांनी त्यांना अगदी कमी किंमत दिली. त्याचबरोबर सल्लाही दिला. पुढचा शंभर दिव्यांच्या फिटिंग्जचा लॉट रिंगवर नाव न घालता दिलास तर आज देतो आहे त्याच्या किंमत दुप्पट देईन, कारण ही लॅम्प फिटिंग्ज इंग्लंडमधून स्मगल्ड करून आणली आहेत असे सांगून मला जास्त किंमत मिळेल. तू जर रिंगवर इटली GB किंवा Germany अशी अक्षरे घातलीस तर चौपट किंमत देईन.

भारतीय उत्पादनाबद्दल व ते करणाऱ्या तंत्रज्ञांबद्दल जनसामान्यांच्या मनात किती टाकाऊ प्रतिमा होती आणि आजही काही प्रमाणात टिकून आहे त्याचेच हे द्योतक आहे, असे दादा पुढे अनेक वर्षे लोकांना वैतागून सांगत असत. 'एकशे ऐंशी वर्षांच्या गुलामगिरीत ब्रिटिशांनी भारतीय समाजात व जनसामान्यांत अत्यंत हुशारीने, ही पराधीन, पराभूत मानसिकता निर्माण केली आहे. गोरी कातडी असलेले लोक

ज्या काही वस्तू निर्माण करतात त्यांचा दर्जा अप्रतिमच असतो व आपल्या लोकांना त्यांच्यासारख्या दर्जाच्या वस्तू कधीच निर्माण करता यायच्या नाहीत असा स्पष्ट पूर्वग्रह ब्रिटिश प्रशासनाने भारतीय समाजमनात भिनवला आहे.'

याचबरोबर दादा तेव्हा हेही सांगत की, 'एक गोष्ट मान्य करायलाच हवी की, गोऱ्या (युरोपियन) देशांना औद्योगिक व घरगुती नित्योपयोगी वस्तू बनविण्याच्या बाबतीत आपल्या उत्पादकांपेक्षा किमान शंभर-सव्वाशे वर्षांचा जास्त अनुभव आहे आणि पाश्चात्त्य उत्पादक अत्यंत पद्धतशीर (सिस्टिमॅटिक) व नियमबद्ध (मेथॉडिक) आहेत. ते उत्पादन करीत असलेल्या उत्पादनाची माहिती वर्षानुवर्षे संकलित पद्धतीने जपतात. या त्यांच्या माहितीचा साठा फार विस्तृत असतो व त्यामध्ये सर्व प्रकारची माहिती उपलब्ध असते. या माहितीच्या आधारे त्यांच्या उत्पादनांच्या दर्जात सातत्याने सुधारणा चालू असते; पण तरीही या सर्वाचा अर्थ असा नव्हे की, आपण त्यांच्या तोडीच्या वस्तू बनवूच शकणार नाही.'

दादांच्या डोक्यात – मॅस्वीने आपल्या वस्तू निर्मितीने – असे विचार त्यांच्या गिऱ्हाईकांना बदलायला लावायचे होते. त्याप्रमाणे यथाकाल त्यांनी एअर इंडिया, इंडियन एअरलाइन्स व भारतीय वायुदलामधील तंत्रज्ञांना मॅस्वी संबंधात ही मनोवृत्ती बदलायला लावलीही.

१९४७-४८ मध्ये दादांवर मॅस्वीचा व 'भारत'चा खूप ताण येऊ लागला म्हणून त्यांनी भारतसाठी जबाबदारी पेलेल अशा व्यक्तीचा शोध घेण्यास सुरुवात केली. भाऊ दीक्षितांचे चिरंजीव नुकतेच विलायतेहून विद्युत अभियांत्रिकीची पदवी घेऊन आले होते. दोन्ही घरांतील प्रमुखांची पूर्वीपासून चांगली मैत्री झालेली होती म्हणून दादांनी भाऊंजवळ हा विषय काढला आणि महिन्याभरात शंकर दीक्षित 'भारत'मध्ये रुजू झाले व थोड्याच दिवसांत भागीदारही झाले. यामुळे दादांना मॅस्वीकडे जास्त वेळ देता येऊ लागला.

याच सुमारास दादांचे मित्र सिंहेंद्र घाटे, सुप्रसिद्ध लेखक निरंजन घाटे यांचे वडील, यांच्याबाबत धक्कादायक दुःखद घटना घडली. एक दिवस कामावरून चालत परतताना (त्यावेळी ते मिलमध्ये लेबर ऑफिसर होते.) घाटेकाकांवर कामगारांनी चाकूहल्ला केला. त्यांना जोरदार भोसकले. त्यांना दादर येथील खासगी रुग्णालयात ठेवले होते. साधारण आठ दिवसांनी ते आता बरे होत आहेत असे डॉ. म्हणत असतानाच त्यांची प्रकृती ढासळली व त्यातच ते दगावले (१९४९). त्यांना तेथे भेटायला आई-दादा रोजच जात होते.

दादांना, 'घाटेकाकांचा मृत्यू' हा एक मोठा धक्का होता. ते पुढील १५-२०

दिवस त्यांच्या घरी रोज जात असत. पुढेही दर आठवड्याला चक्कर होई आणि मुलांची व शांताबाईंची (सिंहेंद्र घाटे यांच्या पत्नी) सविस्तर चौकशी करत, पैशाची नड असल्यास लगेचच भागवत असत. 'सिंहा मला धाकट्या भावासारखा होता' असे ते कायम म्हणत असत.

मुंबईत असताना दादा साधारण आठ वाजेपर्यंत घरी येत. घरी आल्यावर आमच्या बरोबर अर्धा तास घालवत. याच गप्पांतून ते अनेकदा वेगवेगळ्या गोष्टी सांगत. प्रथम परवचा म्हटला का विचारत, मग पाठांतर किती व कोणते केले हेही विचारत. असेच त्यांनी आम्हाला बॅडमिंटनचे नियम समजावून सांगितले होते.

खालीच दीक्षितांच्या दोन बिल्डिंगच्या मध्ये बॅडमिंटन कोर्ट होते. त्यावर मी बॅडमिंटन खेळू लागलो होतो. आजूबाजूच्या टोलेजंग इमारती व पाच फुटी कंपाउंड वॉलस् यामुळे हे खूप बंदिस्तही होते. दादांनी एकदा मला कोर्टवर नेऊन खेळण्याबद्दल मार्गदर्शन केले होते.

याच बॅडमिंटन कोर्टवर घडलेल्या एका नाट्यमय प्रसंगाने दादांचे नाव त्या

दादा व आनंद

वेळच्या टाइम्स ऑफ इंडियामध्ये छापून आले होते.

या कोर्टवर सकाळी ६ पासून दंगा चालू होतो आणि झोपमोड होते म्हणून वैतागलेल्या एका म्हाताऱ्या आजीबाईंनी या कोर्टात सकाळी ५.३० पासून आराम खुर्ची टाकली व त्यावर बसून पेपर वाचायला सुरुवात केली. नेहमीप्रमाणे ६ वाजता खेळायला येणारे, प्रथम त्या बाहेर पडतील म्हणून थांबले. पण त्या बाहेर पडायची लक्षणे दिसेनात तेव्हा दादांनी व इतरांनी त्यांना कोर्ट सोडायची विनंती केली. ती त्यांनी फेटाळली. खेळाडूंनी एकमेकांत सल्ला-मसलत केली व आजींना कोर्टात ठेवूनच खेळायचे ठरविले. त्याआधी दादांनी व वरच्या पटवर्धन काकांनी त्यांना सांगितले की, फूल लागले, रॅकेट लागली किंवा कोणी त्यांच्यावर अजाणता पडले तर त्याची पूर्ण जबाबदारी त्यांचीच असेल. तरीही त्या बधेनात! मग खेळाडू दोन तास तसेच खेळले. हाच खेळ पुढे दोन दिवस चालू होता. तिसऱ्या दिवशी कसे कोण जाणे पण टाइम्स ऑफ इंडियाचा वार्ताहर तिथे आला व त्यानंतर दुसऱ्या दिवशी सकाळी टाइम्समध्ये फोटोसह या धरणे आंदोलनाची माहिती नावानिशी आली. सकाळीच कोर्टवर बघ्यांची गर्दी ओसंडली व त्यातील काहींनी आजींच्या नावाने आरडाओरडा चालू केला. त्यानंतर मात्र आजी परत दिसल्या नाहीत.

दादा व आनंद बॅडमिंटन कोर्टवर

दादांच्या घरी मोटार होती. परंतु दादा सहसा आम्हाला मोटारीने बाहेर नेत नसत. आम्ही मुंबईत क्वचितच गाडीतून जात असू. ते आम्हाला लोकलमधून व एक-दोन कि.मी. चालत, बस सोयीची असेल तर बसने नेत असत. आजच्यासारखी तेव्हा गल्लोगल्ली हॉटेल्स नव्हती. कोपऱ्यावर इराण्याचे चहाचे दुकान होते. शाळेजवळ शेटे यांचे हॉटेल होते, पण मुंबईत आई-दादांनी आम्हाला कधीच हॉटेलमध्ये नेल्याचे आठवत नाही; किंबहुना तेव्हा ही पद्धतच नव्हती. शाळेत असताना आम्हाला रोजनिशी लिहिणे आवश्यक केले होते. त्यात गाद्या काढणे वगैरेसारख्या अनेक गोष्टींना दादा मार्क देत आणि महिनाअखेर अशा मार्कांची बेरीज करून त्यामध्ये जास्त मार्क मिळवणाऱ्याला बक्षीस मिळत असे. अनेकदा एखादे पुस्तक मिळे! त्यातूनच दादांनी आम्हाला 'बालमित्र' वाचायची सवय लावली. भा.रा. भागवतांचे हे मासिक पुढे न चुकता घरी येई.

मला दादांनी शाळेत स्काउटमध्ये घातले व उन्हाळ्याच्या सुट्टीत पुण्यात आलो असताना टिळक तलावावर स्काउटतर्फे चालणाऱ्या पोहण्याच्या वर्गालाही.

कोकणवारी

१९४७ सालच्या एप्रिल अखेरीस दादांनी पंधरा दिवसांची सुट्टी घेतली. मला, आईला व आशाला घेऊन ते आयनीला आमच्या घरी आंबे खायला घेऊन गेले. सीतारामकाकांनी (दादांचे काका) पणजीहून खास आणलेली हापूस (अल्फांझो) कलमे खूपच फोफावली होती. झाडाला २००० फळे येत आहेत असे त्यांना समजले होते. तेव्हा महादेवकाकाही (दादांचे चुलतभाऊ) मॅट्रिक झाले होते, त्यांनाही मार्गी लावायचे होते, म्हणून मुद्दाम वेळ काढून व शिवाय आम्हालाही मजा येईल म्हणून आयनीला घेऊन आले होते. पण घडले थोडे वेगळेच! आम्ही आयनीला पोहोचलो तेव्हा मला ताप येऊ लागला. आठ दहा दिवस झाले उतरेना.

एवढ्यात चि. आशाचे पोट बिघडले व तिला जुलाब सुरू झाले. शेवटी दादांनी लगेच मुंबईला परतण्याचा निर्णय घेतला. दाभिळच्या खाडीतून मला व आशाला टोपल्यात बसूवन डोक्यावरून नेले. चिपळूणहून टॅक्सी केली व मुंबईत आलो. पुढे २१ दिवसांनी माझा ताप निघाला. त्यानंतर दोन महिने मला घरीच ठेवले होते.

मी शिवाजी पार्कवर वाडीतल्या व शेजारच्या मुलांबरोबर क्रिकेट खेळतो हे दादांना माहीत होते. अनेकदा शनिवारी व रविवारी आम्ही खेळत असताना ते तेथे डोकावत. थोडा वेळ पाहात, पण सूचना मात्र रात्रीच्या गप्पांच्या वेळी करत.

दादा व बाळासाहेब दांडेकर हे दोघेही क्रिकेटचे खास शौकीन होते.

एकदा हिंदुस्तानचा संघ इंग्लंडमध्ये गेलेला असताना विनू मंकड अप्रतिम खेळला होता. शिवाजी पार्कवरील आमच्या घरी एल्बा कंपनीचा रेडिओ होता. दादांनी त्यावर हरप्रयत्नाने बीबीसी लावले होते आणि आम्हा मुलांना मॅचमधील घडामोडी सांगितल्या होत्या.

◆

४
मॅस्वीचा विस्तार व निर्मितीत पदार्पण

पहिला मोठा विस्तार

भारत मॅन्युफॅक्चरिंगमध्ये दीक्षित भागीदार झाल्यामुळे मॅस्वीच्या विस्ताराकडे अधिक लक्ष देणे दादांना शक्य होऊ लागले. मॅस्वीचा व्याप मुंबईबाहेर वाढवण्यासाठी कोल्हापूर शाखेची सुरुवात हे मॅस्वीने टाकलेले पहिले मोठे पाऊल होते. क्रॉम्प्टन पार्किन्सनने सांगली, सातारा, कोल्हापूर व रत्नागिरी या जिल्ह्यांचे वितरकपद देऊ केले होते. एव्हाना दत्तामामा कंपनीत रुळला होता. दादांनी त्याला १९४८ मध्ये कोल्हापूर येथे धंदाविस्तारासाठी पाठवले. त्याने लक्ष्मीपुरीमध्ये आताच्या 'प्रभात थिएटर'शेजारी सुमारे १००० चौरसफूट जागा असलेले दुकान भाड्याने मिळवले.

कोल्हापूर येथील मॅस्वीचे दुकान (१९४८)

गोडाउनही यातच केले होते.

कोल्हापूर, सांगली व सातारा जिल्ह्यांत सहकारी कारखाने सुरू झाले होते. पाणीपुरवठा योजना, शेतीसाठी पंपांचा पुरवठा करण्यासाठी को-ऑपरेटिव्ह योजना आदी विकास कार्यक्रम सुरू झाले होते.

दादा व दत्तामामांनी या चार जिल्ह्यांत काम करायला सुरुवात केली. हळूहळू माणसे घेतली. कोल्हापूरसाठी असिस्टंट ब्रँचमॅनेजरही घेतले. विक्रीसाठी विक्रेते घेतले. ते लोक मोटरसायकल व बसने हिंडू लागले. पुढे एक गाडी घेतली व ड्रायव्हर नेमला. दादांनी तेथे वारंवार जायला सुरुवात केली. दरम्यान, दत्तामामाचे लग्न झाले. त्याने साइक्स एक्स्टेन्शनमध्ये भाड्याची जागा घेतली. कोल्हापूरला दादांच्या दरमहा दोन तरी फेऱ्या होत. कामासाठी गेल्यावर दादा तेथे राहू लागले. कोल्हापुरात एव्हाना सहकारक्षेत्राने भरभराट सुरू केली होती.

१९५२ ते ५५ च्या दरम्यान क्रॉम्प्टन पार्किन्सनच्या जोडीला वर्दिंग्टन सिंप्सन आले व अडवाणी ऑर्लिकॉनची वेल्डिंग मशीन आणि तत्सम सामग्री मॅस्वीतून वितरित होऊ लागली.

कोल्हापूरला एव्हाना उद्यमनगरी जोर धरू लागली होती आणि मॅस्वीला मिरांडा टूल्स. आयटी ड्रील्स व टॅप्स, जे.के. फाईल्स कार्बोरंडम्रमची ग्राईंडिंग व्हील्स् विमेटची कार्बन टिप्स् व टूल्स अशा आणखी १०-१२ एजन्सीज मिळाल्या. येथे विक्री चांगला जोर धरू लागली. या सर्व एजन्सीजपैकी कोणत्याही कंपनीच्या उत्पादनातील एखादी गोष्ट मॅस्वीकडे नक्की मिळेल आणि मिळत नसल्यास त्यांच्याकडे मागणी नोंदविल्यास मॅस्वी लवकरात लवकर पुरवेल, त्यासाठी मुद्दाम मुंबईस जायची गरज नाही अशी मॅस्वीची ख्याती या दाक्षिण महाराष्ट्रातल्या चारही जिल्ह्यांत झाली होती. धंद्याची कोल्हापुरात चांगली भरभराट सुरू झाली तेव्हा दादांनी १९५३ मध्ये दत्तामामाला कंपनीचा डायरेक्टर केले व तेथील असिस्टंट ब्रँच मॅनेजर श्यामराव जोशींना कोल्हापूरचे ब्रँच मॅनेजर केले. यामुळे मुंबई कचेरीतील ब्रँच मॅनेजर वामनराव घारसे बिथरले. त्यांनी कंपनी सोडायचे ठरवले व सोडलीही. त्याने धंदा फारसा कमी झाला नाही पण आर्थिक ताण आला व मानसिक त्रासही झालाच. वामनराव हे ओरायन इंडस्ट्रीजचे भागीदार व मॅस्वीच्या पाच संस्थापकांपैकी विठ्ठलराव यांचे बंधू होत. शिवाय मॅस्वी ज्या वस्तू तयार करून एअर इंडियाला पुरवीत असे त्याचे उत्पादनही ओरायन इंडस्ट्रीजमध्येच होत असे. या सर्व संबंधांमुळे नोकरी सोडताना वामनरावांना भरपाईसारखे बरेच पैसे द्यावे लागले. त्याने धंद्यावर तात्पुरता ताण आला. शिवाय वामनराव एअर इंडिया व इतर महत्त्वाची गिऱ्हाईके हाताळत होते. ते सर्व काम नवीन माणूस मिळेपर्यंत दादांनाच करावे लागले.

१९४९-५० पासून अशा प्रकारे मुंबई व कोल्हापूर येथे धंद्यांचा विस्तार होत

होता. 'भारत'मध्येही कन्ट्रोल पॅनल्स् बनविणे चालू होते. काही पुरवठा एअर इंडियाला चालू झाला होता. भारतच्या धंद्याच्या विस्तारासाठी दादांनी मित्र व नातेवाइकांकडून मुदत ठेवींच्या स्वरूपात पैसे घेतले होते. मॅस्वीमध्ये मात्र तेव्हा खासगी ठेवी घेतल्या नव्हत्या.

१९५०-५१ पासून दादांचे आणि शंकर दीक्षितांचे पटेना. या कुरबुरीचा शेवट भागीदारी तुटण्यात झाला. 'भारत'चा ताबा दीक्षितांकडे होता. दादांनी भागीदारीतील त्यांचे भांडवल, नफ्याचा वाटा आणि ठेवींचे पैसे (दादांचे नातेवाईक व मित्रांनी भारतमध्ये ठेवलेले होते ते) परत मागितले व गुडविल मागितले. शेवटी मराठी माणसांचे होते तेच झाले. हे सर्व प्रकरण कोर्टात गेले. रोज घरात कटकट नको म्हणून दादांनी आम्हा मुलांसह पुण्याला यायचे ठरवले. आईबरोबर मुलांनी पुण्याला राहायचे, दादांनी सोमवार ते बुधवार व शुक्रवार, शनिवार मुंबईत राहायचे असे ठरले. अशा रितीने आमचे पुण्याला आगमन झाले.

एव्हाना माझ्या तीन भावंडांचे - आशा, अशोक व अरविंद यांचे आगमन झालेले होते व आमचे कुटुंब ६ जणांचे झाले होते.

कुटुंब पुण्यात हलवले

१९५२ साली आमचे कुटुंब पुण्याला आले. तेव्हापासून दादा डेक्कन क्वीनचे पासधारक झाले. दादा आठवड्यातून एकदा किंवा दोनदा पुण्याला येत. गुरुवार व रविवार व शिवाय इतर सुट्टीच्या दिवशीही पुण्यात असत. दादा म्हणजे मॅस्वी हे समीकरण इतके रूढ झाले होते की, डेक्कन क्वीनमधील सहप्रवासी श्री. टिळक, दादांना कायम मि. मॅस्वी म्हणून संबोधत आणि नवागत प्रवाशाला तसा परिचय करून देत असत. डेक्कन क्वीनमध्ये त्यांची नानासाहेब परुळेकरांशी ओळख झाली. एकदा गप्पांच्या ओघात नानासाहेब म्हणाले की, सकाळ ऑफिसमध्ये पावसाळ्यात सतत पाणी येते व पाणी उपशाच्या वेळी पंप नादुरुस्त होऊन खूप नुकसान होते आणि त्रास होतो. त्यानंतर दादा मुद्दाम सकाळ ऑफिसमध्ये गेले, त्यांनी पंप तपासला. त्याचे वाईंडिंग तपासले व मॅस्वीच्या यंत्रशाळेत पंप आणून तो व्यवस्थित नीट करून दिला. पुढे नानासाहेबांना पंपाने त्रास दिला नाही.

दादांचे काम नानासाहेबांच्या मनात फार भरले व दादाही कायमचे लक्षात राहिले. त्यानंतर मॅस्वीमध्ये जेव्हा जेव्हा काही समारंभ झाले तेव्हा तेव्हा सकाळमधून वार्ताहर आवर्जून येत आणि सकाळमध्ये पहिल्या पानावर फोटोसह मॅस्वीची बातमी येत असे.

दादा सोमवारी सकाळी मुंबईला जात. ते सरळ क्रॉफर्ड मार्केटमधील ऑफिसमध्ये जात. मॅस्वी एव्हाना जोरात सुरू झाली होती. यामुळे दादांचे सर्व लक्ष तेथेच असे.

पुण्याला आल्यावर आईने प्रथम अण्णा-काकूंबरोबर एकत्र राहण्याचे ठरविले. हा प्रयोग यशस्वी होणे कठीण होते. कारण एकतर अण्णा अतिशय शिस्तीचे होते, आणि त्यांच्या सर्वच गोष्टी अतिशय टापटिपीने ठेवलेल्या असत. उलट आई बेशिस्त होती व तिचा अस्ताव्यस्त पसारा असे. दुसरे म्हणजे काकूआजीचे सोवळेओवळे आईला झेपणारे नव्हते. शेवटी दादांनी यात वैयक्तिक लक्ष घातले व बंगल्यातच वेगळे राहण्याचा निर्णय घेतला.

वरच्या मजल्यावर छोटेखानी स्वयंपाकघर करून घेतले. माझी व आशाची खोली शेजारीच होती. त्याशेजारची खोली दादा-आईंची होती. तिसऱ्या मजल्यावरची खोली अशोक - अरविंदला दिली. वरच्या मजल्यावर काका देशपांडे भाड्याने राहत होते. त्यांनी चांगुलपणाने आमची अडचण लक्षात घेऊन जागा सोडली.

मला व आशाला लगेचच पुण्याच्या डे. जि. भावे स्कूलमध्ये प्रवेश मिळाला. त्या काळी जवळपास मागू त्या शाळेत प्रवेश मिळत असे.

पुण्यात स्थिरावयाला मला वेळ लागला. आईच्या आग्रहावरून संध्याकाळचे स्काउट सुरू झाले आणि त्याचा उपयोग पुण्यात रुळण्यास झाला. दादा फक्त गुरुवार व रविवारीच भेटण्याची सवय झाली. पण पुण्यात आल्यामुळे आम्हा नातवंडांना अण्णांचा सहवास खूपच लाभला.

अण्णा अत्यंत करारी व निग्रही होते. अत्यंत कडक शिस्तीचे म्हणून त्यांची ख्याती होती. मला मात्र ते कधीच रागावले नाहीत. अनेक गोष्टी ते मला समजावून सांगत. मला दादांपेक्षा अण्णांशी जास्त सहजतेने बोलता येत असे. ते आम्हा सर्व नातवंडांचे खूप लाड करत असत. दोन-तीन महिन्यांनी ते आम्हाला सिनेमालाही घेऊन जात असत.

अण्णा अत्यंत वक्तशीर होते. सकाळी साडेपाचला थंड पाण्याच्या अंघोळीपासून रात्री सव्वानऊला झोपेपर्यंत सर्व गोष्टींची वेळ ठरलेली होती. रावसाहेब मंडलिकांप्रमाणे त्यांचा सर्व व्यवहार घड्याळ्याच्या काट्यांवर चाले.

आधी उल्लेख केल्याप्रमाणे अण्णांनी डेक्कन जिमखाना कॉलनीत २ प्लॉटस् घेतले होते. पैकी लकी रेस्टॉरंटसमोरच्या प्लॉटवर त्यांनी चाळ बांधली होती व दरमहा कायमस्वरूपाचे उत्पन्न मिळेल म्हणून येथील सर्व जागा भाड्याने दिली होती. त्यांची चाळीत रोज चक्कर असे तसेच वेळच्या वेळी ते तेथील छोट्या मोठ्या दुरुस्त्या करून घेत असत.

दादांच्या सतत मुंबईत असण्याने आम्हा मुलांची जबाबदारी संपूर्णपणे आईवर पडली. ती तिने समर्थपणे पेलली. चारही मुले सुसंस्कारित, उच्चशिक्षित आणि सद्वर्तनी झाली.

टर्नकी प्रोजेक्टचे क्षेत्र

कुटुंब पुण्यात हलवल्यामुळे दादांची मुंबई - पुणे - कोल्हापूर अशी त्रिस्थळी फिरती चालू असतानाच त्यांनी धंद्यात आणखी एका क्षेत्रात पाऊल टाकले. त्यांनी वैयक्तिकरित्या या क्षेत्रात पदार्पण केले. कदाचित पुण्यात पुढे मागे चांगले बस्तान बसवायला उपयोगी पडेल आणि स्वत:साठी एक वेगळे क्षेत्र उत्पन्न होईल म्हणून ते या क्षेत्रात शिरले. हे क्षेत्र होते संपूर्ण प्रकल्प उभारणीचे - टर्नकी प्रोजेक्ट करून देण्याचे.

पुण्याजवळ भोरपासून २ कि.मी.वर अरलॅब्ज या मुंबईतील प्रभादेवीमधील रासायनिक कंपनीच्या एका संपूर्ण प्रकल्पाच्या आखणी व उभारणीचे काम त्यांनी अंगावर घेतले. या प्रकल्प उभारणीचे काम अनेक टप्प्यांत करावे लागणार होते. या प्रकल्पासाठी आवश्यक ती यंत्रसामग्री बाजारातून पारखून, निवडून आणणे; गरज असल्यास उपलब्ध यंत्रसामग्रीमध्ये प्रकल्पाला आवश्यक असे बदल यंत्रसामग्री पुरवणाऱ्याकडून करून घेणे; ती जागेवर बसविणे; सर्व यंत्रे एकमेकांना जोडणे; (वाफेचे पाइप, पाण्याचे पाइप वगैरे) सर्व संयंत्रांना विजेचे जोड देणे आणि सर्व यंत्रसामग्री वापरून त्याच्या साह्याने वेगवेगळी रसायने तयार करणे; या रसायनांचा रास्त दर्जा मिळविणे व यंत्रसामग्रीची जी क्षमता आहे त्या क्षमतेप्रमाणे प्रकल्पातून उत्पादन काढणे ही सर्व कामे होती. यासाठी दरमहाचा मोबदला ठरला व भोरला कामाला येतील त्या दिवसाचा भत्ता आणि वाहनासाठी इंधन द्यायचे ठरले. हे काम फार जोखमीचे होते.

हे काम अंदाजे २-२॥ वर्षे चालले. पुण्याहून भोरला दादा त्यांची गाडी घेऊन आठवड्यातून दोन-तीनदा तरी जात. दादांचे साठे म्हणून मित्र होते. ते या कंपनीचे सल्लागार होते. तसेच व्ही. डी. देसाई हे या कंपनीचे डायरेक्टर होते, तेही दादांच्या ओळखीचे होते; त्यामुळे दादांना हे काम मिळाले. त्या काळी करावी लागणारी पुणे, मुंबई, भोर, कोल्हापूर अशी सतत फिरती त्यांना त्रासदायक वाटायला लागली व त्यामुळे अत्यंत यशस्वी होऊनदेखील त्यांनी असे प्रकल्पांचे काम घ्यायचे नाही असे ठरवले.

अरलॅब्जचे काम चालू असतानाच एअर इंडियाकडून काही वस्तू बनवून देणार का? अशी विचारणा झाली. १९५३ मध्ये दादांनी ही संधी साधली आणि 'मॅस्वी' नावाने वस्तूनिर्मितीची सुरुवात झाली.

'मॅस्वी'चे वस्तुनिर्मितीत पदार्पण

१९५०-५१ मध्ये अगदी प्रथम दादांनी एअर इंडियासाठी काही सामान

ठेवण्याच्या घडवंच्या (रॅक्स) आणि विमानावर काम करता येईल यासाठी लोखंडी स्कॅफोल्डिंग्ज् तयार केली होती. हे काम मुंबईला प्रभादेवी येथील ओरायन इंजिनिअरिंगच्या कारखान्यामध्ये बनवून घेऊन एअर इंडियाला पुरवले व एअर इंडियाच्या एअर वर्कहँगरमध्ये बसविले. मॅस्वी कंपनीने त्याच सुमारास गिरगावात एक तीनशे चौरसफुटांचे गॅरेज गोडाउन म्हणून भाड्याने मिळवले होते. कोल्हापूर व मुंबई येथील मालाचा साठा येथे होई आणि तेथून कोल्हापूर ऑफिसला व मुंबईत गिऱ्हाईकांना माल पाठवला जाई.

याच वर्षी त्यांना एअर इंडियाने प्रथम विमानाच्या दारापर्यंत पोहोचता येईल अशी अंगची चाके असलेली शिडी तयार करण्यास सांगितले.

या शिडीची संकल्पना अगदी साधी होती. त्या वेळच्या एअर इंडियाकडे असलेल्या विमानांचे दार उघडले की या दारातून आत शिरता येई, पण ही आत शिरायची जागा जमिनीपासून ३ मीटर किंवा त्यापेक्षा थोडी कमी अथवा जास्त उंचीवर येई. हँगरमध्ये विमान स्कॅफोल्डिंगने घेरलेले असे. त्याचा वापर करून मेकॅनिक त्याची हत्यारे घेऊन या विमानाच्या उघड्या दारातून आत जाऊ शकत असे. पण विमान हँगरच्या बाहेर असले तर त्या दारापर्यंत पोहोचणे त्रासदायक होते. तेथे नीट व सहज पोहोचता यावे यासाठी अशी शिडी हवी होती. ही शिडी ज्या कामांसाठी वापरायची होती, त्यांचा विचार करता ती अनेक कसोट्यांना उतरणे आवश्यक होते. ही शिडी विमानतळावर वेगवेगळ्या जागी न्यायला लागणार होती. म्हणजे ही शिडी चाकांवर बसवलेली हवी. तसेच तिला ट्रॅक्टरने सहज ओढता येईल अशी सोय हवी. शिडी विमानाजवळ लावल्यावर चढणे-उतरणे सोपे व्हावे, म्हणून उतरण्याचा अथवा चढण्याचा कोन अतिशय सोपा हवा, तसेच पायऱ्या १ मीटर रुंद हव्यात. दाराजवळची शेवटची पायरी, चार कामगार त्यांच्या अवजारांच्या पेट्यांसह सहज उभे राहू शकतील व काम करू शकतील अशी १३५ सें.मी. रुंद आणि १७० सें.मी. लांब अशी प्रशस्त हवी. शिवाय चौघे मिळून ५०० किलोपर्यंत वजनाचे सामान उचलून विमानात नेऊ शकतील अथवा विमानात ठेवू शकतील इतकी ही शिडी मजबूत हवी. म्हणजे डिझाइन करताना पाइप लोखंडी हवेत व फ्रेमने १००० किलोचे वजन सहज पेलले पाहिजे. तसेच चढण्या-उतरण्याचा कोन सोपा केल्याने जिन्याची लांबी चढायच्या उंचीपेक्षा दीडपट तरी हवी. शिडी ज्यावर वेल्डिंग करून तयार करायची ती चाके लावायची फ्रेमही चांगली लांब-रुंद हवी. अशा शिड्या एअर इंडियामध्ये विमान बनविणाऱ्या बोईंग वगैरे कंपन्यांनी दिल्या होत्या. त्यावरून या सर्व शिडीची सर्वसाधारण मापाची कल्पना आली. ही शिडी एका ठिकाणाहून दुसरीकडे नेताना जरूर तर वळवून नेता यावी यासाठी तिचा पुढच्या बाजूचा आस (ॲक्सल) हा दोन मोठ्या फिरत्या लोखंडी चकत्यांपैकी खालच्या

चकतीला वेल्ड केलेला होता. साधारण फूटभर व्यास असलेल्या या चकत्या एकमेकांना केंद्रस्थानी एक पिन टाकून व त्या पिनच्या एका बाजूला असलेल्या आट्यांवर नट बसवून जोडलेल्या होत्या. दोन्ही प्लेटस् लेथवर तासून त्यांचा पृष्ठभाग एकदम गुळगुळीत केलेला होता. त्यावर दोन मोठाले वर्तुळाकार गाळे होते. या गाळ्यांमध्ये लोखंडी गोळ्या टाकलेल्या होत्या आणि प्रत्येक गाळ्याच्या डोक्यावर एकेक ग्रीस भरण्यासाठी बसवलेली यंत्रणा (ग्रीस नीपल) लावलेली होती. थोडक्यात, खालची प्लेट नटभोवती अगदी सहज फिरू शकत असे. खालच्या प्लेटला दोन कान वेल्ड करून त्याखाली आस वेल्ड केलेला होता. वरची प्लेट फ्रेमला वेल्ड केलेली होती. आसाच्या (ॲक्सलच्या) दोन्ही बाजूला चाके बसवलेली होती आणि 'आसा'च्या मध्यभागी शिडी ओढण्यासाठी व ढकलण्यासाठी टोबार लावलेला होता. शिडी मागे-पुढे करताना टोबार एकाच जागी स्थिर करण्यासाठी दोन प्लेटांना चाके चौकटीला समांतर असतील अशा जागी भोके असलेले कान लावलेले असत. त्यातून पिन टाकल्यावर टोबार एका स्थितीमध्ये अडकवून बंद करता येई. मागचा आस (ॲक्सल) कान लावून सरळ चौकटीवर वेल्ड केलेला होता. त्यावरची दोन चाके कायमच चौकटीला समांतर असत. पायऱ्या लोखंडी पत्र्याच्या केलेल्या होत्या व प्रत्येक पायरी चौकोनी छोट्या चौकटीवर बसवलेली होती. या चौकटी चढा-उतरायला सोप्या जातील अशा कोनात वेल्ड केलेल्या होत्या व ही सर्व पायऱ्यांची चौकट खालच्या मोठ्या चौकटीवर तिरकी वेल्ड केलेली होती. या पायऱ्यांच्या चौकटीला खालच्या मोठ्या चौकटीवरून टेकू देण्यासाठी आणखी एका पाइपची चौकट करून ती पायऱ्यांच्या व खालच्या चौकटीला उलट्या दिशेने कोन करून त्या कोनावर पक्की वेल्ड करून बसवली होती. पायऱ्यांच्या चौकटीच्या दोन्ही बाजूला चढताना व उतरताना धरण्यासाठी कठडे होते. वरच्या प्लॅटफार्मवरही तीन बाजूला कठडे होते. पायऱ्या व प्लॅटफार्मवर पाय घसरू नये म्हणून डिंपलिंग केले होते. डिंपल म्हणजे गालावर पडणारी खळी - अशी खळी पायऱ्या व प्लॅटफार्मवर दर ३ चौरस सेंटिमीटरमध्ये दोन ठिकाणी, अशी सर्वत्र निर्माण केली होती; त्यामुळे शिडीवर चढताना अथवा त्यावरून काम करताना पाय घसरत नसे. शिडीच्या विमानाच्या बाजूच्या कडेचा एक १० सेंटिमीटर व्यासाचा आणि १ सेंटिमीटर जाडीचा रबरी रोलर नट-बोल्टनी बसवलेला होता. आजच्या काळात कोणताही फॅब्रिकेटर हे काम करू शकेल, पण १९५२-५३ च्या काळात, हे काम हिंदुस्थानात करून घेणेही एअर इंडियाला धाडसाचे वाटत होते.

एअर इंडियाकडे असलेली शिडी पाहून आल्यावर तशी शिडी करण्यासाठी प्रयोग सुरू झाले. त्यात दहा-बारा पायऱ्या वाया गेल्या, शिडीची एक चौकट वाया गेली; पण पहिली शिडी चार महिन्यांत पूर्ण करून एअर इंडियाच्या हवाली केली.

या शिडीची चाके सॉलिड रबराची होती. वरच्या प्लॅटफार्मच्या टोकाला रबरी रोलर विमानाला टेकण्यासाठी होता. पण शिडीला ब्रेक नव्हते; त्यामुळे शिडीवरून विमानात काम करायला जाताना शिडी हलत असे.

नंतर या शिड्यांच्या चौकटीवर चार कोपऱ्यांत चार ठिय्ये (स्टेडीज्) बसवले. मळसूत्राने (थ्रेडस्ने) वरखाली करता येणारा भक्कम दांडा व त्याच्याखाली जमिनीला टेकणारी जाड गोल चकती, असे सर्वसाधारण ठिय्याचे स्वरूप होते. आता चारही बाजूला असे ठिय्ये बसवल्यावर शिडीवर चढता-उतरताना तिचे डगमगणे थांबले. ही शिडी एका विशिष्ट उंचीपर्यंतच वापरता येई ही तिची मर्यादाही होती.

ही शिडी पसंत पडली आणि मग सुरू झाली मॅस्वीची एक भली मोठी बहरलेली तांत्रिक प्रगतीची घोडदौड. विमानतळावर लागणाऱ्या साहित्य संकल्पनेपासून ती वस्तुनिर्मितीपर्यंत सर्व प्रकारच्या प्रगतीची घोडदौड. एअर इंडियाबरोबरच्या या व्यावसायिक संबंधांतून तेव्हा मॅस्वीने अनेक गोष्टी बनविल्या, विक्री वाढवली; नफा वाढवला आणि देशाच्या अर्थव्यवस्थेच्या दृष्टीने बहुमूल्य परकीय चलनाची लक्षणीय प्रमाणात बचत झाली. विमान कंपन्यांची परकीय उत्पादनांवरच अवलंबून राहण्याची अगतिकताही काही अंशी कमी झाली.

यानंतर एअर इंडियातील इंजिनिअर्स आणि दादा यांच्या अनेक निरनिराळ्या विमानतळांवरील साधनांबद्दल चर्चा झाल्या. या सर्वांचे फलित असे की, एअर इंडियाने मॅस्वीला कामगारांना वापरण्यासाठी जिची उंची कमी-जास्त करता येते अशी एक हायड्रॉलिकली ऑपरेटेड शिडी करण्याची मागणी दिली. ही शिडी हॅन्ड ऑपरेटेड 'ऑईल हायड्रॉलिक' पंपाने सिलिंडरमध्ये १२० किलो दर चौरस सेंटिमीटरपर्यंत दाब निर्माण करून त्याने वर खाली करता येईल अशी हवी होती.

अशी यंत्रणा वापरताना तेल गळल्याने तेलावर विजेची ठिणगी पडून विमानांचे काही लाखांचे नुकसान झाल्याच्या घटना अनेक विमानतळांवर झालेल्या असल्याने सर्वच विमानतळांवरील हायड्रॉलिक सामग्री ही हाताने दट्ट्या मारून चालविण्याची असे आणि तशीच ही शिडी बनवायची होती.

पहिली शिडी ही एका ठराविक उंचीसाठीच वापरता येणारी, मर्यादित उपयोगाची होती. नवीन शिडी ३ मीटरपासून ४ मीटरपर्यंत कोणत्याही उंचीवर स्थिर करून वापरता येईल अशी हवी होती. आधी केलेल्या शिडीमध्ये बदल कसे करायचे याची तांत्रिक योजना एअर इंडियामध्ये वापरत असलेल्या, विमान कंपन्यांनी दिलेल्या शिड्या पाहून करता आली. हायड्रॉलिक वस्तूची निर्मिती त्रासदायक व क्लिष्ट ठरली. हायड्रॉलिक सिलिंडर, हाताने चालवायचा पंप आणि व्हॉल्व्ह या सर्व गोष्टी दर चौरस सेंटिमीटरवर १२० किलो या दाबावर चालवायच्या होत्या. नवी शिडी वापरून साधारण पावणेतीन मीटरपासून साडेपाच मीटरपर्यंत सर्व ठिकाणी हात

पोहोचून काम करता येईल अशी अपेक्षा होती. बाकीच्या सर्व गोष्टी पहिल्या शिडीप्रमाणेच होत्या. या उंची कमी-जास्त करता येणाऱ्या शिडीसाठी प्लॅटफार्मवर एका छोट्या फ्रेमवर तेलाची टाकी बसवली व त्याच्या शेजारी पंप आणि व्हॉल्व्ह बसवला. पेटंट कायद्यात अडकणार नाही अशा बेताने मूळच्या तांत्रिक संकल्पना प्रत्यक्षात आणणे हे एक आव्हान होते. त्या दृष्टीने पंपाच्या स्वरूपात बदल केले. त्याप्रमाणे पंपाचे योग्य कास्टिंग मिळविण्यासाठीच तीन-साडेतीन महिने लागले.

शिडी वर खाली करण्यासाठी पुढेमागे होणारा दट्ट्या असलेला सिलिंडर बनविणे आणखी कठीण गेले. पण दादांनी सिलिंडर बनविण्यासाठी एक अफलातून कल्पना प्रत्यक्षात वापरली. त्या काळात दीड मीटर लांबीचा सिमलेस पाइप हिंदुस्तानात कोठेही होनिंग (होनिंग या प्रक्रियेने पाइपाचा आतला व्यासाचा पृष्ठभाग आरशाप्रमाणे चकचकीत केला जातो आणि व्यासाचे माप काही मायक्रॉनमध्ये – एक मायक्रॉन म्हणजे मिलीमीटरचा हजारावा भाग – ग्राइंड केले जाते.) करणे शक्य नव्हते. त्यांनी पाइप टूलपोस्टवर पकडून चक व सेंटरमध्ये टूलहोल्डर लावून एकदम फाईन बोअर केला. मग या पाइपात ब्रासचा आरशासारखा चकचकीत केलेला पाइप ठोकून बसविला व दोन्ही टोकांना ब्रेझ केले. अशा पद्धतीने तयार झालेल्या पाइपाचा वापर सिलिंडर करण्यासाठी केला. यामध्ये दर चौरस सेंटिमीटरवर

एका बाजूचे रेलिंग काढलेली एअर इंडिया कामगारांसाठीची शिडी १९५१

१२० किलो दाब सहजी घेता आला. व्हॉल्ह स्टेनलेस स्टिल ब्लॉकमधून बनविला व त्याचे बोअर हाताने होनिंग स्टिक्स वापरून घासून आरशासारखे चकचकीत केले.

अशा प्रकारे त्यांनी हायड्रॉलिक काम्पोनंटस्‌मधील अडचणी सोडवल्या व शिडी निर्मितीला गती आली. या सर्व हायड्रॉलिक वस्तूंसाठी जास्त दाबाला टिकतील व घर्षण कमी राहील अशी खास निओप्रिन रबरमधून सिलस्‌ केली. यासाठी खास साचे बनविले.

इथे मुद्दाम असे नमूद करावेसे वाटते की, मॅस्वी बंद पडल्यावरही २००० सालापर्यंत म्हणजे पुढे सुमारे २५ वर्षे स्वतंत्रपणे या सिलस्‌च्या मागण्या येतच होत्या. ही तांत्रिक कल्पकता किती वैशिष्ट्यपूर्ण होती हे यावरून लक्षात येईल.

या शिडीची निर्मिती करताना दोन-तीनदा दादा अतिशय अडचणीत आले. एकदा तर ते असे म्हणाले की, काही जमत नाही, आता पत्र देतो की, ‘माफ करा, ही निर्मिती जमत नाही, कृपया प्रकरण येथेच थांबवू या’, पण त्याच रात्री त्यांनी खूप विचार केला, त्यांच्यातला एडिसनच जागा झाला जणू! त्यांनी विचार केला होता त्याप्रमाणे प्रयत्न केला आणि बिनचूक शिडी बनविता आली. ही शिडी बनविण्याच्या प्रयत्नात एक-दोन पाइप लेंथस्‌, (अंदाजे २० मीटर) फ्रेमस्‌, पंप कास्टिंग वाया गेले. पण मिळवलेल्या यशापुढे हे काहीच नव्हते. एक अवघड आव्हान पेलले हे मात्र खरे. लगेचच एअर इंडियाने अशा ५/६ शिड्यांची मागणी नोंदविली व किंमतही वाढवून मिळाली.

ही कामगारांसाठी वापरायची शिडी पूर्ण होऊन तिचा वापर होण्यासाठी १ वर्ष लागले. पण ही शिडी झाली आणि एअर इंडियात काम करण्याचे नवे पर्व सुरू झाले. पुढे २ वर्षे या शिड्या व स्कॅफोल्डिंग करण्यात गेली. १९५६-५७ साली याच शिडीवर आधारित पण वेगवेगळ्या विमानांच्या दारापर्यंत पोहोचता येईल, (उंचीत फरक १००० मि.मी. चा होता) अशी शिडी प्रवाशांच्या वापरासाठी बनवण्याची कल्पना पुढे आली.

प्रवाशांचे पाय घसरू नयेत म्हणून प्रत्येक पायरीवर आणि वरच्या प्लॅटफार्मवर ॲल्युमिनियम चेकर्ड प्लेटस्‌ लावायचे ठरले. शिडीच्या बाजूला असलेल्या चौकटीवर १ मीटर रुंदीचा बंद कठडा ॲल्युमिनियम पत्र्यातून करायचा आणि वरच्या प्लॅटफॉर्मवर १ मीटर उंचीची दोन सरकती पॅनेल्स लावायची असे ठरले. त्या दोन्ही पॅनेल्सचा विमानाच्या बाजूचा आकार विमानाच्या बॉडीच्या आकाराशी जुळेल असा असावा असे योजले. खालच्या चौकटीला जोडलेली चाके झाकण्यासाठी संपूर्ण शिडीला बाजूने पत्रे लावून आतले सांगाडे व यंत्रणासुद्धा झाकायचे निश्चित झाले. संपूर्ण शिडीच्या लांबीचे गार्डस केले. त्यामध्ये पंप लावला. त्यासाठी गार्डमध्ये गाळा

प्रगतीचा सोपान (एअर इंडियासाठी शिडी - १९५३)

ठेवला. ठिय्ये व मागची सिलिंडरची चौकटही पत्र्याने झाकायची व दोन्ही पॅनेल्सवर AIR INDIA असे नाव आणि एअर इंडियाचा मोनोग्राम रंगवायचे ठरले.

थोडक्यात, ओबडधोबड शिडी आता सुबक करून सजवायची असे योजले. एखाद्या नवऱ्या मुलीने शानदार शालू नेसण्यासारखाच हा प्रकार होता. अर्थात ही सर्व सजावट करण्यासाठी आणखी वेगळ्या कलाकुसरीची गरज होती. पत्र्यांना कोठेही फुगवटा येणे किंवा पोचे येणे आता चालणार नव्हते. पाइपच्या फ्रेमवरची गार्डस गोलाईत होती. ती गोलाई सुबक व सर्वत्र सारखी असायलाच हवी होती. जे वेल्डिंग दिसत होते तेथे सुबक हवे होते. अगदी खेटून ठेवलेल्या मण्यांच्या माळेप्रमाणे असायला हवे होते. पॅनेल बसवताना त्याच्या भोवताली लावलेल्या पट्ट्या (लीपिंग) व्यवस्थित बसायला हव्यात. त्यावरची भोके सारख्या अंतरावर व एका रेषेत हवीत. स्क्रू नीट पूर्ण पत्र्यापर्यंत बसवलेले हवेत, गोल डोके असलेले आणि पट्टीवर थोडे मोठे भोक (काउंटर सिंकिंग) करून बसवलेले हवेत; त्यामुळे त्यात कपडे अडकणार नाहीत. ही शिडी विमान प्रवासी वापरणार, या शिडीवरून चढणे व उतरणे ही एक अत्यंत आनंददायी बाब वाटली पाहिजे. थोडक्यात, शालू छान हवा, बुट्टे चांगल्या उठावदार हवेत; पोत गर्भरेशमी हवा वगैरे वगैरे.

ही संकल्पना १९५५-५६ मध्ये पक्की झाली आणि मॅस्वीला एअर इंडियाने १ शिडी (पॅसेंजर स्टेप लॅडर) बनवण्याची पक्की ऑर्डर दिली. साधारणपणे १९५७ सप्टेंबरपर्यंत ही शिडी तयार झाली व एअर इंडियाने वापरात घेतली.

मग या शिडीत बाजूच्या रेलिंगखाली व पॅनेल्सवर बॅटरीवरून चालतील असे दिवे लागले. हे सर्व होईपर्यंत १९५८ साल उजाडले.

धंद्यात स्थैर्य व स्वत:चा कारखाना काढण्याचा विचार

दादा आणि दीक्षित यांच्या 'भारत'मधील भागीदारी संबंधाने वाद सुरू झाल्यामुळे आमचे कुटुंब पुण्याला हलले याचा उल्लेख पूर्वी आलाच आहे. आमचे कुटुंब पुण्याला गेल्याचे कारण देऊन दीक्षितांनी दीक्षित निवासातील जागा रिकामी करून मागणारा दावा १९५२-५३ मध्ये दाखल केला. त्या वेळचे मुंबईतील एक नामवंत वकील व विधानसभेचे सभासद श्रीयुत दिघे यांना दादांनी वकीलपत्र दिले होते. केस प्रथम दिवाणी कोर्टात, तेथून सिटी सिव्हिल कोर्ट असे करत चालली होती. त्यापैकी पहिल्या कोर्टात निर्णय दादांच्या विरुद्ध गेला होता. पण सिटी सिव्हिल कोर्टाने तो बदलून दादांना दीक्षित निवासची जागा आवश्यक आहे असा निर्णय देऊन जागा सोडण्याची गरज नाही असे स्पष्ट केले होते. (अर्थात हे सर्व व्हायला १९७४-७५ साल उजाडले.) मध्यंतरी साधारण १९५६-५७ मध्ये दादा व दीक्षित यांच्यामध्ये भारतमधील भागीदारी केसबाबत कोर्टामध्ये समझोता झाला. दादांनी भारतमधील भागीदारीचे पैसे आणि गुडविल व सर्व ठेवीदारांचे पैसे सव्याज घेऊन भागीदारी सोडून दिली. त्याप्रमाणे भाऊंनी पैसे दिलेही. यामुळे पुण्याला जागा घेण्यासाठी काही रक्कम हाताशी आली. नाहीतरी कारखान्याला जागा घ्यायला बँकेकडून रक्कम मिळणे कठीणच होते.

दादांच्या मुंबई पुण्याच्या फेऱ्या चालूच होत्या. मॅस्वीची मोठ्या प्रमाणावर वाढ होत होती. पुण्याच्या जोडीलाच कोल्हापूरलाही फेऱ्या होत होत्या. पुण्यामध्ये जागा घेऊन तेथे स्वत:चा कारखाना काढावा असा विचारही त्यांच्या डोक्यात प्रामुख्याने होता. त्या दृष्टीने त्यांची पाहणीही चालू होती. ५-६ ठिकाणच्या जागा पाहिल्या होत्या. पण पाहिजे तशी जागा पसंत पडत नव्हती. आता मात्र हा कारखाना मॅस्वीचाच एक भाग असणार असे त्यांनी ठरवले होते. एअर इंडियासाठी आत्तापर्यंत तयार केलेल्या शिड्या वगैरे साहित्य मुख्यत्वे प्रभादेवीच्या विठ्ठलराव घारसे यांच्या ओरायनच्या कारखान्यातच बनविल्या जात होत्या. वाढत्या उद्योगाच्या दृष्टीने हे परावलंबित्व संपविणे आवश्यक होते. कारण त्यामुळे निर्मितीला लागणारा वेळ आणि खर्च दोन्ही आपल्या स्वत:च्या कारखान्यातील निर्मितीपेक्षा अधिक असण्याची शक्यता होती.

तोपर्यंत त्यांनी बनवावयास घेतलेली पहिली शिडी एअर इंडियात बेहद्द पसंत पडली होती आणि तशा १०/१२ शिड्यांची मागणीही त्यांनी पुरी केली होती. विक्रीची आकडेवारी दरवर्षी २५/३० टक्क्यांनी वाढत होती. कोल्हापूरला आता

दरमहा रु. ५००००/- पेक्षा जास्त विक्री चालू झाली होती.

आता या शिड्या पुण्यात, स्वतःच्या कारखान्यात बनवण्याचे वादळ दादांच्या डोक्यात घोंघावू लागले. खरं म्हणजे आम्ही पुण्याला आल्यापासून त्यांना स्वतःच्या कारखान्याची गरज भासत होती. या कारखान्याला 'यंत्रशाळा' म्हणायचे असे त्यांच्या मनात ठरलेले होते. शेवटी त्याकरिता त्यांनी आर टी ओ ऑफिसजवळची जागा घेतली. १९५९ सालच्या ऑगस्टमध्ये मी इंजिनिअरिंग शिकायला बडोद्याला गेलो. माझ्याशी पत्रव्यवहार मात्र आईच करे. अशाच एका पत्रात, दादांचे पत्र होते. त्यात त्यांनी पुण्यामध्ये मॅस्वीचा कारखाना काढण्यासाठी जागा घेत असल्याचे कळवले होते.

तेथे १९६० साली पहिली शेड बांधली व तेथून शिड्या पुरवल्या जाऊ लागल्या. दादांनी पुण्यात मॅस्वीची यंत्रशाळा उभी करायला सुरुवात केली तेव्हा या शहराचे स्वरूप काय होते आणि तेव्हाचे औद्योगिक वातावरण कसे होते हे थोडक्यात जाणून घेणे सयुक्तिक ठरेल.

पुणे हे त्याकाळी पेन्शनरांचे व विद्यार्थ्यांचे शहर म्हणून मुख्यतः ओळखले जाई. सुमारे ३/४ लाख वस्तीच्या त्या शहरात किर्लोस्कर समूहातील ऑईल इंजिन्स, न्यूमॅटिक व कमिन्स हे कारखाने १९५० ते ६० या दशकात सुरू झाले होते. यापूर्वी पिंपरीला पेनिसिलीनचा कारखाना सरकारी क्षेत्रात चालू झाला होता. राजाबहाद्दूर मिल्स होती. सुदर्शन केमिकलची उभारणी चालू होती. टाटा, बिर्ला आदी मोठ्या उद्योगांचे लक्ष अद्याप पुण्याकडे वळले नव्हते. त्यावेळी औद्योगिक क्षेत्रातील सर्वात मोठा रोजगार म्हणजे सरंक्षण क्षेत्रातील खडकीचा दारूगोळा कारखाना होता. एकंदरीत भारताच्या औद्योगिक नकाशावर पुण्याच्या नावावर एक छोटासा ठिपका होता.

◆

५
मॅस्वीचा कारखाना - यंत्रशाळा

मॅस्वीच्या पुण्यातील कारखान्याची - यंत्रशाळेची - उभारणी होत असताना अगदी सुरुवातीलाच दादांना एका अत्यंत विचित्र परिस्थितीला सामोरे जावे लागले. गुन्हेगारीच्या जगातच जगत असलेल्या गुंडाने उभा केलेला प्रसंग आणि दादांनी त्याची केलेली हाताळणी याची हकिगत आमच्या सर्वांच्या कायमच लक्षात राहिली आहे.

१९५९ मध्ये यंत्रशाळेसाठी दादांनी चार आणे स्क्वेअर फुटांनी जी एक एकर एकतीस गुंठे जागा घेतली, ती जागा आर.टी.ओ. ऑफिसजवळ श्री शिवाजी मिलिटरी प्रिपरेटरी स्कूलच्या प्ले-ग्राऊंडच्या मागच्या बाजूस होती. जेथे यंत्रशाळेची शेड उभारली जात होती त्यालगत २ गुंठे जमिनीवर दादांचा व्यवहार व्हायच्या आधीपासून सात-आठ पक्क्या झोपड्या व इतर किरकोळ बांधकाम होते. ही जागा किसनसिंग परदेशी याने बळकावली होती. (ही पुढे मॅस्वीने विकत घेतलेल्या जमिनीपैकीच होती हे लक्षात आले.) किसनसिंग परदेशीला त्याचे सर्व साथीदार बादशहा म्हणत. त्याचा व्यवसाय म्हणजे या जागेवर बेकायदा हातभट्टी लावून दारू गाळणे हा होता. तो राजरोसपणे हा धंदा करत होता. या झोपड्यांमध्ये लग्नाच्या, काही तशाच ठेवलेल्या व प्रसंगी पळवून आणून ठेवलेल्या पाच-सहा बायकांसमवेत तो राहत होता. त्यामध्ये एक पारशी मुलगीही होती. हातभट्टीतून गाळलेली दारू गावातल्या चोरट्या गुत्त्यांना पुरविणे, या झोपड्यांमध्ये प्यायला येतील त्यांना दारू देणे, गरजू लोकांना भरमसाट व्याजाने पैसे देणे आणि नंतर ते दमदाटीने वसूल करणे हे त्याचे उद्योग होते. तेथे त्याच्याबरोबर त्याचे आठ-दहा आंडदांड गडीही राहत असत. दमदाटी करून आणि वेळप्रसंगी मारहाण करून दिलेले पैसे सव्याज वसूल करणे तसेच पोलीस पथक येणार असेल तर त्याचा सुगावा लावून माल दुसरीकडे हलविणे ही त्यांची मुख्य कामे होती.

दादांनी जागा घेतल्यामुळे तो प्रथम खूपच बिथरला होता. तशात दादांनी पुणे

इलेक्ट्रिक सप्लाय कंपनीकडे हाय टेन्शन पॉवर ट्रान्सफॉर्मर बसवून ४४० व्होल्टने विद्युतपुरवठा द्या अशी मागणी केली होती.

दादा आपले बेकायदा असलेले विजेचे कनेक्शन आपल्याला तोडायला लावणार व मागे लागून आपल्यालाही हुसकावून लावणार असे बादशहाला वाटत होते. एक दिवस दादा त्या जागेवर पाहणी करण्यासाठी आलेले असताना बादशहाने त्यांना हटकले. त्याच्या संमिश्र भाषेत सज्जड दम दिला. 'बालासाहबा, तुम हप्ते में दोनदा डेक्कन क्वीनसे बम्बई व्हिटी जाते हो! तुमको व्हिटी में खत्म करना एकदम आसान आहे. माझ्या वाट्याला गेल्यास तर याद रखो; मैं कभी भी खत्म करुंगा' आणि तरातरा त्याच्या घराकडे निघाला.

अशा प्रसंगात दादा कायमच शांत असत. त्या वेळी त्याला थांबवून दादांनी अतिशय शांतपणे व थंडपणे विचारले, 'हे सगळं तुझं म्हणणं ठीक आहे, पण तुझा माझ्यावर राग का? मी तुझं काय बिघडवलंय?' तेव्हा तो म्हणाला, 'बालासाब, तुम्ही माझी वीज कापणार आनी मला हुसकावणार हे मला समजलंय.'

दादा तेव्हा त्याला अत्यंत शांतपणे म्हणाले, 'किसनसिंग मी तुला अजिबात हुसकावयाला आलेलो नाही. मी जागा घेतली आहे; तेथे मोठा कारखाना काढणार आहे. तेथे खूप यंत्रसामग्री बसविणार आहे. त्यासाठी मला खूप वीज पाहिजे म्हणून मी वीज कंपनीत अधिकाऱ्यांना भेटायला गेलो होतो; त्यामुळेच माझी जागा पाहायला वीज कंपनीचे अधिकारी आले होते. मी माझ्या दारात वीज आणणार आहे. तुला पाहिजे तर मीटर बसवून तुलाही ते वीज देऊ शकतील. खरंच तुला वीज हवी असेल तर माझ्याबरोबर वीज कंपनीत चल. तेथील अधिकाऱ्यांना तुझी गरज सांग. अर्ज कर, थोडे फार पैसे द्यावे लागतील; पण कदाचित काम होऊनही जाईल. चल आता येतोस का? मी तिकडेच निघालो आहे.'

आणि खरोखरच दादा त्याला घेऊन वीज कंपनीत गेले. तेथे दादा त्याच्याविरुद्ध काहीच करत नाहीत, उलट त्याची बाजू मांडून त्याला मदतच करत आहेत याची त्याला खात्री पटली. वीज कंपनीतच त्याने 'माझे चुकले' म्हणून दादांचे पाय धरले. त्या क्षणापासून तो दादांचा पाईक बनला आणि त्यांचा मनोमन रक्षक झाला. तो दादांच्या एकंदरीत वागणुकीने इतका बदलला की, त्याने दादांच्या सल्ल्यानं त्याच्या मुलाला इंग्रजी माध्यमाच्या कॉन्व्हेंट स्कूलमध्ये घातले आणि त्याच्या शिक्षणात कधीही खंड पडू दिला नाही.

अनेकदा किसनसिंग यंत्रशाळेत दादांच्या पुढे त्याच्या मुलाला त्याचे प्रगतीपुस्तक घेऊन उभा करत असे. दादांकडून, 'काय लिवलंय' ते समजावून घेत असे. दादांनीही यंत्रशाळेत किसनसिंगला कोठेही मज्जाव करायचा नाही असा आदेश काढला होता. कारखान्यातून कोणीही चोरी करून माल पळवत नाही हे पाहण्याची

त्याने स्वत:चीच जबाबदारी ठरवली होती. त्याचे कारखान्यावर बारीक लक्ष असे.

या बादशहाने सेशन्स कोर्टामध्ये एका साक्षीदारावर हल्ला करून त्याचा कोथळा बाहेर काढला होता. 'त्याला मी कोर्टात एकदम ओपन केला' असं तो सांगत असे. अर्थात या त्याच्या कृत्यामुळे त्याला खडी फोडायला जावे लागले होते. दर दोन-तीन वर्षांनी त्याला पाच-सहा महिने तडीपार करत असत; पण प्रत्यक्षात तडीपार असतानाही तो अनेकदा त्याच्या जागेतच असे.

बादशहाचा राग जसा तीव्र होता तसेच त्याचे प्रेमही एकदम टोकाचे! एकदा तो खीर-कुर्मा घेऊन घरी टपकला. घरातील सर्वचजण या खिरीबद्दल साशंक होते. त्यामध्ये गुंगीचे औषध असेल येथपासून तो त्यात विषही असेल असे तर्कवितर्क चालू झाले होते. पण दादांनी हे सर्व तर्क अतिरेकी आहेत व त्याने खरंच प्रेमाने खीर आणून दिली आहे, ती आपण सर्वांनी खाऊ या असे सांगून स्वत: एक वाडगाभरून खीर खाल्ली. नंतर सर्वांनीच घेतली. ती खीर खरोखरच अफलातून बनवलेली होती.

बादशहा व दादांची मुलाखत कंपनीच्या दारात, दादा घरी जायला निघालेले असताना होई. दादांबद्दल व कंपनीबद्दल कोणी काहीही बोलले तर त्याची खडा न् खडा माहिती तो दादांना देत असे.

मध्येच एकदा मॅस्वीच्या अडचणीच्या काळात किसनसिंग आमच्या जिमखान्यावरच्या बंगल्यात आला. घरी एक गडी आणि दार सताड उघडे होते. त्याला हे अजिबात आवडले नाही. आमच्या बंगल्याचे नीट रक्षण व्हायला पाहिजे म्हणून त्याने त्यानंतर आठवडाभरातच एक जातिवंत अल्सेशिअन कुत्र्याचे पिल्लू आणून दिले.

एकंदरीत मॅस्वीला किसनसिंगपासून कधीही कोणत्याही प्रकारचा त्रास झाला नाही. असो.

१९५९-६० साली कारखान्यासाठी घेतलेली जागा तेव्हाच्या आर.टी.ओ. ऑफिसला लागून असलेल्या श्री शिवाजी प्रिपरेटरी मिलिटरी हायस्कूलच्या भल्या मोठ्या मैदानाच्या मागे होती. जागेची उत्तरेकडील बाजू नाईक बेटाच्या बाजूने जाणाऱ्या नदीच्या पात्रापर्यंत होती. दक्षिणेकडे शाळेचे मैदान होते. पश्चिमेला शेतजमीन होती पण ती टाऊन प्लॅनिंग स्किममध्ये स्मशानासाठी राखीव होती व पूर्वेला जागेला लागून ३० फुटी रस्ता टी.पी.स्किममध्ये प्रस्तावित होता. हा रस्ता पुढे कंपनीच्या दाराजवळ वळून राजा बहाद्दूर मिलजवळ (सध्याच्या ली मेरिडियन हॉटेलजवळ) मोठ्या रस्त्याला मिळणारा होता. हा रस्ता झालेला नसल्यामुळे या जागेत प्रवेश करण्यासाठी शाळेच्या मैदानावर असलेल्या दारातून जावे लागे. कच्चा माल व तयार उत्पादनेही याच मार्गाने कंपनीकडे जात-येत असत. कामगारही याच

मैदानावरील कच्च्या रस्त्याने येत असत.

दादांनी जागा घेतली आणि १९६० साली - त्याच वर्षी - दसऱ्याला ऑफिसची बिल्डिंग तयार झाली. बाहेरच्या मोकळ्या मैदानावर तात्पुरत्या उभारलेल्या पत्र्याच्या शेडमध्ये शिड्या बनू लागल्या. शाळेच्या संचालकांनी या कंपनीच्या रहदारीला विरोध केला. दादांनी त्यांना भेटून पुणे महानगरपालिका बाहेरील रस्ता बनवेल तोपर्यंत मुदत मागून घेतली आणि लगेचच पुणे महानगरपालिकेकडे रस्ता तयार करून द्या म्हणून अर्ज केला.

आईचा क्रियाशील सहभाग

आई मुंबईपासून कंपनीमध्ये डायरेक्टर होतीच. पण कंपनीच्या रोजच्या कामकाजात ती भाग घेत नव्हती. दादा मुंबई व कोल्हापूरमध्ये नीट लक्ष देऊन धंदा जोरात चालवत होते. पुण्यात आल्यावर आम्ही सर्व मुले मोठी झाल्यामुळे तिला थोडासा मोकळा वेळ मिळू लागला आणि आईने महिला मंडळाच्या कामात लक्ष घालायला सुरुवात केली. ती पद्मावती महिला मंडळातर्फे पुणे महिला मंडळाच्या जिल्हा कार्यकारिणीवर गेली. तेथे तिचा किर्लोस्कर उद्योग समूहाचे शंतनुरावांच्या पत्नी, यमूताई किर्लोस्कर, स्वस्तिक उद्योगाचे वसंतरावांच्या पत्नी, जयश्रीताई वैद्य यांच्याशी परिचय झाला. पद्मावतीमध्ये कुसुमताई पंडित यांच्याशी स्नेह झाला. आणखीही अनेकांशी जिव्हाळ्याचे संबंध निर्माण झाले होते. तिने महिला मंडळातर्फे पाळणाघर आणि वृद्धाश्रम सुरू केले. १९५५-५६ साली दोन्ही संस्था पुण्यात पहिल्यांदाच चालू झाल्या होत्या.

१९५९ साली अण्णा गेले तर १९६१ साली काकूआजीही गेली आणि दादांना संपूर्ण दोन मजली घर वापरायला मिळाले. पुढे कारखान्याच्या ऑफिससाठी घरातील काही खोल्या त्यांनी निवडल्या व घरातच ऑफिस आले; त्यामुळे रोजच्या कामकाजामध्ये आई थोडेफार लक्ष घालू लागली. मॅस्वी ऑफिसच्या कामावर नजर ठेवू लागली. कारखान्याचे बांधकाम सुरू झाले तेव्हा बांधकामावर आईच्या चकरा सुरू झाल्या. हळूहळू सार्वजनिक कामातले लक्ष कमी करून ती कंपनीच्या कामात पूर्णपणे लक्ष देऊ लागली.

आईचा कंपनीमधील कामाचा व्याप वाढू लागला. कंपनीला बांधकामासाठी बाहेरून कर्ज घ्यावे लागले. तेव्हा दादांनी एम.एस.एफ.सी.कडे (महाराष्ट्र स्टेट फायनान्स कॉर्पोरेशन) जावे असे बँकेने सुचवले व दादा गेले. पण कर्जाच्या पाच लाख रु. रकमेसाठी ३५००० रु.नी तारण कमी पडते म्हणून दादांनी आमची डेक्कन जिमखाना प्लॉट नं. ७५९/५२ वरील चाळ गहाण ठेवायची ठरवले. आईने दादांना बोर्डाच्या मीटिंगमध्ये याला विरोध केला आणि कमी कर्ज घ्या, थोडे कमी

बांधकाम करा असा व्यावहारिक मार्ग सुचवला. पण दादांनी तो मानला नाही. असो.

धंदा वाढू लागला तसे तिने दोन गोष्टींमध्ये लक्ष घातले. कंपनीने १९६२-६३ साली ठेवी घेण्यास सुरुवात केली. प्रथम दादा-आईंनी मुख्यतः नातेवाईक, मित्र, स्नेही यांच्याकडून ठेवी घेतल्या. कंपनीकडे १९६६-६७ पासून जनसामान्यांकडून ठेवींचा ओघ जोरात सुरू झाला. त्या वेळच्या वेळी परत करणे, ज्या दिवशी व्याज द्यायचे त्याच्या दोन दिवस आधी त्या ठेवीदारांकडे धनादेश पोहोचेल व तो बिनचूक रकमेचा असेल यासाठी तिने उत्कृष्ट वेळापत्रक तयार केले आणि ते राबवले. आजच्या संगणक युगात ही उभारणी सोपी आहे, पण संगणक नसतानाही तिने केलेली योजना बँकेच्या व आर्थिक कंपन्यांच्या अधिकाऱ्यांनीही वाखाणली होती. त्याप्रमाणे संपूर्ण वर्षाच्या डायरीत तारखेनुसार व्याज आणि मूळ मुद्दल परत करण्याची एक सविस्तर यादी नोंदविलेली असे. नवीन आलेली ठेव या यादीमध्ये समाविष्ट केली जाई. ज्या वर्षात ज्या तारखेला ठेव परत करायची, त्या तारखेखाली त्या ठेवीची नोंद असे.

ती दादांबरोबर सर्व आर्थिक संस्थांच्या वरिष्ठ अधिकाऱ्यांना भेटत असे. एअर इंडियाचे अधिकारी अनेकदा पुण्याला यंत्रशाळेत बनवलेल्या वस्तू (प्रॉडक्टस्) तपासायला येत असत. अनेकदा ते लोक सपत्नीक येत. आई त्यांना भेटायला येत असे, त्यांच्याबरोबर जेवायला जात असे. ती एका अर्थाने एक उत्कृष्ट जनसंपर्क अधिकारी (PRO) होती. तिने दादांना धंद्यात अतिशय सक्रिय साथ दिली आणि जेव्हा तिच्या विचारसरणीला आवश्यक वाटलं तेव्हा तेव्हा दादांना जोरदार विरोधही दर्शवला. हा विरोध प्रसंगी संचालक मंडळांच्या बैठकीतही केला.

पुढे यंत्रशाळा आणि मॅस्वी चालवण्याबद्दल जेव्हा दादा व दत्तामामा यांच्यात तीव्र मतभेद झाले, तेव्हा तिने दत्तामामाला चुचकारण्याचा आटोकाट प्रयत्न केला. पण जेव्हा दत्तामामा ऐकत नाही हे स्पष्ट झाले तेव्हा ती खंबीरपणे दादांच्या पाठीशी उभी राहिली. अगदी बहीण भावाचे नाते तुटायची वेळ आली तरीही! या दोघांच्या वादावादीबद्दल पुढे सविस्तर लिहिले आहे.

यंत्रशाळेच्या मोकळ्या जागेवर आईने फलोद्यानात तज्ज्ञ असलेल्या, भाचेजावई वामनराव लिमये यांच्या सल्ल्यानं नारळ, आंबा, चिकू, पेरू इ. झाडे लावली होती. देशात धान्याचा भयंकर तुटवडा होता म्हणून १९६५-६६ या दोन वर्षी तिने भाताचे व गव्हाचे पीकही घेतले.

पुण्यात यंत्रशाळा सुरू होऊन मॅस्वीचे कार्यालयीन कामही बऱ्याच प्रमाणात होऊ लागल्यावर कंपनीचे स्थैर्य आणि वाढ या दोन्हीचा विचार करता हळूहळू दादांच्या ध्यानात आले की, फक्त विमानतळ सामग्रीचीच निर्मिती यंत्रशाळा चालवायला पुरेशी नाही. त्यासाठी आणखीही काही उत्पादने केली पाहिजेत. त्या विचारातून

त्यांनी प्रथम कॉपर व्हेसलची ऑर्डर घेतली. यंत्रशाळेतील सर्वजण यास कॉपर कन्व्हर्टर म्हणत म्हणून मीही याचा उल्लेख कॉपर कन्व्हर्टर असाच करत आहे.

कॉपर कन्व्हर्टरचा प्रयोग

१९६० च्याही आधी पुण्याला यंत्रशाळा सुरू होण्यापूर्वी मॅस्वीने कॉर्न प्रॉडक्टस ऑफ इंडियाला मोठ्या प्रमाणावर यंत्रसामग्री पुरवली होती. त्यांची एक उपकंपनी मेझ प्रॉडक्टसला त्यांच्या अहमदाबाद येथील प्लॅन्टमध्ये एक रिॲक्शन व्हेसल बनवून हवे होते. या कंपनीमध्ये मक्याचे दाणे काढल्यानंतर राहिलेल्या कणसांपासून स्टार्च केला जाई. कॉर्न प्रॉडक्टसचे मुख्य अधिकारी सरदेशपांडे, यांची आणि दादांची ओळख होती. त्यांना दादांनी आरलॅब्जमध्ये केलेल्या कामाची माहिती होती. दादांच्याकडे सरदेशपांडे यांनी कन्व्हर्टर तयार करून देण्याची चौकशी केल्यामुळे त्यांना मॅस्वीने ऑफर दिली. त्याप्रमाणे कॉर्न प्रॉडक्टसने मॅस्वीकडे रिॲक्शन व्हेसलची मागणी दिली. एक व्हेसल व्यवस्थित झाल्यावर आणखी तीन व्हेसल्स घेऊ, असे त्यांनी सांगितले होते.

या व्हेसलचे काम दर चौरस सेंटिमीटरवर २५ ते ३० किलो इतक्या वाफेच्या दाबावर चालणार होते. हे साध्य करण्याच्या दृष्टीने तयार होणाऱ्या व्हेसलची चाचणी, त्यातील वाफेचा दाब ५० किलो इतका अर्धा तास टिकवून ते कार्यक्षम राहील याची खात्री करून करायची होती. प्रत्यक्षात हे व्हेसल म्हणजे अडीच सेंटिमीटर जाड तांब्याच्या प्लेटांचा २.५ मीटर व्यासाचा आणि ६.२ मीटर उंचीचा एक मोठा थोरला बंब होता असे म्हणता येईल. त्याला वरून व खालून तांब्याचे दोन मोठे तवे झाकण म्हणून होते. या तयार झालेल्या भांड्यात माल आत भरण्यासाठी दोन झडपा आणि माल बाहेर काढण्यासाठी एक झडप होती. शिवाय दाब मर्यादित राहण्यासाठी एक प्रेशर रिलीज व्हॉल्व्ह होता. याशिवाय आत जाऊन सफाई करता यावी यासाठी मॅनहोल होते. या मॅनहोलवर झाकण नट-बोल्टनी घट्ट बसवून ठेवणे आणि व्हेसल वापरले जाताना न गळता घट्ट राहणे अत्यंत आवश्यक होते. हे संपूर्ण भांडे एका रिंगला पाय लावून त्या रिंगमध्ये उभे करावयाचे होते. म्हणजे कामाच्या जागी हे साधारण ६.२+१.२५ मीटर असे पायांसकट ७.३५ मीटर उंच होणार होते. त्याच्या सभोवताली माणसांना जाण्यासाठी लागणारे चौथरे कंपनी उभारणार होती. दादांनी या सर्वांचा सर्वसाधारण संरचना दाखविणारा नकाशा तयार करून पाठवला. कॉर्न प्रॉडक्टसकडून तो मान्य झाल्यावर रु. ६००००/- किंमत ठरली. त्यांच्याकडून सामान खरेदीसाठी रु.३५०००/- ॲडव्हान्स आला. व्हेसलसाठी आवश्यक त्या तांब्याच्या प्लेटस् व रिव्हेटस् आयात करावे लागले.

कॉपर कन्व्हर्टर - १९६१.
प्रत्यक्षात हा उभा करून वापरायचा होता.

त्या काळी हिंदुस्थानात परकीय चलनाचा प्रचंड तुटवडा होता. कोणतीही वस्तू आयात करायची तर त्यासाठी खास परवाना लागे. त्याला सरकारची व रिझर्व्ह बँकेची परवानगी लागे. तसेच आयात वस्तूची खरोखरच गरज आहे हे सरकारला पटवून द्यावे लागे. या सर्व प्रक्रियेला क्वचित प्रसंगी ५-६ महिनेही लागत. ही प्रक्रिया महिनाभरात पूर्ण करून प्लेटा आणण्यासाठी कॉर्न प्रॉडक्टसची मदत लागली व त्यांनीही ती मोकळेपणाने केली.

आणलेल्या प्लेटांना गोलाई देऊन त्या एकमेकींना रिव्हेट करणे जरूर होते. प्रथम त्या लोखंडी प्लेटांप्रमाणे रोलिंग प्रेसवर वाकवून ठेवल्या. दुसऱ्या दिवशी कामगार कामावर आले तोपर्यंत त्या परत एकदम सरळ झालेल्या. हे असे दोन-तीन दिवस झाले. नंतर घण व हातोड्यांनी तांबट वळवतो तसे वाकवून झाले; पण या प्लेटा सरळ त्या सरळच राहायच्या. महिनाभर वेगवेगळे प्रयोग झाले पण काही जमेना, तेव्हा आता काही जमणार नाही असे पत्र कॉर्न प्रॉडक्टसला द्यावे अशा निर्णयाप्रत दादा आले. तेवढ्यात कॉर्न प्रॉडक्टसच्या सरदेशपांडे यांनी या कामातला निष्णात इटालियन तज्ज्ञ मुंबईत आला आहे, त्याला भेटा असा दादांना निरोप दिला. दादा त्या गृहस्थाला भेटले. नंतर त्याला घेऊन कॉर्न प्रॉडक्टसचे लोक पुण्यात यंत्रशाळेत आले. या तंत्रज्ञाने प्लेटा पाहिल्या व त्या चुकीच्या आल्या आहेत असे सांगितले. या प्लेटा सॉफ्ट आहेत, त्यावर प्रक्रिया करून त्या पाहिजे तशा (सेमी हार्ड) बनवता येतील; म्हणजे या प्लेटस वाकतील आणि रिव्हेटिंगही होईल असे त्याने सांगितले.

यानंतर दीड महिन्याने भांडे उभे राहिले पण पाणी भरून दाब द्यायला सुरुवात केल्यावर ते भसाभसा गळायला लागले. दादांनी मग केमिकल इंजिनिअर्स हँडबुकमधून ही गळती थांबविण्यासाठी कॉकिंग करतात ती कॉकिंगची पद्धत व लागणारी हत्यारे यांची माहिती मिळवली आणि मग चालू झाली २००० रिव्हेटांच्या डोक्याखाली विशिष्ट हत्याराने घट्ट धरून रिव्हेट फुलवण्याची करामत!

महिनाभराने भांडे पूर्णपणे टेस्ट करून झाले व अहमदाबादला रवाना केले. सुदैवाने १९६१च्या मेच्या आधी हे भांडे अहमदाबादला पोहोचले; त्यामुळे भांडे ६१च्या पानशेत पुराच्या तडाख्यातून वाचले. काही दिवसांनी अहमदाबादमधून भांडे उभे केल्यावर गळते आहे असा रिपोर्ट आला. दादा व शेख मिस्त्री यांनी अहमदाबादला जाऊन परत रिव्हेटचे गळे फुलवले आणि गळती थांबवली. त्यानंतर हे भांडे अव्याहतपणे चालू राहिले.

एकंदरीत ४-४॥ महिन्यांचा मन:स्ताप आणि योजनेपेक्षा चौपट मजुरी खर्च करून हे भांडे यशस्वी झाले. त्याकरिता कंपनीकडून १५ हजार रु. वाढवून मिळाले. पण धंद्याने मार खाल्ला. कारण मध्यंतरात कॉर्न प्रॉडक्टसची कंपनी डबघाईला आली व पुढील मागण्या आल्याच नाहीत. स्वत:च्या पदराला खार लावूनच ही डेव्हलपमेंट झाली. अशा प्रकारे तांत्रिकदृष्ट्या काही नवे करण्याचा फायदा तेव्हाच होतो, जेव्हा त्याच प्रकारचे उत्पादन परत परत करायला मिळते. हा सर्व उद्योग म्हणजे जणू कॉर्न प्रॉडक्टससाठी फुकट संशोधन करण्याचाच प्रयोग ठरला.

स्वत:च्या पदराला खार

१९६१ साली पानशेतचा पूर आला त्या वेळेपर्यंत एअर इंडियापाठोपाठ इंडियन एअरफोर्सकडून शिड्यांच्या मागण्या येणे सुरू झाले होते. पुरामध्ये लाख-दीड लाखाचा माल खराब झाला. मॅस्वीने विमा उतरविला होता, त्यानुसार बिल्डिंगमधील ३५०००/-रु. च्या नुकसानीची भरपाई इन्शुरन्स कंपनीने दिली, पण उरलेले नुकसान, सामान उघड्यावर पडलेले होते म्हणून विमा कंपनीने दिले नाही.

१९६१ साली पूर येऊन गेल्यावर ६२ सालामध्ये शाळेचे संचालक रस्त्यासाठी खूपच पाठपुरावा करू लागले. ते मैदानातून येण्याचे दार रात्री साडेसात-आठलाच बंद करू लागले. वॉचमनकडून दार उघडून घेऊन मालाची व कामगारांची वाहतूक करावी लागे. मग दादा रस्ता करून द्या म्हणून पुणे महानगरपालिकेच्या मागे लागले. त्यासाठी ते वेगवेगळ्या कॉर्पोरेटर्सनाही भेटले. त्यांच्या सल्ल्यावरून म्युनिसिपल इंजिनिअर श्रीयुत भोट यांनाही भेटले. प्रत्यक्षात तीन-चार वेळा ही भेट झाली. त्यांनी रस्ता करण्यासाठी अधिकृत मंजुरी अजून नाही असाच नन्नाचा पाढा वाचला. 'शेवटी मॅस्वीने त्यांच्या खर्चाने रस्ता बांधावा;' महापालिका मान्य करील

एवढा खर्च दररोज भराव्या लागणाऱ्या जकातीच्या रकमेमधून वळता करून घ्यावा, असे उभयपक्षी मान्य झाले.

रस्त्यासाठी कंपनीने खर्च ९५०००/- रु. केला होता त्याचे पुरावे दाखवूनही महापालिकेने खर्च ६००००/- रु. ठरविला आणि हे ६०,०००/- रु. न भरावे लागणाऱ्या जकातीच्या स्वरूपात जमा व्हायला तब्बल ६ वर्षांचा काळ लागला!

अशा रितीने रस्त्यासाठी ३५०००/-रु.चे नुकसान, विम्याचे ९५०००/-चे नुकसान आणि वीज आणण्यासाठी केलेला ६००००/-रु. खर्च असा एकूण एक लाख नव्वद हजार रुपयांचा बोजा कंपनीस सोसावा लागला. सरकारच्या कोणत्याही पातळीवर खासगी उद्योगाला पुरेसे पूरक असे तेव्हा धोरण नव्हते त्याचा हा परिपाक! यामुळे कंपनीवर आर्थिक ताण येऊ लागला. आधीच कॉपर कन्व्हर्टरचा तोटा होता. रस्त्याचा खर्च केल्यावर महानगरपालिकेने हा निर्णय घ्यायला तीन वर्षे लागली व जकातीतून वसूल व्हायला ६ वर्षे लागली. म्हणजे या दिरंगाईने व्याज खूप वाढले व त्यामुळेही नुकसान झाले. त्यात पुढे विस्ताराने सांगितल्याप्रमाणे कंपनीने नवीन प्रॉडक्टस (चाके व कॅस्टर्स) डेव्हलप करण्याचे ठरविले व त्यासाठी डाय पंचेस करावे लागले. त्याचा खर्च जवळजवळ दोन लाखाच्या घरात गेला; त्यामुळे कंपनीने मित्रमंडळी आणि हितचिंतकांकडून १९६२-६३ साली ठेवी घ्यायला सुरुवात केली.

◆

'मॅस्वी'चे बोर्ड ऑफ डायरेक्टर्स दत्तामामा जोशी, भडकमकर, दादा, व्होरा, मोघे आणि सरदेसाई

६
मॅस्वी हा ब्रँड – स्वतंत्र उत्पादने

१९६२-६३ मध्ये एअर इंडियाच्या वस्तू बनवताना चाके व कॅस्टर्स लागत होती. म्हणून दादांनी स्वत:चे प्रॉडक्ट म्हणून सॉलिड रबर टायर्ड व्हील्स व कॅस्टर्स आणि नंतर विविध प्रकारच्या ट्रॉलीज बनवायचा विचार केला.

हिंदुस्थानात औद्योगिक उत्पादन आता आकार घेऊ लागले होते. त्यासाठी मोठमोठाले कारखाने, औद्योगिक गोदामे उभारली जाऊ लागली होती आणि अनेक अवजड यंत्रे व सामग्री हलविण्याची गरज वाढू लागली होती. यासाठी लोखंडी बिडाची चाके व कॅस्टर्स उपयोगी पडतील हे लक्षात घेऊन ती बनविण्याचे दादांनी योजले. तसेच लोखंडी बिडाच्या चाकांच्या धावेने जमीन व फ्लोअरिंग खराब होईल म्हणून लोखंडी चाकांवर रबरी टायर्स बसवणे (कडक रबराचे टायर) उत्तम असा विचार केला. दादांनी यंत्रशाळेमध्ये 'मॅस्वी' या नावाने सॉलिड रबर टायर्ड व्हील्स् (हवा न भरावी लागणाऱ्या घट्ट रबरांच्या धावा बसवलेली चाके) व कॅस्टर्स ही उत्पादने सुरू केली. नट-बोल्टसाठी भोके असलेल्या बिडाच्या दोन चकत्यांमध्ये रबरी टायर नट-बोल्टने आवळून घट्ट बसवायचे व दोन्ही चकत्यांच्या मध्यावर एक भोक पाडलेला उंचवटा ठेवून त्यामध्ये कास्टिंगची बुचे बसवून त्यांना बेअरिंगच्या आकारात तासायचे; अशा प्रकारे हे बुश बेअरिंग लावलेले चाक तयार व्हायचे.

पुढे त्यामध्ये बिडाच्या कास्टिंगऐवजी गनमेटलची बुचे वापरली जाऊ लागली. ही बुचे कास्टिंगमध्ये दाबून व योग्य रितीने तासून वापरली जाऊ लागली. अशी एकूण ७ वेगवेगळ्या व्यासांची आणि २ वेगवेगळ्या रुंदीची अशी १४ प्रकारची चाके बनू लागली. प्रत्येक चाकामध्ये ४ प्रकारची बेअरिंग बसवून आम्ही देत होतो. (गनमेटल, सिंटर्ड ब्रॉन्झ ही बुचाची बेअरिंग, निडल रोलर बेअरिंग्ज व बॉल बेअरिंग्ज असे चार प्रकार) म्हणजे एकूण ५६ विविध चाके होऊ लागली. प्रत्येक चाकासाठी हलक्या वजनासाठी व जड वजनासाठी फिक्स्ड् आणि स्विव्हल अशी एकूण ४ प्रकारची कॅस्टर्स बनू लागली. म्हणजे ५६ चाके व २२४ प्रकारची

कॅस्टर्स असे एकूण २८० वेगवेगळ्या चाकांचे उत्पादन सुरू झाले.

बॉल बेअरिंग्ज व नीडल रोलर बेअरिंग्ज आणि बुश बेअरिंग्ज असे बेअरिंग्जचे प्रकार प्रत्येक चाकासाठी उपलब्ध होते. चाकांवरून वस्तू ओढण्यासाठी प्रत्येक प्रकारच्या बेअरिंचा घर्षणांक (वस्तू ओढण्यासाठी लागणारा जोर) वेगळा असतो. बुश बेअरिंगच्या चाकांना जास्त जोर लावावा लागतो, नीडल बेअरिंगच्या चाकांना त्यापेक्षा कमी व बॉल बेअरिंगला त्यापेक्षाही कमी जोर लागतो. गिऱ्हाईकाच्या गरजेनुसार तो बेअरिंगचा प्रकार निवडतो.

प्रत्येक चाकाची वजने पेलण्याची क्षमता चाक टेस्टिंग मशीनखाली दाबून, ताणून व तिरका धक्का देऊन तपासली. ही चाचणी पुणे इंजिनिअरिंग कॉलेजच्या लॅबमध्ये केली व त्यांच्याकडून सर्टिफिकेट घेतले.

याप्रमाणे वेगवेगळ्या प्रकारच्या कामांच्या गरजेप्रमाणे चाके व कॅस्टर्स उपलब्ध केली होती. १० सें.मी.पासून ४० सें.मी.च्या व्यासापर्यंत आणि ५ सें.मी व ७५सें.मी. रुंदीची अशी ही चाके होती आणि त्यांना लागणारे कॅस्टर्स होते.

कल्पक सुधारणा

बिडाच्या चकत्या अवजड असतात आणि या चकत्या वापरून चाके बनविण्याची उत्पादनक्षमता खूपच मर्यादित राहते. शिवाय दणक्याने या चकत्या तुटण्याची भीतीही असतेच. बिडाच्या चाकांच्या या मर्यादा व त्रुटी लक्षात घेऊन दादांनी या त्रुटी (मर्यादा) दूर करण्याच्या दृष्टीने विचार सुरू केला. प्रचलित बिडाच्या चाकांऐवजी तितकीच मजबूत व अधिक टिकाऊ आणि निर्मितीलाही सुलभ व हाताळणीला अतिशय सोप्या, वजनाने हलक्या अशा चाकांचे अतिशय कल्पकतेने नवे रूपांकन (डिझाइन) केले. ही एक औद्योगिक सुधारणा (इनोव्हेशन) होती. याप्रमाणे दादांनी चाकांसाठी पत्र्यातून चकत्या करावयाचे ठरवले. यासाठी त्यांच्या डोळ्यांसमोर उदाहरण होते, स्कूटर्सच्या चाकांचे. या चाकांचे ड्रम्स-पत्र्यातून तयार केलेले असतात आणि ते बेअरिंगच्या ॲक्सलवर पत्र्यांतून केलेल्या फ्लँजवर बसवलेले असतात. या ड्रम्सवर टायर व ट्यूब बसविलेले असतात.

मॅस्वीमध्ये पत्र्यातील चकत्या बनविण्यासाठी दादांनी ५-६ माणसांनी चालविण्याचे फ्लाय प्रेस आणले. त्यावर चकतीला आकार देण्यासाठी डायपंचेस बनवून आकार देण्यास सुरुवात केली. या चकत्यांना ड्रम्स म्हटले जाई. या ड्रम्समध्ये टायर बसेल असे फिटिंग्ज करून नट-बोल्टने आवळल्यावर टायर जागा सोडू शकणार नाही असा खास आकार त्यांनी चकत्यांना दिला. मग प्रश्न आला बेअरिंग बसवण्यासाठी जागा कशी करायची याचा. यासाठी 'सी' क्लास पाइप वापरावयाचे ठरवले. ब्रिटिश स्टॅन्डर्डस्‌मध्ये तीन जाडीचे पाइप येतात. त्यांना अे क्लास, बी क्लास व सी क्लास

असे म्हणतात. त्यातील सी क्लास हा सर्वांत जाड पाइप असतो. या पाइपांना वेल्डिंगमुळे आलेली एक कड असते. पाइप हातात धरला की, ही कड स्पष्टपणे दिसते व हाताला जाणवते. बेअरिंग बसविण्याची जागा बेअरिंगभोवती अत्यंत गुळगुळीत असणे आवश्यक असते. त्या दृष्टीने सी पाइपला असलेली ही कड काढून टाकून बेअरिंग बसवायचे हे तुकडे अगदी गुळगुळीत असणे जरुरीचे होते. या पाइपामध्ये असलेली कड त्यांनी एका डायपंचमधून पाइपचे तुकडे प्रेस करून काढली. नंतर हे पाइपचे तुकडे बेअरिंग नीट बसविता यावीत म्हणून एका डायमधून ओढून घेतले. याने पाइपची जाडी थोडी वाढली व आतला व्यास थोडा आकसला.

नंतर या पाइपच्या तुकड्यात बेअरिंग व्यवस्थित बसविता यावीत म्हणून एक तांत्रिक प्रक्रिया करून पाइपचा आतला व्यास आकसवला. या प्रक्रियेने बेअरिंग्ज, प्रथम गनमेटल व सिंटर्ड आयर्नची बुशबेअरिंग बसविण्यासाठी या आकसलेल्या पाइपाचा आतला व्यास बुशच्या बाहेरच्या व्यासापेक्षा थोडा कमी तासून लेथवर बोअर करून घेतला आणि त्या पाइपाला बाहेरून ड्रम्स बसविता येतील असे लेथवर धरून तासले. त्यानंतर पाइपमध्ये बुशेस ठोकून बसविली व या पाइपच्या तुकड्याला एका बाजूने ड्रम वेल्ड केला आणि वेल्ड केलेली ही असेम्ब्ली लेथवर धरून बेअरिंगच्या मापात बुशचा आतला व्यास तासून घेतला व त्याला आरशासारखी चकाकी आणली. नंतर या वेल्ड केलेल्या ड्रमवर रबरी धाव ठेवली व त्यावर दुसरा ड्रम टाकून नट-बोल्टने दोन्ही ड्रम आवळले. असे आता पूर्ण चाक तयार झाले. नंतर चाकाचे डग आउट काढण्याची व जंप आउट काढण्याची पद्धत विकसित केली. अशा रितीने चाकांचे घाऊक उत्पादन काढण्याची तयारी झाली व उत्पादन सुरूही झाले. वेगवेगळ्या प्रकारची बेअरिंग्ज नंतर वेगवेगळ्या पाइपमध्ये बसवायला लागलो आणि पूर्ण रेंज पुरी केली.

हे चाक बिडाच्या चकत्यांच्या चाकांपेक्षा वजनाने हलके झाले. वर वर्णन केलेल्या प्रक्रियांमुळे सहज जोडता येऊ लागले, प्रत्येक चाक 'ट्रू-नेस'साठी टेस्ट होऊ लागले आणि हे टायर गाडी अथवा स्कूटरच्या चाकाप्रमाणे सहज बदलता येऊ लागले.

दोन माणसे दिवसात (आठ तासांत) १०० चाके जोडू लागली. महिन्याला चार हजार चाकांपर्यंत उत्पादनक्षमता नेली. ही चाके व त्यांना लागणारी कॅस्टर्स ही दादांनी काही पाश्चात्त्य देशांतून आलेल्या कॅटलॉग्ज व लिफलेटस्ना समोर ठेवून बनवली होती. पण त्यांचे उत्पादन मात्र संपूर्ण देशी होते. १९६२ ते ६४ मध्ये चाके व कॅस्टर्सची भली मोठी रेंज बाजारात आणली.

कॅस्टर्सचा पहिला प्रकार फिक्स्ड्, ज्यामध्ये चाक फक्त स्वतःच्या आसाभोवती गोल फिरू शकते. दुसरा प्रकारे म्हणजे स्विव्हल. यामध्ये चाक कोणत्याही दिशेला वळविता येते व स्वतःभोवती फिरू शकते. वेगवेगळ्या प्रकारच्या ट्रॉलींना अशी

फिक्स्ड् आणि स्विव्हल कॅस्टर्स (चाकासह) लागतात. ट्रॉलीवरून किती वजनाचा व आकाराचा माल न्यायचा हे विचारात घेऊन योग्य मापाची चाके प्रत्येक ट्रॉलीला वापरली जातात. एखाद्या ट्रॉलीला दोन फिक्स्ड् व दोन स्विव्हल किंवा दोन फिक्स्ड् आणि एक स्विव्हल अशी कॅस्टर्स लागतात.

ही कॅस्टर्स बनवायला खास डिझाइनचे कौशल्य लागते. ते विकसित करून मॅस्वीने पूर्ण रेंजसाठी कॅस्टर्स डिझाइन करून विकसित केली. त्यामध्ये आणखी हेवी ड्युटीची रेंजही वाढविली.

हळूहळू चाके, कॅस्टर्स व ट्रॉल्यांची मागणी जोर धरू लागली. महिना ४ ते ५ हजार चाके बनवणे सुरू झाले. या चाकांवर आधारित वेगवेगळ्या ट्रॉलीज बनवल्या जाऊ लागल्या. इसो (Esso) कंपनीसाठी लुब्रीकार व तेलाचे ड्रम नेण्यासाठी ड्रम ट्रॉली, साखर कारखान्यांसाठी साखरेचे पोते नेण्यासाठी शुगरबॅग ट्रॉली, कारखान्यांतील सामान वाहून नेण्यासाठी प्लॅटफार्म ट्रॉली आणि पॅलेट ट्रक, कचरा वाहून नेण्यासाठी डबल व्हील बॅरो बनू लागल्या. टिपिंग ट्रॉलीही बनू लागल्या. मॅस्वीच्या डबल व्हील बॅरोची सही सही नक्कल असलेल्या ट्रॉली आजही गल्लोगल्ली महापालिकेची माणसे वापरताना आढळतात. याच वर्षात चाके व कॅस्टरचे जवळपास ३०० प्रकार तयार होऊ लागले होते.

विविध प्रकारच्या चाकांचा वापर करून तयार केलेल्या २०-२५ प्रकारच्या ट्रॉल्या बाजारपेठेमध्ये जवळजवळ ७-८ वर्षे अग्रगण्य होत्या.

आय.एस्.आय. (इंडियन स्टॅन्डर्ड इन्स्टिट्यूट) या संस्थेने सॉलिड रबर टायर्ड व्हील्स, कॅस्टर्स व ट्रॉलीज यासाठी आय.एस.आय. स्टॅन्डर्डस् करण्यास सुरुवात केली, तेव्हा त्यांच्या ड्राफ्ट कमिटीमध्ये मॅस्वीला प्राधान्य होते आणि चाके व कॅस्टर्सची अनेक मापे आय.एस.आय.ने त्यांच्या कोष्टकात मॅस्वीची उत्पादने समोर ठेवून दिली. प्रथम दादा, मग जोगळेकर व शेवटी अशोक - माझा धाकटा भाऊ, हे या समितीवर सतत होते.

संपूर्ण देशातून लाइट मटेरियल हॅन्डलिंग, चाके आणि कॅस्टर्ससाठी मॅस्वी असे एक समीकरण औद्योगिकविश्वात झाले होते.

महाराष्ट्र, चेन्नई (मद्रास), हैदराबाद, अहमदाबाद व दिल्ली येथून गिऱ्हाईक येऊन त्यांना काय पाहिजे ते सांगत. त्यांना मॅस्वीत बनणाऱ्या स्टॅन्डर्ड ट्रॉली किंवा चाके चालत असतील तर ती दिली जात आणि नसतील तर त्यांच्यासाठी स्पेशल डिझाइन करून बनवून दिली जात असत.

मॅस्वीकडून नियमितपणे त्यांच्या गरजांप्रमाणे ट्रॉली वगैरे घेणारे काही महत्त्वाचे कारखाने, उद्योग व आस्थापने व त्यांना लागणारी उत्पादने उदाहणादाखल पुढे देत आहे.

एस के एफ	टिपिंग बॅरो
अल्फा लावल/वेस्टर्न रेल्वे	पॅलेट ट्रक
सँडविक एशिया	टूल ट्रॉलीज
व्ही एस टी इंडिया	टिलिंग व्हील
साखर कारखाने	शुगर ट्रॉली
इसो	लुब्रीकार, ड्रम ट्रॉली
बर्माशेल	लिफ्ट टेबले
फिलिप्स इंडिया	हायड्रॉलिक स्टॅकर, हायड्रॉलिक पॅलेट ट्रक
महाराष्ट्र सरकार (पोलीस वाहनांसाठी)	हायड्रॉलिक ट्रॉली जॅक्स
ॲटलास काप्को	कॉम्प्रेसर जॉकी व्हील
अडवानी ऑर्लिकॉन	वेल्डिंग मशिन्ससाठी चाके व कॅस्टर्स

अडवानी ऑर्लिकॉनचे निहलानी, ॲटलास कॉप्कोचे मॅथ्यूज अशा अनेक इंजिनिअर्सनी व मॅनेजर्सनी मॅस्वीची उत्पादने त्यांच्या कारखान्यातून स्टॅन्डर्डाइज्ड केली. कारण ती खरोखरच दर्जेदार आहेत हे त्यांना मनोमन पटले होते.

येथे मुद्दाम नमूद करावेसे वाटते की, त्या काळात मॅस्वीला भेटलेली खासगी उद्योगांतील व सरकारी संस्थांतील सारी माणसे गुणग्राहक होती, एका पैशाचीही अभिलाषा नसलेली होती; आपल्या संस्थेचे हित जपणारी होती. त्यांनी मॅस्वीच्या उत्पादनांना त्यांच्या दर्जामुळे आपापल्या संस्थेतील दालने उघडून दिली होती.

आधी म्हटल्याप्रमाणे सॉलिड रबर टायर व्हीलचे दादांनी केलेले सुधारित रूपाकंन आजही वापरले जाते. परंतु त्यांच्या कल्पकतेचे श्रेय त्यांच्या नावाने कोठेही नोंदले गेलेले नाही. कारण चाके व कॅस्टर बनविण्याच्या या सर्व प्रक्रिया यंत्रशाळेत विकसित केल्या होत्या. दुर्दैवाने यापैकी कशाचेही पेटंट घेतले नव्हते.

उत्पादनातील विविधता

कारखान्यातील यंत्रसामग्री संपूर्ण क्षमतेने वापरली जाणे हे उद्योगाच्या आर्थिक प्रगतीच्या दृष्टीने गरजेचे असते असा विचार करून कंपनीत बसविलेल्या दोन मोठ्या फ्लाय प्रेसेसवर करता येईल असे काम कंपनीने शोधले. यंत्रशाळेमध्ये किर्लोस्कर ऑईल इंजिन्सच्या एव्ही १ इंजिन्सचे सुटे भाग एकएक करून बनवायला सुरुवात केली. ७/८ भाग आम्ही बनवायला लागलो. दरमहा जवळपास ४००० इंजिन्स बनविण्याचा किर्लोस्करांचा आवाका होता. त्यांना हा माल पुरवला जाऊ लागला. आम्ही

दरमहा ५०००० ते ६०००० रुपयांचा पुरवठा करत असू. हा माल तपासून पास झाला की, त्याचे पैसे दरमहा ७ तारखेच्या सुमारास त्यांच्याकडून येत असत. यासाठी माझा धाकटा मामा मनोहर जोशी याची खूप मदत होत असे. त्याच्या स्वत:च्या छोट्या कारखान्यामध्ये - कलागारमध्येही मॅस्वी त्यातील काही भाग बनवून घेत असे.

मनोहरमामाने दादांबरोबर अनेक वर्षे मॅस्वीसाठी कामे केली. ऑईल इंजिन्समधून मागण्या मिळवणे व नंतर वसुली या गोष्टी तो अंगावर घेऊन करत असे. याबद्दल त्याला मॅस्वीकडून मोबदलाही मिळत असे.

मॅस्वीची चाके, कॅस्टर व इतर उत्पादने – १९६२ नंतर

टिपिंग ट्रॉली १९६२ नंतर

बर्मा शेलसाठी लिफ्टिंग टेबल १९६५

फिलिप्ससाठी हायड्रॉलिक स्टॅकर १९६६

Hydraulic Stacker
(Counter weight type)
Maximum stacking height - 3050 mm.
Capacity - 750 Kgs.at 600 mm. load center.

Hydraulic Stacker
(With Drum Handling Attachment.)
Maximum Lift - 3000 mm.
Capacity upto - 750 Kgs

Hydraulic Lift Table
Shut height - 150 mm
Lift - 762 mm.
Capacity - 1000 Kgs

Hydraulic Pallet Truck
Height adjustable within standard ranges
Capacities - 750 Kgs.
1000 Kg. & 2000 Kgs.

Mechanical Pallet Truck
Provided with Hydraulic Damper.
Capacity - 500 Kgs.
& 1000 Kgs.

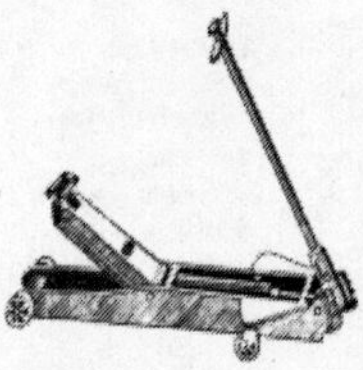

Hydraulic Trolley Jack
Mobile Jack,
useful for garages.
Shut Height - 130 mm.
Lift - 455 mm.
Capacity - 5 tons.

Single Ended Platform Trolley
With or without trays.
It is an aid in handling components, casting etc.
Useful almost every where.
Capacity up to 400 Kgs.

Double Ended Platform Trolley
Railing on both sides.
Capacity upto 500 Kgs.

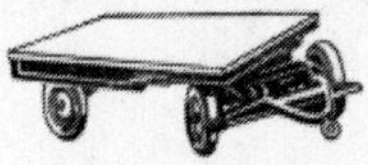

Platform Trolley
(Low Height)
Wooden platform,
Pneumatic wheels and leaf spring suspension
Capacity upto 3000 Kgs.

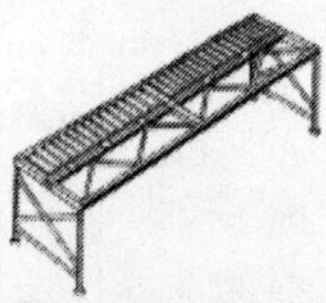

Roller Conveyor
Multiples of 2.5 meters lenght, Roller width 300 m.m.
Maximum load 100 Kgs./Roller.

Cage Trolley
A mobile pallet with light construction.
Capacity - upto 350 Kgs.

Tray Trolley
With fixed or remo vable trays.
Capacity - upto 300 Kgs.

मॅस्वीत बनणाऱ्या विविध ट्रॉलीज आणि
इतर उत्पादने १९६५ सचित्र सूची

Single Wheel Barrow
Light and tough,
useful for Gardeners,
Contractors, Foundries
and Municipalities.
Capacity - 0.063 cub. mtr.

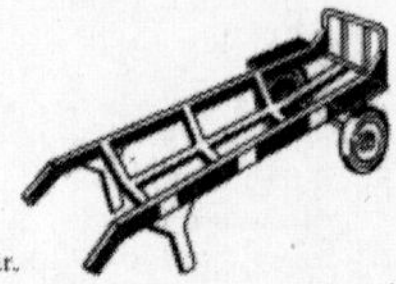

Sugar Bag Trolley
601-602-603
Feather weight sturdy
construction, narrow
at the nose
Capacities - 110 Kgs.
220 Kgs. & 300 Kgs.

Double Wheel Barrow
Light and sturdy
constuction, Designed
for longlasting use
Capacity 0.078 cub. mtr.

Sugar Bag Trolley 642
Light weight, sturdy
construction, wider
at the nose.
Capacity - 100 Kgs.

Tilting Box Trolley
Universal utility,
Efficient tipping of bulk.
Capacity -
225 Kgs. & 500 Kgs.

Hydraulic Hand Pmp NH1
Compact, high Presure,
double acting
reciprocating Pump.
Working Pressure up
to 140 Kgs. / sq. cm.
Displacement-
14 cc. / Double strock

Industrial Welding Trolley
For single and double
cylinders.
Useful in Factories

Hydraulic Hand Pump NH2
Heavy duty double
acting, specially designed
for larger displacement.
Working pressure
176 Kgs./ sq. cm.
Displacement-
28 cc. / Double strock

Canteen Trolley
Stainless steel urns
and Aluminium
Trays for Railways
Stations, Hospitals,
Factories, Canteens etc

Threaded gland type Hydraulic Cylinder
Available in wide range
Bore Size -
Working pressure
176 Kgs. / sq cm.

Drum Trolley
Transporting 200
liters barrel with ease
and speed, useful for
Oil Depots, Factories,
Cotton Mills, Chemical
Industries etc.

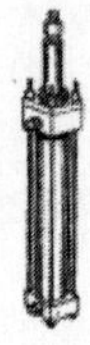

Tie Road type Hydraulic Cylinder
Available in wide range.
Bore size -
30 mm. to 100 mm.
Stroke up to 1000 mm.
Working pressure
176 Kgs. / sq cm.

मॅस्वीत बनणाऱ्या विविध ट्रॉलीज आणि
इतर उत्पादने १९६५ सचित्र सूची

'एस्सो'साठी लुब्रिकार १९६७

हायड्रॉलिक पॅलेट ट्रक १९६७

७
मॅस्वीची विमानतळ उत्पादनात मक्तेदारी

मागील प्रकरणात सांगितल्याप्रमाणे आपल्या नावाने वैशिष्ट्यपूर्ण उत्पादने बाजारात आणून एक स्वतंत्र उद्योजक म्हणून १९६० च्या दशकाच्या मध्यावर मॅस्वीची कारकीर्द चालू झाली. याचबरोबर एअर इंडियाच्या मागण्यांमुळे विमानतळ साहित्याच्या क्षेत्रातही मॅस्वी नवीनवी आव्हाने यशस्वीरीत्या स्वीकारतच होती. एव्हाना विमानतळावर लागणाऱ्या कोणत्याही प्रकारच्या साहित्यासाठी एअर इंडिया, इंडियन एअरलाइन्स आणि भारतीय विमानदल या सर्वांच्या डोळ्यांसमोर एक मॅस्वीचेच नाव येई. एक प्रकारे मॅस्वी कंपनीची या उत्पादनांमध्ये मक्तेदारी निर्माण होऊ लागली होती. आणखीही एक-दोघे उत्पादक होते, पण धंदा मुख्यत्वे मॅस्वीकडेच येत होता आणि त्याला कारण दादांची नवनवी उत्पादने यशस्वी करण्याची तांत्रिक क्षमता हेच होते.

शाहीसोपान

१९६२-६३ मध्ये प्रथम एअर इंडियाने व नंतर इंडियन एअरफोर्सने व्हि.आय.पी. (विशेष मान्यवर व्यक्तींसाठी) शिडीची गरज व्यक्त केली. राष्ट्रपती, उपराष्ट्रपती, पंतप्रधान व येणाऱ्या उच्चपदस्थ परकीय पाहुण्यांसाठी अशी विशेष शिडी असावी अशी संकल्पना होती. थोडक्यात, या शिडीला 'शाहीसोपान' म्हणणे सयुक्तिक होते. या शिडीमध्ये मध्ये प्लॅटफॉर्म व पायऱ्यांवर रेड कार्पेट बसवले. उंच्यापुऱ्या माणसाला त्रास होणार नाही इतक्या उंचीवर पायऱ्यांवर व प्लॅटफॉर्मवर छत आले. या छताच्या विमानाकडच्या बाजूला रबरी रोलर्स आले. छताला आतल्या बाजूने टपावर बॅटरीवर चालणारे दिवे आले. शिडीच्या दोन्ही मडगार्डांवर चारही बाजूंस प्रखर दिवे आले. त्यानंतर पायऱ्यांमधून आरपार दिसू नये म्हणून मागे उत्तम प्रकारे रंगवलेला पत्रा आला. शिडी हलू नये म्हणून चारही कोपऱ्यांत चार ठिय्ये आले. अशा रितीने रंगरंगोटी व सजावट करून उत्तम शिडी तयार झाली.

या शिड्यांचे व्हि.आय.पी. शिड्या असे नाव ठेवले गेले. अशा आम्ही वीस-एक शिड्या यंत्रशाळेत बनविल्या. भारतीय वायुदलानेही अशाच प्रकारे त्यांच्यासाठी त्यांच्या कल्पनेप्रमाणे शिड्या बनवून घेतल्या.

हिंदुस्थानातील सर्व आंतरराष्ट्रीय विमानतळांवर या शिड्या दिसू लागल्या. जगभरातील अनेक राष्ट्रपती, उपराष्ट्रपती, पंतप्रधान, विदेश मंत्री यांच्याकरिता १९६२ सालापासून अगदी ७७-७८ सालापर्यंत मॅस्वीच्या शिड्या वापरल्या गेल्या. काही आडबाजूच्या विमानतळावर या शिड्या अजूनही वापरल्या जातात.

सुमारे १९५३ साली मॅस्वीने एअर इंडियासाठी, कामगारांसाठी विमानाच्या दाराला लावता येईल अशी पहिली शिडी तयार केली. तेव्हापासून १९६२ पर्यंत एअर इंडिया, इंडियन एअरलाइन्स व भारतीय वायुदल या सर्वांसाठी मिळून विमानतळावर लागणाऱ्या विविध प्रकारच्या १०० शिड्या तयार केल्या गेल्या.

१९६२ साली यशवंतराव चव्हाण संरक्षणमंत्री असताना, त्यांच्या हस्ते यंत्रशाळेत झालेल्या एका हृद्य समारंभात १०१ वी शिडी रवाना झाली. ही शिडी भारतीय वायुदलासाठी होती.

१०१ वी शिडी स्वीकारताना तत्कालीन संरक्षणमंत्री यशवंतराव चव्हाण

मॅस्वी आणि आर. ॲन्ड डी. इंजिनिअर्स, पुणे

१९६२ च्या चिनी युद्धाच्या वेळी अमेरिकेने पाठवलेली शस्त्रास्त्रे व इतर सामग्री कलकत्ता येथील डमडम विमानतळावर जवानांनी घमेल्यात भरून उतरवली. याची छायाचित्रे प्रसिद्ध झाली. ही सामान उतरवण्याची व चढवण्याची अत्यंत वाईट अवस्था पाहून दादा फार व्यथित झाले आणि त्यांनी थेट पं. जवाहरलाल नेहरूंना याबद्दल एक पत्र लिहिले व त्यात आता तरी ही दुर्दशा दूर करा असे सुचविले.

पंतप्रधान कार्यालयाकडून हे पत्र सैन्यदल, नौदल व विमानदल या तिन्ही दलांच्या प्रमुखांकडे पाठवले गेले. विमानदल व सैन्यदल प्रमुखांचे दादांना उत्तर आले आणि या संदर्भात आर. अँड डी., दिघी तुमच्याशी संपर्क साधेल असे त्यांनी कळविले.

या पत्रानंतर सुमारे ३ महिन्यांनी तेव्हाचे आर. अँड डी.चे प्रमुख ब्रिगेडियर आगा व उपप्रमुख कर्नल कपूर यांचा मॅस्वीला फोन आला आणि त्यांनी भेटायला बोलावले. त्या भेटीत झालेल्या चर्चेतून विमानातून सामान चढवण्या-उतरवण्यासाठीच्या हायड्रॉलिक लोडरची संकल्पना उभी राहिली.

विमानातील सामान चढवण्याच्या अथवा उतरविण्याच्या दाराची जमिनीपासूनची उंची ७५ सेंटिमीटर पासून १५५ सेंटिमीटरपर्यंत असते व त्यामुळे जो लोडर तयार करावयाचा त्याच्या प्लॅटफॉर्मची जमिनीपासूनची उंची सुमारे ७५ सेंटिमीटर ते १५५ सेंटिमीटर असायला हवी. प्लॅटफॉर्म सर्वांत कमी ७५ सेंटिमीटर व जास्तीतजास्त १६० सेंटिमीटर उंचीवर पोहोचेल असा असावा असे चर्चेत ठरले.

हायड्रॉलिक लोडर १९६४-६५

नंतरच्या बैठकीत प्लॅटफॉर्मचा आकार १५०० x ३००० सेंटिमीटर (साधारण ५' x १०') असा असावा असे ठरले. प्लॅटफॉर्म लोखंडी चॅनेलचा करावयाचा. त्यावर दोन्ही रुंदीच्या बाजूंना ३५ सेंटिमीटर लांबीच्या लोखंडी पाइपात बॉल बेअरिंग्ज बसवलेल्या रोलर बेडचा पट्टा व मधल्या जागी चेकर्ड प्लेट लावायचे ठरले. रोलर बेडमध्ये साधारण दर १५ सेंटिमीटरवर ६.२ सेंटिमीटर व्यासाचा रोलर बसवायचा म्हणजे दोन रोलरमध्ये १३ मि.मीटरची फट राहावी. हे बेड साधारण ३ मीटर लांबीचे होते व प्रत्येक रोलरची लांबी ३५ सेंटिमीटर होती. विमानाला टेकणाऱ्या बाजूच्या विरुद्ध बाजूला १५०० सेंटिमीटरचा उतरता प्लॅटफॉर्म लावावा व प्लॅटफॉर्मवर माल टाकून वाहून न्यायच्या वेळी हा उतरता प्लॅटफॉर्म काटकोनात वर उचलून, लॉक करून प्लॅटफॉर्मवर ठेवावा. सर्व ट्रॉली आठ न्यूमॅटिक चाकांवर चढवायची, पुढचा ॲक्सल टोबार लावून ओढायचा; ६ टन वजन वाहून नेता येईल असे सर्व डिझाइन करावयाचे असे निश्चित केले. चाकांना कारच्या चाकांना असतात तसे ब्रेक्स् हवेत असे ठरवले. शिवाय ट्रॅक्टरने ही ट्रॉली विमानाकडे रिव्हर्स गिअरमधून ढकलली जाणार म्हणून टर्न टेबल लॉक करण्याची व्यवस्था करायची. याशिवाय ट्रॉली विमानाला धडकू नये म्हणून विमानापासून १५ सेंटिमीटरवर थांबवून मेकॅनिकल ॲडव्हान्टेज देऊन एक हॅन्डल गिअर ट्रेनच्या मोठ्या चाकाला लावून हॅन्डलच्या साहाय्याने संपूर्ण ट्रॉली १५ सेंटिमीटरपर्यंत पुढे जाईल अशी व्यवस्था करायची असे निश्चित झाले. हे सर्व ठरण्यासाठी २ महिने लागले.

याचे टेंडर निघाले. टेंडर भरणारी मॅस्वी एकच कंपनी होती. आम्ही ५००००रु.चे टेंडर भरले. हे टेंडर निघून शेवटी मॅस्वीला ऑर्डर मिळाली. १९६६ च्या अखेरीला मॅस्वीने हॅन्ड ऑपरेटेड हायड्रॉलिक्सवर याची ट्रायल यशस्वीरीत्या केली. तेव्हा आर.अँड डी.कडून देसिकाचारी आणि चंद्रशेखर श्रीनिवासन हे दोन इंजिनिअर्स आमच्याकडे सतत यायचे. ही ट्रायल झाली व आमचे सर्व पैसे देऊन आर. अँड डी. ने लोडर त्यांच्या ताब्यात घेतला. फील्ड ट्रायल्ससाठी लडाख-लेहपासून सर्वत्र जवळजवळ ५५०० कि.मी. हिंडवून आणला. फील्ड ट्रायल्स यशस्वी झाल्या, पण विमानदल अथवा सैन्यदल हा लोडर घेण्यास राजी झाले नाहीत. या विविध गुणसंपन्न ट्रेलरची कोणीच ऑर्डर देईना, कारण हा लोडर बोजड झाला होता, वापरायला अत्यंत क्लिष्ट होता म्हणून या ट्रेलरचे कायमचे वास्तव्य आर. अँड डी. येथे असलेल्या संरक्षण साहित्याच्या कायमस्वरूपी प्रदर्शनात झाले. पण या लोडरपासून स्फूर्ती घेऊन आर. अँड डी. इंजिनियर्सने जास्तीतजास्त १ टन वजन चढवतील अथवा उतरवतील अशा सहा ट्रॉलीज करून घेतल्या. या ट्रॉल्यांवर संपूर्ण लांबीच्या बाजूस ५०० मि.मी.वर १ असे रोलर बसविलेले होते. हे रोलर संपूर्ण रुंदी व्यापणारे होते. बेडची रचना कायम ठेवली होती. या ट्रॉलीजसाठी

आम्हाला प्रत्येक ट्रॉलीमागे २००० रु. आर अँड डी (रिसर्च आणि डेव्हलपमेंट एस्टॅब्लिशमेंट) ने किंमत वाढवून दिली. आमच्याकडे लोडरच्या ऑर्डर्स दिल्या नाहीत म्हणून पुढे त्यांनी आमच्याकडून आणखी वीस ट्रॉलीज करून घेतल्या व आम्हाला सगळे मिळून एका लोडरइतके जादा पैसे दिले. हे पैसे १० लोडरच्या मागणीतून मिळणाऱ्या नफ्याइतके होते. हे सर्व होईपर्यंत ७१-७२ साल उजाडले व आर्थिक अडचणीमुळे कंपनी आर.अँड डी.चे पुढचे काम करू शकली नाही.

आर. ॲन्ड डी.च्या बाबतीत मी खालील गोष्ट मुद्दाम नमूद करतो. आमचे युनिट तपासायला ब्रिगेडिअर आगा व कर्नल मलिक आले होते. कर्नल कपूरही सोबत होते. आम्ही त्यांना ऑफिसमध्ये वेफर्स, काजू व चहा दिला. ते म्हणाले, 'आज पहिली वेळ आहे म्हणून तुमचा अवमान न करता आम्ही हे घेतो, पण आता आमच्या वरचेवर भेटी होतील, तेव्हा कृपया फक्त चहा आणि चहाच!'

पुढे आर. ॲन्ड डी. इंजिनिअर्सकडून लोडरची ऑर्डर आल्यावर प्रथम कर्नल मलिक व नंतर कर्नल कपूर २-४ वेळा येऊन गेले. त्यानंतर हे काम बी. देसिकाचारी आणि चंद्रशेखर सुब्रह्मण्यम् पाहू लागले. ते आर.ॲन्ड डी.मधून सुटल्यावर अनेकदा कामाची प्रगती पाहायला येत. आठ-साडेआठपर्यंत थांबत, अनेकदा आमच्याबरोबर जवळच्या हॉटेलमध्ये चहा व नाश्ता करायला येत. बिल आळीपाळीने सर्वच देत. लोडरची लोड टेस्ट यशस्वी झाली. तेव्हा सुब्बुने मला मिठी मारली व रडू लागला. ते आनंदाश्रू होते. मी त्याला इतके काय झाले म्हणून विचारल्यावर तो म्हणाला 'बॉर्डरवर सामान नाही, दारूगोळा नाही; रसद नाही म्हणून मृत्युमुखी पडलेले अनेक शहीद जवान पाहिलेत. आता तसे होणार नाही, त्यांना लढायला दारूगोळा व राहायला साधनसामग्री मिळेल'. शस्त्रास्त्रे व इतर सामग्री सैनिकांना पोहोचवण्यासाठीच्या साधन निर्मितीबाबत मॅस्वीने आपणहून दाखविलेली आत्मीयता आणि केलेली धडपड याने 'सुब्बु' इतका भारावून गेला होता की, त्याला जेव्हा कळले की माझे लवकरच लग्न होणार आहे आणि मी पत्नीसह बंगलोरला थांबून उटीला जाणार आहे, तेव्हा त्याने आग्रहाने आम्हाला एक दिवस त्याच्या घरचा पाहुणचार घ्यायला लावला.

दादांचा जीवघेणा आजार

लोडरची निर्मिती साकारत असतानाच, १९६४ साली दादांना दम्याचा (इयुस्नोफिलीयाचा) खूपच त्रास झाला. ते आडवे झोपले की, त्यांना खोकला यायचा. उशाला दोन तक्के घेऊन ते झोपायचा प्रयत्न करत. मॅस्वीचा कारखाना - यंत्रशाळा सुरू होऊन दोन-चार वर्षेच झाली होती. त्याच वेळी त्यांना हा त्रास सुरू झाला. हा त्रास महाभयंकर होता. सतत तीन महिने हा त्रास होता. झोप नाही,

विश्रांती नाही; ते रोज खंगत चालले होते. ॲलोपथी, स्वत:ची होमिओपथी, काही आयुर्वेद तज्ज्ञांची औषधे, कशाचाही उपयोग झाला नाही.

दोन-अडीच महिने ते घराबाहेर पडले नव्हते. बहुधा हे त्यांचे शेवटचेच दुखणे आहे असे सर्वांनाच वाटू लागले होते. आमचे नेहमीचे होमिओपाथ डॉ. बोस यांच्याकडे आम्ही खूप चकरा मारल्या पण ते गावी गेले होते. डॉ. बोस हे कलकत्त्याहून पुण्यात स्थायिक झाले होते. त्यांचा व दादांचा फार घनिष्ठ संबंध होता. दोघांची आठवड्यातून एकदा तरी भेट होई. दादा डॉ. बोस यांच्या सल्ल्याने आमच्या घरच्यांना होमिओपॅथीची औषधे देत.

एक दिवस डॉ. बोस पुण्यात आल्याचे कळले. आम्ही बोसना भेटलो. ते म्हणाले, 'दादांना माझ्या येथे घेऊन या.' मी त्यांना दादा येण्याच्या स्थितीत नाहीत असे सांगितले. पण ते म्हणाले, 'तुम्ही घेऊन याच.' शेवटी संध्याकाळी त्यांना बोस यांच्या दवाखान्यात घेऊन गेलो.

बोस यांनी दादांना अर्धा तास तपासले, अनेक प्रश्न विचारले व नंतर त्यांनी दादांना एक डोस दिला. डोस दिल्यावर अर्धा तास त्यांनी दादांना तिथेच बसवले व नंतर मला म्हणाले, 'डोस खूप मोठ्या पोटन्सीचा आहे. कदाचित रिॲक्शन येईल म्हणून येथे यायला लावले. आता औषध दिल्याला अर्धा तास झाला आहे, आता घरी घेऊन जा आणि उद्या काय बदल होतो ते सांगा म्हणजे पुढचे औषध देईन.'

दादा दवाखान्यातच खूप पेंगुळले होते. घरी आल्यानंतर त्यांना धरून खोलीत नेले. त्यांनी पाणी मागितले, त्यांना गादीवर पडावेसे वाटले. तक्के न लावता ते पडले आणि त्यांना दोन मिनिटांत गाढ झोप लागली. त्यांना जेवावयास उठवण्याचा प्रयत्न केला पण ते उठले नाहीत. सकाळी ९ वाजता ते जागे झाले. एव्हाना ते बरे व्हायला लागलेत हे सर्वांनाच जाणवले. आठ दिवसांत ते डॉ. बोस यांच्या औषधाने खणखणीत बरे झाले. या काळात मीही प्रथम कॉलेजची नोकरी सांभाळून व नंतर नोकरी सोडून यंत्रशाळा पाहू लागलो होतो. या आजारपणामुळे माझा मॅस्वीत पूर्ण वेळ गुंतण्याचा निर्णय निश्चित झाला.

एका बाजूला हे आजारपण, दुसऱ्या बाजूला यंत्रशाळेतील कामात वाढ, तिसऱ्या बाजूला एकूण धंद्याच्या वाढीसाठी त्यांची गरज, या सर्व गोष्टी दादांची परीक्षाच घेत होत्या जणू!

एअर इंडियासाठी नावीन्यपूर्ण वस्तुनिर्मिती

१ टायर ट्रान्सपोर्ट डॉली (१९६४-६५)

शिड्यांशिवाय एअर इंडियासाठी १९६४ ते १९६६ या दोन-तीन वर्षांच्या काळात आणखी चार विशेष उत्पादने आम्ही निर्माण केली. पण त्यांपैकी एक अतिशय खास व त्या काळातील हिंदुस्थानातील तंत्रज्ञानाच्या संदर्भात तंत्रज्ञानाचा कस लागेल असे एक उत्पादन मॅस्वीच नक्की बनवेल म्हणून एअर इंडियातील इंजिनिअर्सनी हेरून ठेवले होते. हे उत्पादन म्हणजे विमानाच्या चाकावर टायर जोडण्यासाठी व नंतर चाक विमानाला जोडण्यासाठी आणि विमानावरून काढून हँगरमध्ये आणण्यासाठीच्या ट्रॉलीचे उत्पादन. हे मॅस्वीने करावे असे एअर इंडियाला वाटत होते. ही ट्रॉली बनविताना आमचा खरा कस लागला. तिला एअर इंडियात आणि सर्वच विमानतळांवर 'टायर ट्रान्सपोर्ट डॉली' टायर वाहण्याची ट्रॉली, असे म्हणत.

ही डॉली म्हणजे एक इंग्रजी 'सी'च्या आकाराची ट्रॉली होती. ती तीन चाकांवर होती. सीच्या दोन्ही हातांच्या टोकाला फिक्स्ड कॅस्टरमध्ये चाके बसवलेली होती व सीच्या मागच्या पाइपाच्या मध्यावर तिसरे चाक स्विव्हल (३६० अंशांत कसेही फिरू शकेल असे) कॅस्टरवर लावलेले असे. थोडक्यात, एक 'सी' फ्रेम ट्रॉलीवर चढवली होती. त्यातील 'सी'च्या पाठीच्या बाजूच्या पाइपावर एकाच मापाचे दोन पाइप उभे वेल्ड केले होते. या पाइपांवर वर खाली हलू शकेल अशी पाइपाची दुसरी फ्रेम करून ती या पाइपात सोडलेली होती. खालच्या पाइपच्या फ्रेमच्या मध्यभागी

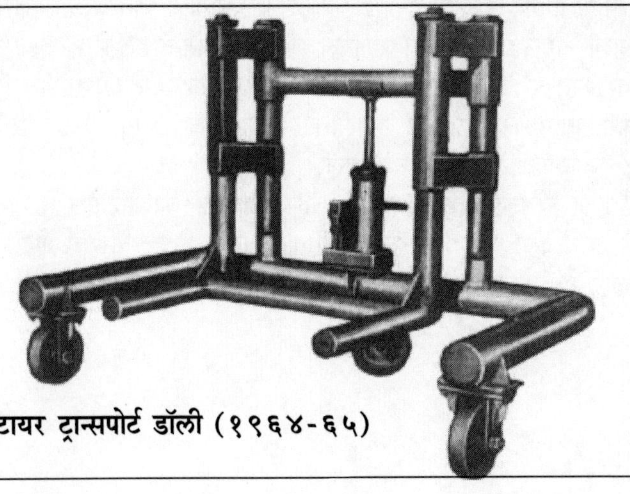

टायर ट्रान्सपोर्ट डॉली (१९६४-६५)

एक छोटा हायड्रॉलिक सिलिंडर, पंप रिझव्हॉयर आणि व्हॉल्व्ह एकत्रित असलेले एक संयंत्र बसवायचे होते. त्याने पाइपाची फ्रेम साधारण जमिनीपासून १५ ते १८ सेंटिमीटरपासून ३० सेंटिमीटरपर्यंत उचलली जात होती. या फ्रेममध्ये अशी रचना होती की, उभ्या पाइपाभोवती ही फ्रेम ३० अंशांमध्ये फिरू शकत होती. या फ्रेमवर खालच्या पातळीवर हातांसारखे दोन पाइप्स वेल्ड करून बसवले होते. या पाइपाची मापेही अतिशय काळजीपूर्वक तासून घेऊन साध्य केलेली होती आणि या पाइपांवर संपूर्ण लांबीभर गोल फिरू शकतील असे पाइप्स बसवलेले होते. थोडक्यात, हे पाइपवाले हात टायरच्या खाली जात. मग गाडीचे चाक जॅक लावून काढतात तसे विमानाचे चाक काढत. हे काढताना टायर फिरवायला अडचण येऊ नये म्हणून ही पाइपावर पाइप अशी योजना होती. उभ्या पाइपांच्या टोकावर सरकणारे पाइप बाहेर येऊ नयेत म्हणून पाइपांच्या चकत्या स्क्रूने बसवलेल्या होत्या.

आकाराने छोटी असलेली ही डॉली पिवळ्या धमक रंगात असे. अशी ही डॉली विमानतळावर उठून दिसत असे.

या डॉलीची किंमत मॅस्वीने १५००० रुपये मागितली होती. एअर इंडियाने फारशी घासाघीस न करता १४५०० रुपयांप्रमाणे ६ डॉलीजची ऑर्डर दिली. ही डॉली पूर्ण विकसित करायला एक वर्ष लागले; पण यामुळे मॅस्वीच्या हायड्रॉलिक्सच्या तंत्रज्ञानात खूपच भर पडली. या डॉलीनेही पुन्हा देशाची तांत्रिक आत्मनिर्भरता वाढली, परकीय चलन वाचले. एअर इंडियाच्या मुख्य ५ विमानतळांवर प्रत्येकी ८ ते १० डॉलीज आम्ही दिल्या. १९६४ सालापासून याच्या मागण्या येत राहिल्या.

२ पॅरॅफिन एअरक्लिनिंग इक्विपमेंट (१९६४-६५)

विमानतळावर करावयाच्या कामात विमानातील अनेक उपकरणे, साधने, छोटी छोटी यंत्रे आणि वस्तू अशी अनेक प्रकारची सामग्री दुरुस्तीसाठी संपूर्ण किंवा काही प्रमाणात सुटी करून परत जोडायला लागत असे. असे सुटे केलेले भाग (इलेक्ट्रिकल सामग्रीशिवाय) हे अनेकदा धूळ बसून मळलेले असत. त्यावर वंगणाचे ओघळ आलेले असत. हवेवर चालणाऱ्या व तेलावर चालणाऱ्या यंत्रांच्या भागांवर एक प्रकारचा चिकटा बसत असे. हे सर्व छोटे भाग स्वच्छ धुऊन कोरडे करून मगच परत जोडावयास घेत असत. यासाठी तयार केलेले हे एक प्रकारचे धुलाई यंत्र होते. साधारण ७० सेंटिमीटर उंचीवर एक १०० सेंटिमीटर लांब व ६० सेंटिमीटर रुंद आणि साधारण २५ सेंटिमीटर खोल असे स्टेनलेस स्टीलचे बेसिन बनवले होते. त्यावर चारही बाजूने 'परप्लेक्स' नावाच्या प्लॅस्टिकचे ६० सेंटिमीटर उंचीचे घट्ट बसणारे झाकण होते. हे झाकण तिन्ही बाजूंनी बंद होते. या बंद झाकणामध्ये एक भोक होते त्यातून प्लॅस्टिकचा होज

पाइप आत सोडलेला होता, त्याच्या टोकाला फवारा मारता येईल असा भाग घट्ट पक्का बसवलेला होता. बेसिनच्या तळाला असेच १५ सेंटिमीटर व्यासाचे भोक होते व त्यावर साधारण २० मेशची स्टीलची जाळी बसवलेली होती. या पद्धतीने तयार केलेली ही-बेसिन व झाकणांसह तयार झालेली बॉक्स अजिबात न गळणारी केलेली होती. बेसिनच्या खालच्या रिकाम्या जागेत एक टाकी होती. त्या टाकीत द्रवरूप पॅराफिन भरलेले असे. त्या टाकीच्या झाकणावर इलेक्ट्रिक मोटारने चालणारा पंप असे. या पंपाने प्लॅस्टिकच्या होज पाइपातून द्रवरूप पॅराफिन त्या बॉक्समध्ये फवारले जाई. वस्तू आत ठेवण्यासाठी दार होते. या दाराला दोन हात आत जातील अशी भोके होती. यामधून हातावर मोजे घालून कामगार हात आत घालून वस्तू फिरवू शके व स्वच्छ करू शके. हे संयंत्र विमानापासून खूप लांबवर वापरले जात असल्याने ते विजेवर चालवता येत असे.

मॅस्वीने अशी संयंत्रे करून एअर इंडियाला १९६५ सालापासून सतत दिली. परत एकदा एअर इंडियातील तरुण इंजिनिअरांना दादांबद्दल वाटणारा विश्वास फलद्रूप झाला.

याच सुमारास एअर इंडिया सरकारने ताब्यात घेतली. पण इंजिनिअर तेच,

कोल्ड रिफ्यूज ट्रॉली (१९६४-६५)

यंत्रणाही तीच व मॅस्वीही तीच; त्यामुळे आत्मनिर्भरतेच्या प्रयोगांची शृंखला अखंड चालू राहिली व परकीय चलनाची बचत होतच राहिली.

यानंतर विमानतळावर विमानाच्या सफाईसाठी लागणाऱ्या एका छोट्या पण उपयुक्त ट्रॉलीची निर्मिती यंत्रशाळेत झाली.

विमानाचे उड्डाण ज्या विमानतळावरून सुरू होते तेथून विमान पुढच्या टप्प्यावर उतरेपर्यंत विमानाचा आतील भाग व स्वच्छतागृहे प्रवासी वापरतात. त्यांची सफाई करणे आवश्यक असते. ही सफाई व्हॅक्युम पाइपने सर्व कचरा व घाण ओढून घेऊन केली जाते. व्हॅक्युम पाइपने काढलेली घाण पिंपात गोळा करून आणण्यासाठी घनकचरा गाडी (कोल्ड रिफ्यूज ट्रॉली) वापरली जाते. या साध्या ट्रॉलीजसुद्धा परदेशातून येत! १९६४-६५ साली एअर इंडियाने या ट्रॉलीज भारतातच बनवून घ्यायचे ठरविले. त्यांनी अर्थातच मॅस्वीकडे मागणी केली.

आतापर्यंत मॅस्वीने केलेल्या उत्पादनातील हे सर्वांत सोपे व तांत्रिकदृष्ट्या अगदी साधे उत्पादन होते. याचे सर्वसाधारण स्वरूप खालीलप्रमाणे होते.

स्कूटर्सच्या चार चाकांवर, दोन २०५ लिटरची रिकामी पिंपे उभी राहतील एवढा एक पत्र्याचा चौथरा केला. पिंपांना बाहेरून हलवता येणे सोपे जावे म्हणून प्रत्येक पिंपाला बाहेरून दोन ठिकाणी संपूर्ण व्यासाच्या लोखंडी सळ्यांची कडी लावली. शिडीच्या वर्णनात असलेले टर्न टेबल, त्याला जोडलेला टोबार हे सर्व या चौथऱ्याखाली बसवले. चौथऱ्यावर पिंपाच्या उंचीपेक्षा एक फूट उंच चौकोटीवर दोन बाजूने बसणारे दरवाजे ठेवले. दरवाजांसह तयार झालेल्या त्या ट्रॉलीला पांढरा रंग दिला आणि त्यावर लाल रंगात एअर इंडिया ही इंग्रजी अक्षरे आणि एअर इंडियाचा मोनोग्रॅम रंगवला. ही ट्रॉली विमानाजवळ नेतात, विमानात सिटजवळ व स्वच्छतागृहामध्ये साचलेला कचरा व्हॅक्युम पाइपमधून ओढून त्या पिंपात भरतात. दोन्ही पिंपे भरली म्हणजे या ट्रॉलीची दारे लावून ही ट्रॉली हँगरमधील कचरापेटीजवळ नेतात. या कचरापेटीत कचरा काढून टाकतात, ड्रम्स् स्वच्छ धुऊन घेतात व परत ट्रॉलीवर ठेवतात. एका विमानासाठी साधारण ४ ट्रॉलीज लागत. अशा सुमारे ४० ट्रॉलीज मॅस्वीने १९६५ नंतर पुरवल्या.

४ चौदा मीटर उंचीवर काम करण्यासाठी शिडी (१९६५-६६)

विमानाच्या शेपटीच्या भागात काही विशिष्ट उपकरणे असतात. त्यांच्या दुरुस्तीसाठी व देखभालीसाठी तेथपर्यंत पोहोचणे मोठे मुश्कील असते. त्या काळातील विमानांचे हे शेपटीचे टोक जमिनीपासून अंदाजे १४ मीटर उंचीवर असे. म्हणजे तेथपर्यंत पोहोचणारा कामाचा चौथरा साधारण १३.३ मीटर इतक्या उंचीपर्यंत नेता यायला हवा अशा शिडीची गरज एअर इंडिया व भारतीय विमानदल

यांना होती, यासाठी तीन मजली शिडीची निर्मिती झाली.

साधारण ४ मीटर उंचीचा पहिला मजला व त्यावर जोडलेला ४ मीटर उंचीचा दुसरा मजला वेल्डिंग करून तयार केलेले होते. सर्व दोन मजली उभारणी चार चाकाच्या खालच्या चौकटीवर वेल्ड केलेली होती. पहिल्या मजल्यावर जायची शिडी चौकटीवर वेल्ड करून पहिल्या मजल्यावरच्या प्लॅटफॉर्मपर्यंत जात होती. मग घरातील जिन्याप्रमाणे थोडे वळून दुसऱ्या मजल्यावर चढण्याची वेल्ड केलेली शिडी वापरावी लागे. यानंतर काटकोनात वळून तिसऱ्या मजल्यावर जायची शिडी सुरू व्हायची. दुसऱ्या मजल्यावर चौथरा चांगला मोठा होता. त्या चौथऱ्यावर अगदी पहिल्याने तयार केलेली कामगारांची बदलत्या उंचीची शिडी पक्की बसवली होती. प्रत्येक मजला करणे, त्यावर लांबरुंद चौथरा आणखी त्या चौथऱ्यावर दुसरा मजला हे सारे करणे अत्यंत जोखमीचे काम होते. हे चौथरे विमानांजवळ जाताना विमानाला कोठेही धक्का बसणार नाही याची खबरदारी घेणं अत्यंत गरजेचं होते. तिसऱ्या मजल्यावर शिडी वर खाली जाताना गुरुत्वमध्य बदलून संपूर्ण तिन्ही मजल्यांची शिडी उलटी होणार नाही याची खात्री आराखडा करताना केलेली होती. चौथऱ्यांच्या फ्रेमवर रबरी रोलर्स होते. ही सर्व तीन मजली उभारणी खाली चाकांवर उभी केलेली होती.

वरच्या चौथऱ्यावर शेवटची शिडी वर खाली करताना डगमगणार नाही, कलंडणार नाही व एका बाजूला सगळं वजन जाऊन एखाद्या सीसॉप्रमाणे पुढची शिडी खाली व चाके वर होणार नाहीत हे डिझाइनमध्ये पाहिलेलं होतं. या सर्व गोष्टी कठीण होत्या, अत्यंत कुशलतेने साधावयाच्या होत्या.

तीन-साडेतीन महिन्यांनी आमच्या अथक प्रयत्नांना यश आले आणि आम्ही ही शिडी - 'जिराफ लॅडर' केली. पुढे संरक्षण खात्यानेही अशा शिड्या घेतल्या. त्यांनी त्यातली एक शिडी नागपूर विमानतळावर ठेवली होती. ही शिडी म्हणजे मॅस्वीच्या तंत्रज्ञान प्रगतीत मानाचा तुरा होता असे मी मानतो.

या लॅडरच्या निर्मितीच्या थोडे आधी मॅस्वीत विमान ओढण्यासाठी टोबार बनला. तीस फूट लांबीचा हा टोबार विमानावरील विशिष्ट जागी असलेल्या हूकमध्ये जोडता येईल अशी योजना होती. दुसऱ्या टोकाला ट्रॅक्टरला हा टोबार जोडता येत असे. या टोबारला दोन चाके लावलेली असत. त्यामानाने सोपे असलेले हे उत्पादनही मॅस्वीतर्फे एअर इंडियात जाऊ लागले.

एव्हाना कंपनीमध्ये इंडियन एअरलाइन्स व विमानदलाच्या मागण्या मिळवून त्यांनाही पुरवठा चालू केला होता. इंडियन एअरलाइन्सही शिड्यांची ग्राहक झाली होती. याशिवाय विमानतळावर लागणाऱ्या अनेक छोट्या मोठ्या गोष्टींची निर्मिती यंत्रशाळेत झाली.

विमानांसाठी टो-बार १९६६

५ बॅगेज ट्रॉली

एअर इंडियाने बोईंग ७०७ ही विमाने घेतली. साधारण १९६१-६२ च्या सुमारास ही विमाने एअर इंडियाकडे येणार होती; ती थोडी उशिरा १९६४ मध्ये आली. या विमानात दोनशेपेक्षा जास्त प्रवासी बसू लागले. प्रत्येक प्रवाशाच्या दोन बॅगा म्हणजे साधारण ४०० ते ५०० बॅगा विमानाजवळ नेऊन विमानात चढवणे आणि विमानातील बॅगा उतरवून त्या विमानतळावर देणे हे आवश्यक होते. यासाठी एअर इंडियाला बॅगेज ट्रॉलीज हव्या होत्या. बॅगेज ट्रॉलीच्या संकल्पनेची एअर इंडिया १९६१-६२ पासून चर्चा करत होती.

लष्कराच्या आर. ॲन्ड डी.साठीचा लोडर पुरा होत असतानाच एअर इंडिया बॅगेज् ट्रॉलीचा पाठपुरावा करू लागली. अशा ट्रॉलीज एकमेकांना जोडून आठ-दहा ट्रॉलीज एका ट्रॅक्टरने ओढता येतील अशी व्यवस्था हवी होती. या ट्रॉलीसाठी मोटर गाडीला बसवतात तशी बॉलबेअरिंग्ज बसवलेली, शक्यतो हवा भरता येणारी चार चाके आवश्यक होती. त्या काळी लँब्रेटा स्कूटरचे चाक या ट्रॉलीसाठी योग्य होते. पण त्या हवा भरता येणाऱ्या चाकाची क्षमता ३०० किलो वजन नेण्याची होती. ती बॅगेज् ट्रॉलीसाठी पुरेशी नव्हती. योग्य चाक न मिळाल्याने आम्ही तेव्हा नुकतेच डेव्हलप केलेले ४० सेंटिमीटर व्यासाचे आणि १० सेंटिमीटर जाडीचे सॉलिड रबर रिप्लेसेबल बॉन्डेड टायर्ड व्हील चाक निवडले. हे चाक १२५० किलोपर्यंत वजन घेऊ शकत होते. चाके व त्यांची

बेअरिंग्ज ॲक्सलवर मोटरकारप्रमाणे बसवायची असे ठरले व शिडीला देतो तसे टर्नटेबल, त्याखाली ॲक्सल व त्याला जोडलेला टोबार अशा व्यवस्थेची गरज होती. मागची चाके ॲक्सलवर एका जागी फक्त गोल फिरतील अशी बसवायची ठरले. सामान्यत: बॉल बेअरिंग बसवताना ॲक्सलवरच्या स्टेप्सवर बेअरिंग बसते, त्या जागेचे मशिनिंग अत्यंत काटेकोरपणे करावे लागते. योग्य रितीने बसवलेल्या बॉल बेअरिंग्जचा घर्षणांक (कोइफिशन्ट ऑफ फ्रिक्शन) हा ०.०००१ इतका येतो. वस्तू ओढताना वस्तूच्या वजनाच्या काही प्रमाणात जोर द्यावा लागतो, हा जोर वस्तू घासत ओढल्यास ०.१ इतका द्यावा लागतो त्याला बुचे असलेली चाके टाकून ओढल्यास हा ०.०१ इतका लागतो आणि बॉलबेअरिंग

बॅगेज ट्रॉली १९६६ नंतर

बसविलेली चाके वापरल्यास हा ०.०००१ इतकाच लागतो. यामुळे ३ टन वजनासह ट्रॉली ओढायला, ३ टन म्हणजे ३००० कि.ग्रॅ. x ०.०००१; ३ कि.ग्रॅ. इतका जोर पुरतो. या शिवाय ट्रॉलीचे वजन ५०० किलो असल्याने त्यासाठी ५००x ०.०००१ ०.५ किलोग्रॅम असा एकूण साडेतीन किलो जोर पुरतो.

एअर इंडियाकडून या ट्रॉलीचा नमुना तपासायला श्री. रवि हुदलीकर, एअर इंडियामधील विमानतळावरील कामामधील तज्ज्ञ इंजिनिअर, त्यांच्या ७-८ वर्षांच्या मुलाला, आशिषला घेऊन आले होते. ट्रॉलीवर ३ टन पत्रा टाकल्यावर त्यांनी आशिषला ट्रॉली ओढायला सांगितली. त्याला शक्य झाले नाही. चाकांतील बॉल बेअरिंग्जचे फिटिंग चुकले होते; त्यामुळे १० माणसांनी जोर लावल्यावर ट्रॉली हलली.

त्यानंतर श्री. हुदलीकर यांनी आम्हा तरुण इंजिनिअर्सचा बेअरिंग कशी बसवतात याबद्दल वर्ग घेतला. आम्हाला काय चुकले व कसे सुधारायचे हे समजावून सांगितले व पंधरा दिवसांनी आशिषला घेऊन परत येईन तेव्हा त्याच्या हातून ट्रॉली ओढून घेण्यास यशस्वी होऊच असे सांगून ते परत गेले. त्यानंतर माझ्यासह आम्ही सर्व इंजिनिअर्स अतिशय वेगाने कामाला लागलो. त्या दिवसापासून आम्ही त्यांना आदराने रविकाका - 'द बॉस' म्हणू लागलो.

पंधराव्या दिवशी आशिषने क्षणार्धात ३ टन पत्रे असलेली ट्रॉली ओढली आणि सुरू झाला मॅस्वीत बॅगेज ट्रॉली निर्मितीचा व त्यांच्या मागण्यांचा ओघ. परत एकदा

झाली मोठ्या प्रमाणावर परकीय चलनाची बचत व परत एकदा आणखी एका प्रॉडक्टमध्ये देश झाला स्वावलंबी! भरपूर यश दिलेले हे काम म्हणजे मॅस्वीच्या दृष्टीने एक गरुडझेपच होती.

अशा रितीने दादांच्या मनातील विमानतळ सामग्री बनवण्याचे स्वप्न आता यंत्रशाळेमध्ये साकार होऊ लागले होते.

मॅस्वी आणि इंडियन एअरलाइन्स

एअर इंडियाप्रमाणेच आमचा धंदा इंडियन एअर लाइन्सबरोबर सुरूच होता. त्यांना आम्ही त्यांच्या गरजेप्रमाणे शिड्या बनवून देत होतो. त्यांच्या बरोबर मॅस्वीचा व्यवहार १९५६-५७ पासून चालूच होता. १९६९ साली आम्ही त्यांच्यासाठी गोल पाइपाऐवजी चौकोनी पाइपातून शिड्या बनविल्या व त्या त्यांचे चीफ इंजिनिअर श्री. मेथा यांना खूप पसंत पडल्या.

एअर इंडियासाठी साधारण १९५५-५६ पासून मॅस्वीने जोरदार डेव्हलपमेंट केली, त्यापाठोपाठ इंडियन एअरलाइन्सबरोबरही मॅस्वीचे बऱ्यापैकी सूर जुळले. त्यांच्यासाठीही पॅसेंजर 'स्टेप लॅडर' खूप बनविल्या. विमानांची उंची वेगळी असल्याने त्यांचे डिझाइन वेगळे होते आणि रंगसंगतीही वेगळी होती पण बाकी इतर शिड्या तशाच होत्या.

याशिवाय दिल्लीहून बेंजामिन म्हणून एका सिनिअर तंत्रज्ञाने आमच्याकडून त्यांच्या इंजिन्ससाठी एक वेगळाच स्टॅन्ड करून घेतला. या स्टॅन्डमधील पंपाने इंजिनला सर्वत्र लुब ऑईल व्यवस्थित मिळतंय याची चाचणी व्हायची.

या स्टॅन्डवर एका मोठ्या फेस प्लेटवर इंजिन चढविले जाई व ते एका बाजूने घट्ट पकडलेले राहून दुसऱ्या बाजूने ६० ते ७० अंशांपर्यंत कलते फिरवले जाई. हे स्टॅन्ड करायला मॅस्वीला फक्त दोन महिन्याची मुदत मिळाली होती. हे काम व टायर ट्रान्सपोर्ट डॉलीसारखे एक आणखी संयंत्र त्यांना करून दिले.

या दोन्ही गोष्टींसाठी इंडियन एअरलाइन्सने ॲडव्हान्स दिला आणि सर्व कामांची ऑर्डर फक्त आमच्या दिलेल्या कोटेशनबरहुकूम, टेंडर वगैरे न काढता दिली. अर्थातच मॅस्वीनेही ते सर्व काम वेळेत दिले व उत्तम दर्जाचे दिले. हे काम १९७१ साली पुरे केले.

मॅस्वी आणि 'नभः स्पृश्यम् दीप्तम्'

मॅस्वीने एअर इंडियाच्या खालोखाल वेगवेगळ्या शिड्या, पॅसेंजर स्टेप लॅडर, वर्कमन्स् लॅडर, स्कॅफोल्डिंग, सिंगल प्लॅटफॉर्म ट्रॉली व डबल प्लॅटफॉर्म ट्रॉली भारतीय वायुदलाला दिल्या. व्हीआयपी शिड्याही भारतीय वायुदलाला दिल्या.

त्यांच्या स्टेप लॅडरच्या दोन्ही पॅनेल्सवर त्यांचे बोधचिन्ह रंगवावे लागे. हे बोधचिन्ह म्हणजे तीन सिंहांच्या खाली एका विशिष्ट डिझाइनमध्ये कमानीसारखा पट्टा होता. या पट्ट्यावर 'नभः स्पृश्यम् दीप्तम्' अशी अक्षरे होती. स्पृश्यम्च्यावर गरुडाच्या मानेचे चित्र होते. गरुडाचा एक डोळा आकाशात लक्ष वेधतो आहे व गरुडाच्या चोचीत पकडलेला साप लोंबकळत असलेला दाखवायचा होता. संपूर्ण बोधचिन्ह ६०० x ७५० मि.मी. मध्ये बसवलेले होते.

या चिन्हामध्ये एकूण एकवीस वेगवेगळ्या रंगाच्या छटा वापरलेल्या होत्या. हे बोधचिन्ह स्क्रीन प्रिंटिंगच्या तंत्राने रंगवले जात असे. त्यासाठी तलम कापडामधून केलेले एकवीस स्क्रीन होते. हे स्क्रीन अतिशय सांभाळून ठेवावे लागत आणि ते वापरताना त्यांच्या क्रमवारीत थोडीही चूक होऊन चालत नसे. मॅस्वीमध्ये यासाठी जोशी नावाचे पेंटर कामावर होते. हे एकवीस स्क्रीन वापरून तयार केलेले बोधचिन्ह प्रत्येक तपासणीच्या वेळी आम्हाला 'अतिशय उत्कृष्ट' असा शेरा देऊन जायचे.

पुण्यात ९ बीआरडी म्हणून डेपो आहे. तेथे विंग कमांडर व्यंकटेश व ग्रुप कॅप्टन वडगांवकर होते. ते कान्हेरे कुटुंबीयांचे नंतर चांगले मित्र झाले. हे मुद्दाम यंत्रशाळेत आले व आमच्याकडून त्यांनी हँगरमध्ये वापरण्याच्या अनेक गोष्टी घेतल्या. मुख्य म्हणजे १४ मीटर उंचीवरील विमानाच्या शेपटीवर असलेल्या अँटेनाच्या देखभालीसाठी एक, ८ मीटरवर काम करण्यासाठी व नेहमीच्या ५ मीटरवर काम करण्यासाठी अशा तीन शिड्या घेतल्या. काही ट्रॉलीज घेतल्या आणि त्यासाठी लागणारी चाकेही घेतली. नागपूर, आग्रा व पंजाबमधील दोन विमानतळ आणि बेगम पेठ विमानतळासाठीही खूप सामान एअरफोर्सने घेतले. सर्व खरेदी त्या त्या विमानतळावरील बी.आर.डी. (बेस रिपेअर डेपो) तर्फे व्हायची. पॅसेंजर स्टेप लॅडर व व्हीआयपी लॅडर मात्र टेंडर काढून डी.जी.एस.अ‍ॅन्ड डी. (डायरेक्टर जनरल ऑफ सप्लाईज अ‍ॅन्ड डिस्पोजल्स्) मार्फत होत असे. यासाठी प्रत्येक वेळी फक्त आम्हीच टेंडर भरणारे असायचो; त्यामुळे नियमानुसार ३ वेळा परत परत टेंडर निघे व मग आमच्याकडे मागणी येई.

मॅस्वीच्या दृष्टीने हे विमानतळ साहित्य निर्मितीतील यश 'नभः स्पृश्यम् दीप्तम्' आकाशाला स्पर्श करून चमकणारे असेच होते.

वर उल्लेख केलेल्या सर्व वस्तू निर्मितींमुळे दादांच्या मनातील विमानतळ सामग्री बनविण्याचा प्रमुख उत्पादक होण्याचे स्वप्न साकार झाले. किमान डझनभर वस्तूंची उत्पादने हिंदुस्थानात बनू लागली व देशाचे अक्षरशः लक्षावधी डॉलरचे परकीय चलन या काळात कंपनीने वाचवले.

परदेशस्थ उत्पादकांवर अवलंबून असलेली तिन्ही विमान आस्थापनांची अगतिकता मॅस्वीने संपविली. या सर्वांमुळेच मी हे यश हे 'नभः स्पृश्यम् दीप्तम्' असे म्हणतो.

एकंदरीत १९६९ सालापर्यंत कंपनीची यंत्रशाळा जोरात चालू होती व योग्य मार्गाने वाढ होत होती. फायदाही मिळू लागला होता.

एअर इंडिया मॅस्वीला किती महत्त्व देत होती हे एअर इंडियाने मॅस्वीला विविध निर्मितीसाठी आवश्यक ते परकीय चलन मिळावे म्हणून दिलेल्या पुढील पानावरील पत्रावरून फार स्पष्ट होते.

◆

AIR-INDIA

BOMBAY AIRPORT • SANTA CRUZ (EAST) • BOMBAY 29

July 6, 1968

1 8 JUL 1968

TO WHOMSOEVER CONCERN :

It is with great pleasure that we would like to place on record the services rendered by M/s. Masvy & Co. Pvt.Ltd. to Air-India as manufacturers of sophisticated Ground Support Equipment for our aircraft. Many of these items, involving valuable foreign exchange, were hitherto being imported. Masvy's have successfully developed and manufactured for us items like Passenger Step Ladders, Tyre Removal Dolleys, Full Lift Engine Stand, Tarilor Chassis, etc. All this equipment is very costly when imported so that their local manufacture has saved considerable foreign exchange for the country. Not only that; possibilities of exporting this equipment are very bright so that the country can earn the much needed foreign exchange.

2. Our officers and engineers who have visited Masvy's well-equipped Works from time to time are satisfied with the development work being done by them. Naturally, we would be happy to associate them with the local development of Ground Support Equipment which we shall soon be requiring for the new fleet of Jumbo Jets (Boeing 747). If some of these are developed locally, we are of the opinion that a lot of foreign exchange might be saved. In fact, we had suggested them to depute one of their engineers abroad to get acquainted with latest developments in the Ground Support Equipment.

3. Fortunately, we learn that one of their engineers, Shri A.S. Kanhere, has already gone abroad (Turin, Itlay) on I.L.O. Scholarship, involving foreign exchange of only £3/2. We have suggested Masvys to utilise this opportunity to give a chance to their engineer to tour the Continent and other countries and get acquainted with latest developments in the line. We feel that the knowledge and experience gained by him may prove very valuable to Air-India when our Foreign Exchange Saving Projects on development of Ground Support Equipment for 747 Fleet Commence in the near future. Foreign Exchange that may be granted to Shri A.S. Kanhere for this tour will thus be more than compensated.

4. Already we have received an enquiry for an Engine Installation and Removal Stand from Cairo (UAR) and which

...2

CABLES: AIRINDIA • TELEPHONE: 535461-12

AIR-INDIA

BOMBAY AIRPORT • SANTA CRUZ (EAST) • BOMBAY 29

- 2 -

Masvy's are attending. Many such stands may be required in the Middle East. Each Stand will cost about a lakh of rupees. It will therefore be worthwhile for Masvys to depute their Sales Representatives to various buyers to show them what can be done in India and also explore export potentialities of this highly technical line.

(V.G. GADGIL)
CONTROLLER OF STORES & PURCHASES.

CABLES: AIRINDIA • TELEPHONE: 535441-10

८
मॅस्वीचे व्यवस्थापन व धोरण

१९३९-४० ला दादा विलायतेहून परत आल्यावर त्यांच्या मनात राजकारणात जायचे होते. त्यादृष्टीने ते अनेकांना, अगदी म. गांधींनाही भेटले. परंतु गांधींच्या कल्पनेप्रमाणे देशाचे व्यवस्थापन करताना आपल्या शिक्षणाचा फारसा उपयोग होणार नाही, त्यापेक्षा या शिक्षणाचा, आजच्या मॅनेजमेंटच्या भाषेत या ताकदीचा वापर करून आपण कशाप्रकारे देशसेवा करू शकू याचा ते विचार करत होते.

टिळकांच्या विचारांप्रमाणे स्वतंत्र हिंदुस्थानचा विकास एतद्देशीय उद्योगधंदे व तंत्रज्ञान याच्या आधारे होईल; हे मनात धरून त्यांनी वस्तुनिर्मितीचा कारखाना काढण्याचे निश्चित केले. त्यातूनच यंत्रशाळेची निर्मिती झाली.

सर्व धंदा अत्यंत सचोटीने करायचा, काळा पैसा करावयाचा नाही हा विचार प्रथमपासूनच होता. सर्व व्यवहार धुतल्या तांदळासारखे स्वच्छ होते. क्वचित प्रसंगी एखाद्या सरकारी कामांसाठी मूठ दाबायची वेळ आली तर ते अस्वस्थ होत, प्रक्षुब्ध होत.

आपण उत्पादक व्हावे, देशाला अत्यंत आवश्यक अशा दर्जेदार वस्तू निर्माण करून या वस्तूंची देशाला आयात करावी लागू नये हा आदर्शवाद पहिल्यापासून होता. देशाने औद्योगिकदृष्ट्या आत्मनिर्भर व्हावयास हवे हा त्यांचा आग्रह होता.

स्वदेशी निर्मिती

मी यंत्रशाळेच्या वाढीबद्दल सविस्तर लिहिले आहे. या विस्ताराच्या मागे देशाची औद्योगिक आत्मनिर्भरता ही त्यांची मुख्य प्रेरणा होती आणि ही प्रेरणा त्यांच्या देशप्रेमापोटी होती. त्यांची आदर्शमूर्ती असलेल्या लोकमान्यांपासून ती मिळालेली होती. एका अर्थाने परकीय वस्तूंवरील बहिष्काराची ही त्यांची वेगळी प्रगत वाट होती.

धंदा करताना त्यांनी निवडलेली उत्पादने ही देशाला वर्षानुवर्षे सतत लागतील

अशी होती. एवढेच नाही तर ज्यांची निर्यातही होऊ शकेल अशी होती.

विमानतळावरील सामग्रीचे उत्पादन चालू करताना, उत्पादनांवर लक्ष केंद्रित करतानाही दादांच्या मनात एक विचार प्रामुख्याने होता. फार्मोसा (सध्याचे तैवान) अथवा फिलिपाईन्ससारख्या छोट्या देशात २५-३० चांगले विकसित विमानतळ होते. हिंदुस्तानसारख्या खंडप्राय देशात किमान १००-१२५ विमानतळ लवकरच होतील आणि या प्रत्येक ठिकाणी सर्व सामग्री लागेल. ती जर हिंदुस्थानात तयार झाली नाही तर ती आयात करावी लागेल. देश या बाबतीत परावलंबी राहू नये असा त्यांचा दृष्टिकोन होता. दुर्दैवाने हिंदुस्थानात २००० सालानंतरच विमानतळ विकास व विमानप्रवास मोठ्या प्रमाणावर वाढला. तोपर्यंत हा धंदा फार मर्यादित राहिला.

हक्काची विक्रीव्यवस्था

दादांच्या डोक्यात आणखी एक महत्त्वाची गोष्ट स्पष्ट होती आणि ती म्हणजे आपले उत्पादन सुरू होण्याआधी आपली स्वत:ची विक्रीव्यवस्था तयार असायला हवी आणि त्यादृष्टीने त्यांनी कोल्हापूर व मुंबई येथे विक्रीची दुकाने सुरू केली. तेथे उमेदवारी करणारे अनेकजण उत्तम विक्रेते म्हणून तयार झाले. एअर इंडियाच्या विक्रीसाठी मुंबई ऑफिसमधील दोघेजण चांगले तयार झाले. ते यंत्रशाळेतील सर्वच माल विकू लागले.

आणखी एक मूलभूत विचार होता व तो म्हणजे विक्री व्यवसायातून मिळणारे पैसे उत्पादक यंत्रणा निर्माण करण्यासाठी वापरायचे. आजच्या जमान्यातील कॉर्पोरेट मॅनेजमेंटच्या काही संकल्पनांत चपखल बसेल अशीच ही संकल्पना होती. १९५९ मध्ये याच पद्धतीने त्यांनी ४ आणे चौरसफुटाने एकूण एक एकर व एकतीस गुंठे जागा घेतली. ही जागा घेतानाही कारखाना मोठा करावा लागेल व तो करण्यासाठी मोठी जागा हवी म्हणून पुढील पंचवीस-तीस वर्षे पुरेल, एवढी जागा घेतली होती.

स्वत:च्या तंत्रज्ञानाचा विकास

उत्पादन करत असताना निर्माण होणाऱ्या वस्तूंची यशस्वी चाचणी यंत्रशाळेतच करायची हा त्यांचा दंडक होता. आपण निर्मिलेली वस्तू ही दर्जेदारच असली पाहिजे आणि जगातील कोणत्याही देशात ती दर्जेदार आहे म्हणूनच स्वीकारली गेली पाहिजे हा त्यांचा आग्रह होता.

त्यांच्या मनात असलेली आणि नंतर प्रत्यक्षात उतरवलेली आणखी एक कल्पना म्हणजे शक्यतो सर्व वस्तू यंत्रशाळेतील संशोधन विभागाने विकसित केलेल्या असाव्यात. त्या बनविण्यास लागणारे तंत्रज्ञान स्वत: निर्माण केलेले असावे. त्यांचा कल्पक सुधारणांवर (इनोव्हेशन्स) जास्त भर होता. या बाबतीत ते

कायमच थॉमस अल्वा एडिसनचे उदाहरण देत असत. स्वत:च्या उत्पादनात ठिकठिकाणी त्यांनी अशी इनोव्हेशन्स केली होती. त्यांचा पुढील काळ वित्त संस्थांशी कायदेशीर लढाई करण्यात गेला नसता तर, अशी आणखी अनेक इनोव्हेशन्स यंत्रशाळेत चालूच राहिली असती.

महत्त्वाची इनोव्हेशन्स

त्यांनी केलेल्या इनोव्हेशन्समुळे त्यांनी केलेल्या वस्तूंसारखी वस्तू कित्येक वर्षे कोणीच करू शकले नाही. येथे त्यांची दहा-बारा इनोव्हेशन्स नमूद करतो. या सर्वांचा उल्लेख त्यांनी केलेल्या कामाची हकिगत सांगताना आलेला आहेच. परंतु सर्वांच्या या एकत्र यादीवरून त्यांच्या कल्पकतेचा आवाका लक्षात येईल.

१) स्टील ट्यूबमध्ये होन्ड पाइप होनिंग करता येत नाही म्हणून ब्रासची ट्यूब प्रेस करून बसवणे व लॅपिंग करून आरशासारखी चकाकी आणणे.

२) हायड्रॉलिक सील्स् जास्त टिकावीत म्हणून मोल्ड करताना त्यामध्ये कॅनव्हासचा थर देणे.

३) चाकांच्या बिडाच्या चकत्या काढून त्याऐवजी पत्र्यातून आकार देऊन केलेल्या चकत्या वापरणे.

४) या चकत्यांनी टायर नीट धरता यावे म्हणून या चकतीच्या वरच्या टोकाला पातेल्यांना मारतात तसा गोट मारणे.

५) सिंगल व्हील बॅरो वापरायला कठीण, यास्तव कचरागाडी म्हणून व इतर सामान नेण्यासाठीही डबल व्हील बॅरो वापरणे.

६) ट्रॉलीजसाठी चौकोनी ट्यूब्ज वापरणे.

७) शुगरबॅग ट्रॉलीसाठी पत्रा वाकवून त्यातून चॅनेल्स् करणे व त्यांना ताकदीसाठी गसेटस् देणे.

८) चाकांच्या बेअरिंग हाउसिंगसाठी 'सी' क्लास पाइप प्रेसवर ड्रॉ करून घेऊन, त्यात दोन्ही बाजूंनी सिंटर्ड बुचे प्रेस्ड फीट बसवणे.

९) इंजिन स्टॅन्डच्या बांधणीत केलेली महत्त्वाचे इनोव्हेशन म्हणजे फोर्ज्ड स्टीलऐवजी कास्ट स्टील फोर्क वापरणे.

१०) स्टॅन्ड १२ चाकांवर बसवण्यासाठी व प्रत्येक अॅक्सलवर २ चाकांच्या जोड्या वापरण्याची सर्वच सिस्टीम.

११) शिडीसाठी वापरलेल्या पंपाची बॉडी नीट कास्ट करता येईना तेव्हा त्यांनी ३ भागांत कोअर बॉक्स डिझाइन करून कास्टिंग्ज काढली.

याप्रमाणे दादांनी अनेक नव्या तांत्रिक क्लृप्त्या वापरल्या व नेहमीच उत्कृष्ट तांत्रिक पर्याय निर्माण तर केले शिवाय रोल्स राईससारख्या

जगन्मान्य कंपनीच्या उत्पादनास तोडीस तोड असे उत्पादनही केले त्याची हकिगत पुढील प्रकरणात दिली आहे.

दादांची ही धोरणे आणि त्यांचा उत्कृष्टतेचा ध्यास याचे प्रतिबिंब त्यांनी ज्या व्यवस्थापन पद्धती अवलंबल्या त्यातही दिसून येते. मॅस्वीतील व यंत्रशाळेतील व्यवस्थापन पद्धतीचा आढावा घेतला की हे लक्षात येईल.

यंत्रशाळा व्यवस्थापन आणि वाढ

१९६१ साली सुरू केलेली यंत्रशाळा भराभर वाढली होती. ही वाढ होत असताना मॅनेजमेंट शास्त्रातील विविध संकल्पनांचा त्यांनी खुबीने वापर केला. काही वेळा मूळ संकल्पनेमध्ये थोडेसे बदल करून घेतले, पण त्या वेळच्या प्रचलित व्यवस्थापकीय संकल्पना सर्वत्र राबवल्या.

नवीन उत्पादनांचे आर. ॲन्ड डी.मध्ये प्रथम संकल्पनेपासून डिझाइन करून, नकाशे काढून एक नमुना बनवला जाई. त्याच्या चाचण्या घेतल्यावर तो उत्पादन विभागाकडे सुपुर्द केला जाई व त्यानंतर या नमुन्यानुसार उत्पादन सुरू केले जाई. त्यासाठीही टाईम स्टडी व मेथड स्टडीप्रमाणे जोडणी कशी करायची याचा कार्यक्रम ठरवून मग उत्पादनाची आखणी केली जाई. मग प्रथम छोटी बॅच घेऊन एक ट्रायल उत्पादन केले जाई व त्यातून बोध घेऊन घाऊक प्रमाणावर उत्पादन सुरू होई.

एक शिडी करायला एखादा महिना लागे. इंजिन इन्स्टॉलेशन स्टॅन्ड करायला तीन महिने लागत. अशा स्वरूपाची उत्पादने करण्यासाठी वेगळ्या पद्धती वापरल्या जात, त्यामध्ये डिझाइन, ड्रॉइंग व उत्पादन यांची एक टीम हे काम अंगावर घेई.

तपासणी विभाग मुद्दामच उत्पादन विभागापासून वेगळा होता व त्याचा प्रमुख प्रत्यक्ष कार्यकारी संचालकांना (दादांना) रिपोर्ट करे. आज सर्वच उत्पादन क्षेत्रांत ही अशी व्यवस्थाच उद्योगांमध्ये स्वीकारलेली दिसते; पण तेव्हा मात्र बऱ्याच कारखान्यांत तपासणी विभाग उत्पादन प्रमुखांच्या अखत्यारीत असे; त्यामुळे प्रसंगी काही कमी दर्जाचा मालही स्वीकारला जाऊन विक्रीला पाठवला जाऊ शकत असे. ही मुख्य त्रुटी असे; म्हणून दादांनी तपासणी विभाग त्यांच्या अखत्यारीत ठेवलेला होता.

व्यवस्थापनासाठी अनेक विभाग व उपविभाग होते. उपविभागप्रमुख विभागप्रमुखांना रिपोर्ट करत. आजच्या संकल्पनेप्रमाणेच एका अधिकाऱ्याला त्याच्या 'स्पॅन ऑफ कंट्रोल'प्रमाणे साधारण ७-८ विभागप्रमुख रिपोर्ट करत. तेव्हा अनेक उद्योगांमध्ये मालकशाही आढळून येत असे. म्हणजे उद्योगपती अनेक खातेप्रमुखांना त्यांना रिपोर्ट करायला सांगत. त्यामुळे संस्थांत एकाधिकारशाही चाले. या पद्धतीने या संस्थांमधील कामकाज अत्यंत एककेंद्री राहत असे व सर्व निर्णय फक्त उद्योगपतीच घेत असे. यामुळे निर्णय घ्यायला खूप वेळ लागे. शिवाय उद्योगप्रमुखाच्या गैरहजेरीत

निर्णय घेण्याची प्रक्रियाच थांबत असे. जर संस्था चांगली विकसित करायची असेल तर स्पॅन ऑफ कंट्रोल हा अत्यंत महत्त्वाचा घटक वापरून निर्णय प्रक्रिया जास्तीतजास्त खालच्या पातळीवर नेणे गरजेचे असते. ते यंत्रशाळेत घडत होते.

मॅस्वीचे उत्पादन सतत वाढत असल्यामुळे यंत्रशाळेत वाढत्या कामासाठी तीन नवे कार्यकक्ष बांधले. ते बांधताना व त्यात यंत्रे बसविताना सुरळीत व एकमार्गी काम होण्याच्या दृष्टीने आयएलओच्या 'इन्ट्रॉडक्शन व वर्क स्टडी' या पुस्तकातील संकल्पनांच्या आधारे सर्व बांधणी केली होती; त्यामुळे एखादी वस्तू बनविताना तिची वाटचाल एकाच दिशेने होई व त्या वस्तूला लागणारे भाग आजूबाजूने त्या वस्तूला मिळत. आज मोठाल्या कारखान्यातील असेंब्ली लाइन्समध्ये हीच संकल्पना वापरली जाते. त्याच बरोबर प्रत्येक कामगाराने किती व कोणते काम करायचे हे आधी ठरवले जाई, यासाठी आयएलओच्या 'इन्ट्रॉडक्शन टू टाईम स्टडी'चा सर्रास वापर केला जात होता. तसेच चाके व कॅस्टर्स यांच्या जोडणीसाठी खास ले-आऊट केलेली टेबले होती. त्यासाठीही मेथड स्टडीप्रमाणे जोडणी करण्याच्या कार्यक्रमाचा विचार करून सुटे भाग ठेवण्याची व्यवस्था केलेली होती. यासाठी आयएलओच्या 'इन्ट्रॉडक्शन टू टाईम स्टडी'चा वापर केला होता. यंत्रशाळेत हा वापर आम्ही खूप ठिकाणी केला होता. माझ्या माहितीप्रमाणे याआधी महाराष्ट्रात असा टाईम व मोशन स्टडीचा अभ्यासपूर्वक वापर फक्त दापोडीच्या एस्.टी. वर्कशॉपमध्ये केलेला होता. या सर्व गोष्टींमुळे यंत्रशाळेत उत्पादकता वेगाने वाढत होती.

रोजच्या कामाची आखणी करताना प्रत्येकाने काय करायचे त्यासाठी लागणारा सर्व माल उपलब्ध आहे का याची खात्री करून घेतली जाई. वेगवेगळ्या यंत्रांवरचा कार्यक्रमही आधी ठरत असे. प्रत्येक मशिनवर किती काम व्हायला पाहिजे याचे गणित आधीच केलेले असायचे आणि त्यासाठी लागणारा मालही उपलब्ध करून दिलेला असे. १९७२-७३ पर्यंत साधारणपणे १७५०० स्क्वे. फुटांचे कारखान्याचे पक्के बांधकाम होते. याशिवाय ऑफिससाठी १५०० स्क्वे. फुटांची जागा होती. मंदीचा फटका बसला नसता तर पुण्यातील घरातले सर्व ऑफिस यंत्रशाळेत हलणार होते.

दादांनी दूरदृष्टीने सुरुवातीलाच उत्पादनाला वीजपुरवठा कधीही कमी पडणार नाही इतक्या क्षमतेची विद्युतजोडणी घेतली होती; त्यामुळे विद्युतपुरवठा चांगल्या दाबाचा मिळे, कारण पुणे इलेक्ट्रिक सप्लाय कंपनीने यंत्रशाळेच्या दारातच ट्रान्सफॉर्मर बसवलेला होता.

कॉर्पोरेशनचे पुरेसे पाणी उपलब्ध होते. टॉयलेट ब्लॉक व बागेला नदीचे पाणी मुबलक घेता येत होते. कामाच्या जागी जड सामान उचलण्यासाठी 'यार्‍या' होत्या.

त्या वेळच्या दृष्टीने अद्ययावत पेंटशॉप होते. पुढे उल्लेख असलेल्या संरक्षण

खात्याच्या H2A Boxes च्या उत्पादनासाठी तयार झालेल्या बॉक्सेस फिनिशिंग करण्यासाठी ७ टाक्यांचा फॉस्फेटिंग प्लॅन्ट होता. यामध्ये बॉक्सेसचा लॉट प्रथम धुऊन मग त्यावर वेगवेगळ्या प्रक्रिया करण्यासाठी एकेका टाकीत ठेवला जात असे व त्या टाक्यांमधील केमिकल्समुळे त्यावर ठराविक वेळेत प्रक्रिया केल्या जात असत. ठराविक वेळेनंतर हा लॉट पुढच्या टाक्यात टाकला जात असे. हे करायला अद्ययावत मशीनरी वापरली होती.

यंत्रशाळेतील यंत्रसामग्रीमध्ये २८ मीटर बेडचा लेथ होता, हा पाइपच्या बोअरिंगसाठी वापरला जाई; असे बोअर केलेले पाइप सिलिंडर बनवायला वापरले जात. ८ मीटर लांबीचे मशिनिंग होईल असा प्लेनर होता. मिलिंग मशीन्स होती. दोन रेडियल ड्रील्स होती. एक हॉरिझॉन्टल होनिंग मशीन होते. याशिवाय आणखी चार-पाच लेथ होते. थोडक्यात, मशीन शॉपमध्ये स्वतःची स्पेशल टूल्स तयार करणे शक्य होते आणि ते आम्ही करतच होतो. पण या सर्वासाठी घेतलेले कर्ज यंत्रशाळा सातत्याने फायदा करून त्यातून परत करण्याची शक्यता १९६९ साली प्रथम निर्माण झाली होती. पुढे दुर्दैवाने ती चालू राहू शकली नाही.

आम्ही आमच्या सर्व जिग व फिक्चर्स स्वतः बनवत होतो. डायपंचेस स्वतः करत होतो. डाईज हीट-ट्रीटिंगच्या अद्ययावत लॅबमधून हीट-ट्रीट करून आणत होतो.

स्टोअर्ससाठी वेगळी जागा होती, माल घेताना इश्यू स्लिप भरून घ्यावी लागे. प्रत्येक प्रोजेक्टसारख्या जॉबला जॉबकार्ड होते. त्यावर कामासाठी स्टोअरमधून घेतलेल्या मालाची नोंद व्हायची. तसेच रोज किती व कोणी काम केले याचीही नोंद होती. ही पद्धतही त्यावेळी अतिशय अद्ययावत होती.

कर्मचारी वर्ग

अ) निवड :- कामावर कामगार घेताना त्यांच्या घेतलेल्या चाचणीमध्ये उत्तीर्ण झालेल्यांना निवडले जाई. वेल्डर्ससाठी वेल्डिंगची, फिटर्ससाठी फिटिंगची परीक्षा घेतली जाई.

कामगारांत जोशी, फकीर अहंमद, लोबो, आंदे, मरळ तसेच जैन आणि गुप्ताही होते. फक्त दोन सारख्याच दर्जाचे कामगार आढळले तर कंपनीतील अधिकाऱ्यांच्या अथवा कामगारांच्या ओळखीला प्राधान्य दिले जाई.

या पद्धतीने कामगार घेतल्याने वातावरण खेळीमेळीचे होते.

ब) सुविधा :- कामगारांना जागेवर दोन वेळा चहा दिला जाई. कॅन्टीनवाला नाश्त्यासाठी एखादा पदार्थ रोज बनवे. कामगार गट पद्धतीने कामाला लावले जात. जसा चाके व कॅस्टर्सचा गट, ट्रॉलीजचा गट वगैरे. सर्व कामगार पंगत करून

त्यांच्या गटांच्या कामाच्या जागी एकत्रित जेवत. या पंगतीमध्ये जात, धर्म, पंथ या कशाचाही भेदभाव नसे. सर्वजण व्यवस्थित गप्पागोष्टी करत जेवत. १९७०-७१ साली त्यांच्यासाठी एक 'तात्पुरती' शेड बांधून तेथे जेवणासाठी टेबले टाकली आणि गटागटाने सुट्टी करून कामगार जेवायला जाऊ लागले; त्यामुळे रोज ११ वाजल्यापासून अडीच वाजेपर्यंत जेवण चाले.

क) कामगार व मालक संबंध :- दादांची कामगारविषयक धोरणे अतिशय प्रागतिक होती. प्रथमपासूनच कामगाराला फक्त कामगार म्हणून न वागवता एक माणूस म्हणून वागवण्याकडे त्यांचा कटाक्ष असे.

यंत्रशाळेत सुमारे २०० पर्यंत कामगार (सुपरवायझर व इंजिनिअर धरून) काम करत होते.

वर्षातून एकदा दसऱ्याला कंपनीतर्फे स्नेहसंमेलन होई. एखादे नाटक अथवा सिनेमा दाखवला जाई. क्रीडा स्पर्धा घेतल्या जात. त्यासाठी खास बक्षिसेही दिली जात असत.

कामगारांना व इतर स्टाफलाही वर्षातून एकदा पगारवाढ केली जाई. कौशल्यावर (स्कीलवर) आधारित वेतनश्रेणी होती. या सर्व गोष्टी कामगारांशी नीट संपर्क साधून व्हायला हव्यात म्हणून दादांनी स्वत: मनावर घेऊन त्या वेळच्या पुण्यातील लेबर ऑफिसमधील असिस्टंट कमिशनर, श्री. दिवेकर यांना यंत्रशाळेत बोलावले होते. त्यांना पुढे करून दादांनी कामगारांची युनियन घडवून आणली होती. त्यांच्या अध्यक्ष व कार्यकारिणीबरोबर त्यांनी वाटाघाटी करून मजुरीचे दर ठरवले होते. पुढे १९६६-६७ मध्ये भारतीय मजदूर संघाचे लोक येऊन त्यांनी युनियनचा ताबा घेतला. नंतर त्यात फूट पडून इंटकचीही युनियन झाली. पण तरीही कामगारांबरोबरचे व्यवस्थापनाचे संबंध उत्तम होते.

यंत्रशाळेत व कंपनीत प्रॉव्हिडंट फंड चालू केलेला होता. पगाराच्या दिवशी पी.एफ.चा कंपनीचा हिस्सा व कामगारांचा हिस्सा पी.एफ. कचेरीत भरला जात असे. खूप वेळा ओव्हरटाइम करावा लागत असे. कामगारांना ओव्हरटाइमचा डबल पगार मिळे, तर इतरांना ओव्हरटाइमच्या बदल्यात सुट्टी मिळे.

अगदी थोडक्यात दादा इतके सामाजिक जाण असलेले होते की, तेव्हाचे महाराष्ट्र लेबर ऑफिसमधील दिवेकरांचे असिस्टंट बा. पा. शाळीग्राम यांना त्यांनी कंपनीत पर्सोनेल मॅनेजर म्हणून नियुक्त केले होते.

७० साली कारखाना मंदीच्या गर्तेत अडकला. कामगारांनी आमच्या घरावर मोर्चा आणला, आमच्या घराच्या दारात काहीजण उपोषणाला बसले. तरीही त्यातल्या कामगारांना घरातून पाणी दिले जात होते. माझा मुलगा जय तेव्हा खूप लहान होता. तो त्यातील काही कामगारांबरोबर तेथे बसलेला असे. एक दिवस

त्याला काही कारणास्तव आम्ही घाईघाईने घरात नेले तेव्हा तेथील कामगारनेते हरिभाऊ चिंचाळकर मला म्हणाले, 'आनंदसाहेब, तो असू द्या इथं, त्याच्या केसालाही कोणी धक्का लावणार नाही.' खरोखरच दादांबद्दल आणि काही अंशी कान्हेरे कुटुंबीयांबद्दल सर्वच कामगारांना आदर होता. दादांना परिस्थितीने नाडले आहे, पण ते कधीही कोणालाही फसवणार नाहीत याची सर्वच कामगारांना खात्री होती. त्यांची दादांवर निष्ठा होती, दादा कोणतीच चुकीची गोष्ट करणार नाहीत, त्यांनी काळा पैसा केलेला नाही, त्यांचे चरित्र धुतल्या तांदळासारखे आहे याची त्यांना रास्त जाणीव होती.

पुढे सर्व वित्तसंस्थांनी कारखाना बंद करण्याचा निर्णय घेतल्यावर राहिलेला पगार मिळविण्यासाठी कामगारांनी मोर्चा काढला व धरणे धरले, तेही बँक ऑफ महाराष्ट्राच्या चेअरमनच्या ऑफिससमोर. त्यांना तेथे तुम्ही कान्हेरे यांच्याकडे जा म्हटल्यावर त्यांनी स्पष्ट सांगितले की, कंपनी तुमच्या ताब्यात होती, तुम्ही चालवत होतात; कान्हेरे यांचा काही संबंध नाही. बँकेने नमते घेऊन त्यांचा पगार दिला.

पुढे यंत्रशाळा बंद पडल्यावर व दादांच्या कोर्टकचेऱ्या सुरू झाल्यावरही दादांना भेटायला दर आठवड्याला दोन-चार कामगार येत. लहान मुलांना घेऊन, अक्षरश: दादांच्या पाया पडायला येत व आता ते काय काम करत आहेत ते सांगत. हा क्रम साधारण १०-१२ वर्षे चालू होता. यंत्रशाळा बंद पडल्यावर काही कामगार रिक्षा चालवू लागले, २०-२१ वर्षांनी यातील तिघा-चौघांच्या रिक्षात बसायचा योग आला. आश्चर्य म्हणजे त्यांनी मला ओळख दिली आणि माझ्याकडून भाडे घेण्यास स्पष्ट नकार दिला.

दादांबद्दल लिहिताना त्यांच्या या अत्युत्तम संबंधांचा खास उल्लेख करावा असे मला वाटते. आजच्या जमान्यात असे संबंध असणे अक्षरश: अशक्य आहे, त्या वेळीही ती एक आगळीच गोष्ट होती.

दादांचा खरोखरच जातपात, धर्म, पंथ या कशावरही विश्वास नव्हता. माणसाच्या माणूस असण्यावर त्यांचा गाढ विश्वास होता; त्यामुळेच ते सर्वांना सारखेपणाने वागवतात हे कामगारांच्याही लक्षात आले होते.

शास्त्रोक्त पद्धतीने मोजकीचे माणसे कामावर घेतली होती व तेव्हा खेळते भांडवल उपलब्ध होते; त्यामुळे चाके, कॅस्टर्स व ट्रॉलीज या स्वत:च्या प्रॉडक्टची एक भली मोठी रेंज कंपनी बाजारात उतरवू शकली.

विक्री विभाग

छोट्या उद्योगाच्या क्षेत्रातील स्वत:च्या नावाने आपले उत्पादन बाजारात आणणारे आम्ही, सुरुवातीच्या काही लघुउद्योगांतील एक होतो. आमच्यानंतर नायक्रोमने दुधाच्या पिशव्या भरण्याचे मशिन निर्माण करून व त्याची भलीमोठी रेंज बाजारात आणून इतिहास रचला.

मॅस्वीमध्ये मार्केटिंगला स्वतंत्र यंत्रणा होती. पुणे, मुंबई व कोल्हापूर येथे फिरते विक्रेते होते. एखाद्या ठिकाणी मोठी गुंतवणूक होत असेल, उदा. नवीन साखर कारखाना, पेपर कारखाना, को-ऑप. पाणीपुरवठा योजना किंवा एसकेएफ किंवा बजाज इत्यादी ठिकाणी विक्रेते कंपनी विकते त्या सर्व मालांचे कॅटलॉग घेऊन गिऱ्हाईकांना भेटत. नेहमीच्या रुळलेल्या गिऱ्हाईकांनाही ते भेटत आणि मागण्या मिळवत. प्रत्येकाने केलेल्या भेटीचा वृत्तांत देण्याची पद्धत होती. हा वृत्तांत शाखाधिकाऱ्यांकडे जाई व त्यावर योग्य ती कारवाई होई. एक प्रत पुण्यालाही पाठविली जाई.

याशिवाय मोठमोठाल्या मागण्यांसाठी ऑफिसमध्ये बसून टेंडर भरणाराही एक गट होता. हा एअर इंडिया, इंडियन एअरलाइन्स, संरक्षण विभाग या संस्थांकडून टेंडर मिळवत व भरत असे. मोठमोठाले खरेदीदार त्यांच्या खरेदीसाठी टेंडर काढत, नगरपालिका, पी.डब्ल्यू.डी., आर्मी वर्कशॉप अशा सर्वांकडून रोज टेंडर्स येत व भरली जात. ज्या टेंडरची मागणी मिळाली नाही त्याचे वेगळे रेकॉर्ड ठेवले जात असे व परत त्याच वस्तूसाठी त्याच खरेदीदाराचे टेंडर निघाले तर त्यासाठी याचा उपयोग होई. पुण्याजवळील अनेक संस्थांनी यंत्रशाळेचा माल स्टॅन्डराईज्ड केला होता व त्यांच्याशी यंत्रशाळेने रेट कॉन्ट्रॅक्ट केलेले असे. हे दरवर्षी केले जाई.

यात भर म्हणून १९६८ पासून आम्ही यंत्रशाळेत बनविलेल्या वस्तूंच्या विक्रीसाठी देशभरातल्या मोठ्या शहरांत डीलर्स नेमले. हैदराबाद, चेन्नई, अहमदाबाद, कोचीन व इंदूर येथील डीलर काम करू लागले होते; व राजस्थान, पंजाब व दिल्ली येथून डीलर्ससाठी निवड चालू होती. आग्रा येथे एअरफोर्स डेपोतील काम करायला एक प्रतिनिधी निवडला होता.

संपूर्ण देशभरासाठी महाराष्ट्र लघुउद्योग विकास महामंडळ आमचे डीलर होते. हे मुख्यत्वे विमानतळ सामग्री व स्पेशल प्रोजेक्ट ऑर्डरसाठी होते. त्यांनी आम्हाला दिल्लीमध्ये खूप मदत केली होती. आम्ही १९७० व ७१ मध्ये पुण्यामध्ये डीलर्सच्या दोन कॉन्फरन्स घेतल्या.

खरेदी विभागही तीन-चार लोकांकडून पुरवठ्याचे दर घेई व पुरवठा कधी करू शकतील याची तारीख घेई व टेबल करून हे सर्व दादांपुढे ठेवी. हे सर्व एअर इंडियातील टेंडर कमिटीच्या धर्तीवर होत असे. दादा मग खरेदीबद्दल खरेदी

विभागातील इंजिनिअरबरोबर कोणाकडून माल घ्यायचा याबद्दल मीटिंग घेत. मीटिंगमध्ये पुरवठादाराची पुरवठादार म्हणून कुवत पाहायला दादा मला सांगत. अशा रितीने पुरवठादाराचा दर्जा पाहून मग मागणी देत. हे सर्व व्यावसायिक पद्धतीने चालू होते.

आर्थिक व्यवस्थापन

दादांनी अगदी प्रथमपासूनच मुंबई, कोल्हापूर व नंतर पुणे येथे बी.कॉम. झालेले अनुभवी अकाउंटंट नेमलेले होते. त्यांच्यावर त्यांच्या शाखेच्या हिशेबांची संपूर्ण जबाबदारी होती. त्यांना यासाठी आणखी माणूस लागला तर ते घेऊ शकत असत. रोजच्या सर्व आर्थिक व्यवहाराचा गोषवारा आकडेवारीसह लिहून त्याची एक प्रत पुण्याला पाठविली जाई. यामध्ये आलेले चेक व दिलेले चेक याचीही नोंद असे. हीच पद्धत पुणे व मुंबई येथेही चालू होती. पुणे येथे डिपॉझिटर्सना देण्याच्या चेकची माहिती असे. सर्व हिशेब व्यवहारात एकूण १२ जण कोल्हापूर, पुणे व मुंबई मिळून काम करत असत. दादा दरमहा दोनदा कोल्हापूरला व आठ वेळा मुंबईला जात. तेथे शाखाधिकारी, ते आणि विक्रीप्रमुख यांची भेट होई, त्यामध्ये त्या ब्रँचमधून किती विक्री होणार, ब्रँचचा खर्च किती व तो कसा भागवणार आणि उरलेला जादा नफा असेल त्याचे काय करायचे याचा ऊहापोह होई. कायमस्वरूपी ॲसेटसाठी कसे पैसे उभे करायचे याचा मात्र विचार यामध्ये नसे. फायदा झाला की, मुख्यत्वे वाहने घेण्यासाठी व यंत्रशाळेतील विकासासाठी वापरायचा असे त्यांनी ठरवले होते. व्यवस्थापनशास्त्राप्रमाणे इतकी सारी व्यवस्था लावूनही दादा दरमहा यंत्रशाळेसाठी शाखातून मोठ्या स्वरूपात पैसे घेऊ लागले. मंदीमध्ये तर प्रथम या मार्गाने कोल्हापूरहून जास्त पैसे घेतले गेले. ही अपरिहार्य अगतिकता होती व आर्थिक व्यवस्थापनाचे हे अपयश होते.

दर महिन्याच्या पहिल्या आठवड्यात दोन दिवस पुण्यामध्ये एक बैठक होई. त्यामध्ये तिन्ही शाखाधिकारी, तिन्ही ठिकाणचे हिशेबनीस दत्तामामा, आई व मी असू. दादा ही बैठक घेत. या मीटिंगमध्ये मुख्यत्वे यंत्रशाळेचा कॅश फ्लो विचारात घेतला जाई.

आधुनिक व्यवस्थापन तंत्राचा वापर

यंत्रशाळेमध्ये अनेक गोष्टी त्या वेळच्या प्रचलित पद्धतींपेक्षा आधुनिक, अद्यावत पद्धतीने होऊ लागल्या होत्या. दादा स्वतः मँचेस्टर स्टेट युनिव्हर्सिटीचे बी.एस्सी. (इले. इंजि.) होते. मी बी.इ. (इले.) होतो. शिवाय आयएलओतर्फे फेलोशिप घेऊन टुरिन येथे 'लीडर्स ऑफ टुमॉरो' हा तीन महिन्यांचा मॅनेजमेंट ट्रेनिंग प्रोग्रॅम केलेला होता. दत्तामामाही टुरीन येथून मी केलेला कोर्स पुरा करून आला होता.

याशिवाय १२-१५ क्वालिफाईड इंजिनिअर्सही सतत होते. ७-८ मार्केटिंग इंजिनिअर्स होते. सुपरवायझर्स व टूल डिझायनर्स निष्णात होते. थोडक्यात, सर्व यंत्रणा रीतसर मोठी प्रगती करण्यासाठी संपूर्ण सज्ज होती.

कामगारांसाठी प्रत्यक्ष कामाच्या जागी प्रशिक्षण दिले जाई. यासाठी इंजिनिअर्स, सुपरवायझर्स व अनुभवी कामगार यांचा उपयोग करून घेतला जाई. अशी सर्व यंत्रशाळेची मांडणी दादांनी केलेली होती.

◆

९
मॅस्वीला आयात पर्यायी - राष्ट्रपती पदक - १९७३

इंजिन इन्स्टॉलेशन अ‍ॅन्ड रिमूव्हल स्टॅन्ड

१९६९ सालाच्या अखेरीस एअर इंडियाने दादांना एका महत्त्वाच्या बैठकीला बोलावले. या बैठकीत एअर इंडियाच्या अधिकाऱ्यांनी सांगितले की, जगात फक्त रोल्स रॉईस कंपनीच इंजिन इन्स्टॉलेशन आणि रिमूव्हल स्टॅन्ड बनवते. प्रॅट अँड व्हिटनी आणि रोल्स रॉईस इंजिनांसाठी ही इंजिने विमानांवर बसविणे व विमानावरून काढून हँगरमध्ये नेणे यासाठी अत्यंत उपयोगी पण तांत्रिकदृष्ट्या अत्यंत कठीण असे हे स्टॅन्ड आहेत.

बैठकीत त्यांनी स्टॅन्डचे जुजबी वर्णन सांगितले. नाव स्टॅन्ड असले तरी

इंजिन इन्स्टॉलेशन व रिमूव्हल स्टॅन्ड

न्यूमॅटिक चाकांवर बसवलेली ही खूप मोठी ट्रॉली होती. याच बैठकीत, हा प्रॉडक्ट आम्ही बनवू शकणार नाही असे पत्र मॅस्वीने द्यावे आणि तेही आज लगेचच द्यावे असे त्यांनी सांगितले.

या ट्रॉलीज एअर इंडियाला त्यांच्या जगभर पसरलेल्या विमानतळांपैकी सर्व्हिसिंगची सोय असलेल्या ६-७ विमानतळांसाठी तूर्त प्रत्येकी एक अशा हव्या होत्या. एअर इंडियाला पुरवठा करणाऱ्या त्यांच्या ५-६ प्रमुख भारतीय उत्पादकांकडून ही ट्रॉली करणे आमच्या आवाक्याबाहेरचे आहे असे पत्र हवे होते. सर्व उत्पादक लगेच हे पत्र देतील आणि त्यामुळे एअर इंडिया या ट्रॉलीज राजरोसपणे आयात करू शकेल हा पत्र मागण्यामागचा उद्देश होता.

पण दादांनी लगेच असे पत्र देण्यास स्पष्ट नकार दिला. प्रथम आम्हाला ट्रॉली दाखवा, तिच्या कार्यपद्धतीचा व केलेल्या संरचनेचा अभ्यास करू द्या; मग हे पत्र देतो असे त्यांनी बैठकीत सांगितले व आग्रहाला बळी न पडता ते या निर्णयावर ठाम राहिले. पुण्याला आल्यावर त्यांनी एअर इंडियाला बैठकीत जे सांगितले होते त्याच मजकुराचे पत्र लिहिले.

काहीशा अनिच्छेने व नाइलाजाने एअर इंडियाने मॅस्वीच्या प्रतिनिधींना ही ट्रॉली बघायला बोलावले. इंजिनिअरिंग विभागातील एका उच्चपदस्थ इंजिनिअरने तर पत्र तयार करून आणा, ट्रॉली बघा व पत्र द्या असे सुचवले होते. दादा व आमचे इंजिनिअर्स ट्रॉली पाहायला गेले तेव्हा रविकाका हुदलीकरांचा खास निरोप आला की, संबंधित इंजिनिअर सरळ नाहीत. तुम्हाला खुन्नस धरून त्रास देऊ शकतात. पुढे आम्हाला त्याची प्रचितीही आली. पण सुपरिटेंडेंट ऑफ पर्चेस व स्टोअर्स श्री. गाडगीळ आणि त्यांचे बॉस श्री. काळे यांनी मात्र दादांना खुल्या मनाने बोलावले होते. निर्णय पूर्ण विचारांती घ्या, तोपर्यंत आम्ही थांबू असेही सांगितले होते.

ट्रॉलीवरून हाताळायच्या इंजिनाचे वजन तीन टन असते. हे इंजिन अगदी थोडासुद्धा धक्का न लागता क्रॅडलवरील (ट्रॉलीमधील एक भाग) दोन बिंदू व योकवरील एक बिंदू (योक हा ट्रॉलीमधील एक दुसरा भाग) अशा तीन बिंदूंवर असलेल्या तीन पिनांवर अगदी अलगद उतरवता आले पाहिजे आणि विमानाला जोडायच्या वेळी त्यावरून अलगद काढून विमानांवर चढवता आले पाहिजे. प्रत्यक्षात या तीन बिंदूंचा एक त्रिकोण होई. त्या त्रिकोणाच्या दोन बाजू ३६०० मि.मी.लांबीच्या व त्या ज्या कोनात एकत्र येतात त्याच्या समोरची बाजू १८०० मि.मी. असे. काहीही करून इंजिन चढवताना व उतरवताना या ट्रॉलीवरील या बिंदूत असणारा फरक काही थाव (१ थाव म्हणजे इंचाचा एक हजारावा भाग) मध्ये असला तरच त्यावर इंजिन कुठेही धक्का न लागता उतरू शकेल अथवा विमानावर चढवता येईल हे स्पष्ट होते. त्या वेळच्या प्रचलित मेकॅनिकल इंजिनिअरिंगचा वापर

करून ही अचूकता प्रत्येक वेळी इंजिन उतरविताना अथवा चढविताना मिळविणे हे एक तांत्रिकदृष्ट्या अत्यंत अवघड काम होते.

आकृती नं. १

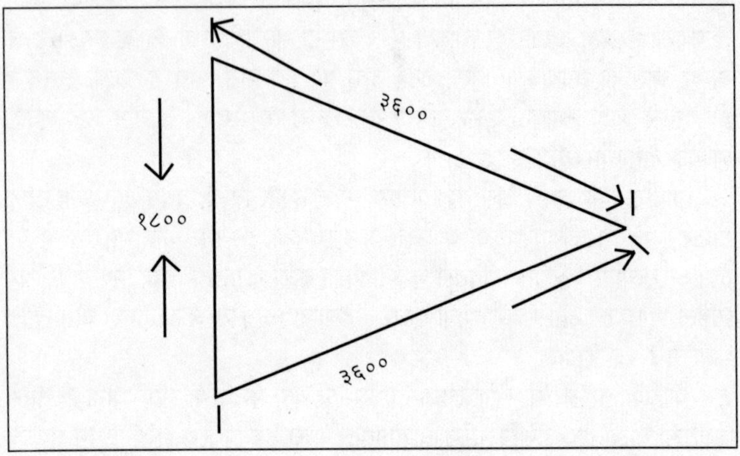

एकेका विमानाला चार प्रत्यक्ष वापरली जाणारी व एक जादा अशी पाच इंजिने बसवण्याची सोय असे व त्यांची जमिनीपासूनची अंतरेही वेगवेगळी असत.

त्यासाठी हे इंजिन तीन बिंदूंवर चढवायचे अथवा उतरावयाचे हे काम जमिनीपासून तीन वेगवेगळ्या पातळ्यांवर करावयाचे होते. त्या पातळ्या या विमानावर पंखांखाली इंजिन बसविण्याच्या जागेवर अवलंबून असत. त्या साधारणपणे खालीलप्रमाणे ठरत.

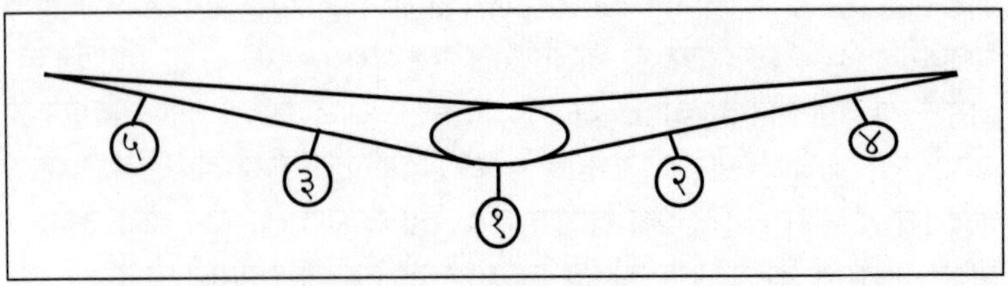

बोईंग ७०७ विमानांमध्ये विमानातील केबिनखाली एक जादा इंजिन घेऊन जाण्याची सोय असे. सोबतच्या आकृतीमधील १ - येथे हे इंजिन बसू शके. या जागी इंजिनचा तळाचा भाग जमिनीपासून ४० सेंटिमीटरवर असे. आकृतीत दाखविलेल्या २ व ३ इंजिनांना इनबोर्ड इंजिन म्हणतात. विमानाच्या पंखावर बसवल्यावर या

इंजिनच्या तळाचा भाग जमिनीपासून ९० सेंटिमीटरवर असे आणि ५ व ४ मध्ये दाखविलेल्या इंजिनना आउटबोर्ड इंजिन म्हणतात. विमानाच्या पंखावर बसवल्यावर या इंजिनचा तळाचा भाग जमिनीपासून १६० सेंटिमीटरवर असे. या इंजिनचा व्यास ६२.५ सेंटिमीटर असल्याने ट्रॉलीवरील उंचीमधील बदल १०५ सेंटिमीटरपासून २२५ सेंटिमीटरपर्यंत करता यायला हवा होता. या पातळ्या हायड्रॉलिक सिलिंडर पुढेमागे करून साधायच्या होत्या. हे सिलिंडर्स कैचीसारख्या फ्रेमला मधोमध उचलत आणि त्याचबरोबर क्रॅडल व योक हे ट्रॉलीतील दोन महत्त्वाचे भाग उचलले जात असत. या सिलिंडरचा स्ट्रोक २.५ सेंटिमीटर झाला तर फ्रेम ५ सेंटिमीटरने उचलली जाई.

बरं, विमानाचे पंख तरी सरळ कोठे असतात? ते तर विमानाच्या मुख्य उतारू असतात त्या गोलाकार जागेशी ५ अंशांपर्यंत वरच्या दिशेने कलते असतात; त्यामुळे इंजिन स्टॅन्डच्या चौकटीच्या बीमवर असलेला क्रॅडलचा भाग स्वतंत्रपणे २५ सेंटिमीटर वर उचलावा लागतो; त्यामुळे इंजिन स्वत:च्या आसाभोवती फिरत असे व ५ अंश कलत्या भागावर असलेल्या जोडणीवर बसवता येत असे.

यासाठी मुख्य फ्रेम उचलणारे दोन सिलिंडर, त्याच्यासाठी तेलाची टाकी व व्हॉल्व्ह आणि क्रॅडलखाली दोन स्वतंत्र सिलिंडर, त्यांची प्रत्येकी छोटी टाकी आणि त्यावर बसवलेला व्हॉल्व्ह व पंप इतके हायड्रॉलिक भाग लागतात.

ही संपूर्ण ट्रॉली चार रबरी हवा भरायच्या टायर्सवर लावलेली होती. ट्रॅक्टरने ओढायची असल्यामुळे गाडी वळवण्यासाठी असते तशी यंत्रणा होती. चाकांना ब्रेक नव्हते पण स्टॅन्डवर ठिय्ये होते; व स्टॅन्डची मुख्य चौकट चाकांच्या चौकटीच्या दोन्ही बाजूला ५ सेंटिमीटर म्हणजे एकूण १० सेंटिमीटर हलवता येईल अशी स्क्रूने चालणारी यंत्रणा होती. यामुळे इंजिनचे तिन्ही बिंदू स्टॅन्डवरील तिन्ही बिंदूंबरोबर आणणे शक्य होत असे.

एअर इंडियाकडे असलेल्या रोल्स राईसच्या स्टॅन्डवर मध्यवर्ती पाइप फ्रेममध्ये बसवलेले सिलिंडर जरा वेगळ्या पद्धतीने काम करत. पहिल्या सिलिंडरमधून दाबाने बाहेर पडणारे तेल दुसऱ्या सिलिंडरच्या तेल भरण्याच्या जागी नेले जाई. असे केल्याने दोन्ही पाइप फ्रेम अगदी तंतोतंत एकत्रितरित्या हलत पण दुसऱ्या सिलिंडरमध्ये दाब दर चौरस सेंटिमीटरवर ३० किलो इतका होई. एक-दोनदा रोल्स राईसच्या स्टॅन्डमधील हा सिलिंडर या दाबामुळे फुटला होता.

त्या काळातील इंजिनिअरिंग क्षेत्रातल्या प्रगतीच्या दृष्टीने हा स्टॅन्ड हिंदुस्थानात बनवणे ही जवळपास गगनाला गवसणी घालण्याची घटना घडणार होती व स्वदेशी तंत्रज्ञानामध्ये महत्त्वाची मौलिक भर पडणार होती.

त्यावेळी मॅस्वीमधील डिझाइन व डेव्हलपमेंट विभागाचे प्रमुख, श्री. त्र्यंबक

जोगळेकर, दादांबरोबर स्टॅन्ड पाहायला गेले होते. दादांनी त्यांच्याबरोबर दीर्घकाळ चर्चा केली. स्टॅन्ड आपल्याला बनविता येईल का व त्यासाठी काय करावे लागेल याबद्दल ही चर्चा होती. शेवटी दादांनी आम्ही स्टॅन्ड बनवू शकू, एकदम ७ स्टॅन्डची मागणी द्यावी व प्रत्येक स्टॅन्डची किंमत ८५००० रु. होईल, एअर इंडियाने २ लाख ॲडव्हान्स द्यावा असे पत्र दिले.

हे पत्र म्हणजे एअर इंडियातील 'हा स्टॅन्ड आयातच करावयाचा,' असा दृढनिश्चय केलेल्या इंजिनिअरिंग विभागावर पडलेला जोरदार 'बॉम्ब'च होता. तांत्रिक विभागातील अधिकाऱ्याने (ज्याला हे स्टॅन्ड आयात करण्यामध्ये खास रस होता, त्याने) दादांना दोनदा पत्राबद्दल फेरविचार करून, नकार स्पष्टपणे द्यावा असे सुचवले. दादाही अशा वेळी अत्यंत इरेला पेटत असत. त्यांनी या प्रस्तावाला स्पष्ट नकार दिला.

खरेदी विभागाने मात्र परदेशी चलन वाचणार असल्याने या प्रस्तावाचे स्वागत केले आणि दादांचे पत्र आयातीसाठी नेमलेल्या समितीपुढे ठेवले व मॅस्वीच्या पूर्वेतिहासाबद्दल समितीला स्पष्ट शब्दांत कल्पना देऊन हे स्टॅन्ड करण्याची मॅस्वीलाच संधी द्यावी असे ठाम प्रतिपादन केले.

साधारण पंधरा दिवसांनी दादांना समितीने भेटायला बोलावले. तेथेही तांत्रिक विभागाने दमदाटी करण्याचा प्रयत्न केला. पण दादांनी अतिशय शांतपणे व निग्रहाने स्वत:चे मत मांडले. एअर इंडियासाठी बनविलेल्या विविध वस्तूंचा यशस्वीपणे होत असलेला वापर त्यांनी समितीच्या निदर्शनास आणून दिला. त्यांनी त्या वेळी प्रथमच इंग्लंडमधील ॲटोमॅटिक इलेक्ट्रिकलमधील त्यांचा सारा अनुभव, 'टॉकिंग बीम'ची यशस्वी चाचणी कशी केली ते सांगितले. शिवाय त्यांच्या नावे ॲटोमॅटिक इलेक्ट्रिकलकडे असलेल्या पेटंटस्‌ची माहिती दिली.

या साऱ्या माहितीनंतर समिती प्रभावित झाली व त्यांनी खरेदी विभागाला मॅस्वीला ऑर्डर द्या, पण दर थोडा कमी करून घ्या असे सांगितले.

महिन्याभराने एअर इंडियाने मॅस्वीला ऑर्डर दिली. पहिला स्टॅन्ड ७५०००रु. आणि नंतरच्या प्रत्येक स्टॅन्डची किंमत ६५०००रु. ठरली. ॲडव्हान्स द्यायचा ठरला. पहिला स्टॅन्ड यशस्वी करून दाखविल्यावर पुढची मागणी पक्की द्यायची असे ठरले.

मॅस्वीचे जोगळेकर व आणखी एक इंजिनिअर आणि गंधे व काणे हे ड्राफ्टस्मन असे ४ जण मग एअर इंडियाची परवानगी घेऊन, मुंबईमध्ये सांताक्रूझ येथे तेथील स्टॅन्ड रिकामा असेल त्या वेळी त्याचा अभ्यास करू लागले. मोजमापे घेऊन कच्चे आराखडे तयार होऊ लागले. दादा दर २-३ दिवसांनी तेथे जाऊन कामाचा आढावा घेत होते. काम योग्य दिशेने व योग्य पद्धतीने होत आहे याची ते खातरजमा करत

होते, त्यांना सूचना देत होते. हा चमू जेव्हा पुण्याला आला व सविस्तर ड्रॉईंग्ज काढू लागला तेव्हा मात्र तांत्रिक अडचणी समोर येऊ लागल्या. अजून प्रत्यक्ष काम सुरू झाल्यावर येणाऱ्या अडचणींचा विचारही होत नव्हता. या सर्व अडचणींवर तोडगा काढण्यासाठी मुंबईच्या एम. व्ही. जोशी यांना सल्लागार म्हणून घेतले. ते मुंबईत वडाळा येथील युनिव्हर्सिटी डिपार्टमेंट ऑफ केमिकल टेक्नॉलॉजी (यु.डी.सी.टी.) येथे मॅकेनिकल इंजिनिअरिंगचे प्रमुख होते.

टीम लीडर दादा कान्हेरे

त्याच वेळी दादांनी मला संपूर्ण प्रोजेक्ट मॅनेजमेंटची स्वतंत्र जबाबदारी घेण्याची संधी दिली. तेव्हा अगदी नवीन असलेल्या 'पर्ट ॲन्ड सी पी एम' (प्रोग्रॅम इव्हॅल्युएशन ॲन्ड रिव्ह्यू टेक्निक आणि क्रिटिकल पाथ मेथडॉलॉजी) यांचा वापर करून संपूर्ण प्रोजेक्टचे नेटवर्क काढले. इंटरनॅशनल लेबर ऑर्गनाझेशनमार्फत ट्युरिन (इटली) येथे योजलेल्या लीडर्स ऑफ टुमारो या कार्यक्रमात मी हे तंत्र नुकतेच शिकलो होतो. या तंत्रानुसार संपूर्ण प्रकल्प 'इव्हेन्ट व ॲक्टिव्हिटीज'मध्ये विभागून घ्यायचा असतो. इव्हेन्ट म्हणजे एखादी घटना सुरू करणे अथवा पूर्ण होणे. कल्पना अशी आहे की, इव्हेन्टला वेळ लागत नाही. पण इव्हेन्ट पूर्ण करण्यासाठी अथवा सुरू करण्यासाठी काही गोष्टी अगोदर कराव्या लागतात. जसे

इंजिन स्टॅन्ड प्रोजेक्ट टीम दादा कान्हेरे, भोसले, लेखक आनंद कान्हेरे, जोगळेकर आणि पंडित

एखादा पाइप कापणे किंवा दोन अथवा तीन कापलेले पाइपचे तुकडे एकमेकांना वेल्डिंग करून जोडणे. या गोष्टींना प्रोजेक्ट मॅनेजमेंटच्या क्षेत्रात 'ॲक्टिव्हिटीज' म्हणतात. प्रत्येक ॲक्टिव्हिटीला पूर्ण करण्यासाठी काही वेळ लागतो. तसेच एखादा इव्हेन्ट घडण्यासाठी अनेक ॲक्टिव्हिटीज आधी पुऱ्या कराव्या लागतात. एखादी ॲक्टिव्हिटी सुरू करण्याआधी आणखी एखादी ॲक्टिव्हिटी अथवा अनेक ॲक्टिव्हिटी व इव्हेन्ट, पूर्ण होणे आवश्यक असते. म्हणजे ॲक्टिव्हिटींचे परस्परावलंबित्व ठरवावे लागते.

असे अवलंबित्व ठरवून सर्व ॲक्टिव्हिटी व इव्हेन्ट यांचे एक नेटवर्क तयार करतात. या नेटवर्कमध्ये सर्व काम पुरे करण्यास कमीतकमी किती वेळ लागेल हे दाखविणारा एक अथवा अनेक मार्ग मिळतात. या मार्गावरील सर्व ॲक्टिव्हिटी वेळेत पूर्ण झाल्या तर प्रोजेक्ट वेळेवर पुरा होतो. या मार्गाला क्रिटिकल मार्ग म्हणतात. या क्रिटिकल मार्गामध्ये असलेल्या सर्व इव्हेन्ट व ॲक्टिव्हिटींवर बारकाईने लक्ष ठेवावे लागते, कारण यामध्ये उशीर झाला तर सर्व प्रोजेक्ट लांबतो. म्हणूनच या पद्धतीस क्रिटिकल पाथ मेथडॉलॉजी असे म्हणतात.

इंजिन इन्स्टॉलेशन व रिमूव्हल स्टॅन्डच्या प्रोजेक्टमध्ये ४२५ इव्हेन्ट व ७३० ॲक्टिव्हिटींचे वरीलप्रमाणे नेटवर्क झाले व त्यामध्ये ३ क्रिटिकल मार्ग झाले ते व्यवस्थित सांभाळत आम्ही प्रोजेक्ट १ दिवस आधीच पूर्ण करू शकलो.

प्रत्यक्ष डिझाइन करायला लागल्यावर चाकाची अडचण दिसू लागली. प्रथम जास्तीतजास्त ४०० मि.मी. व्यासाच्या चार चाकांवर ३ टन इंजिन व ट्रॉली असे ४ टन वजन पेलायला हवे होते. तेव्हा देशात उपलब्ध चाकांवर जास्तीतजास्त ३५० किलो म्हणजे ४ चाकांवर १.४ टन वजन पेलू शकत होते. टायर कंपन्यांनी यापेक्षा जास्त वजन घेणारे चाक देण्यास असमर्थता दाखविली. शेवटी एकेका अॅक्सलवर एकेका बाजूला दोन चाके अशी चारी कोपऱ्यांत मिळून आठ चाके व स्टॅन्डच्या मध्यभागी एकेका बाजूस २ चाके अशी ४ चाके बसवायचे ठरले. त्या चाकांचे ड्रम्स खास डिझाइन करावे लागले. कारण अॅक्सलवर केलेल्या बेअरिंग फिटिंगला हात न लावता दोन्ही टायर्स बदलता येणे आवश्यक होते. कारण कधीही कोणतेही टायर पंक्चर होऊ शकत होते. दादांनी हे महत्त्वाचे हब व ड्रमचे डिझाइन ३-४ दिवस विचार करून तयार करून दिले व एक महत्त्वाचा प्रश्न सुटला.

चाके स्टॅन्डवर लावल्यावर ती गाडीच्या चाकांप्रमाणे वळवता यायला हवीत त्यासाठी ही चाके इंग्रजी 'सी'च्या आकाराच्या खोबणीत बसवावी लागली. ही खोबणी वजन पेलण्यासाठी अगदी भरभक्कम हवी होती. सोबतच्या आकृतीप्रमाणे

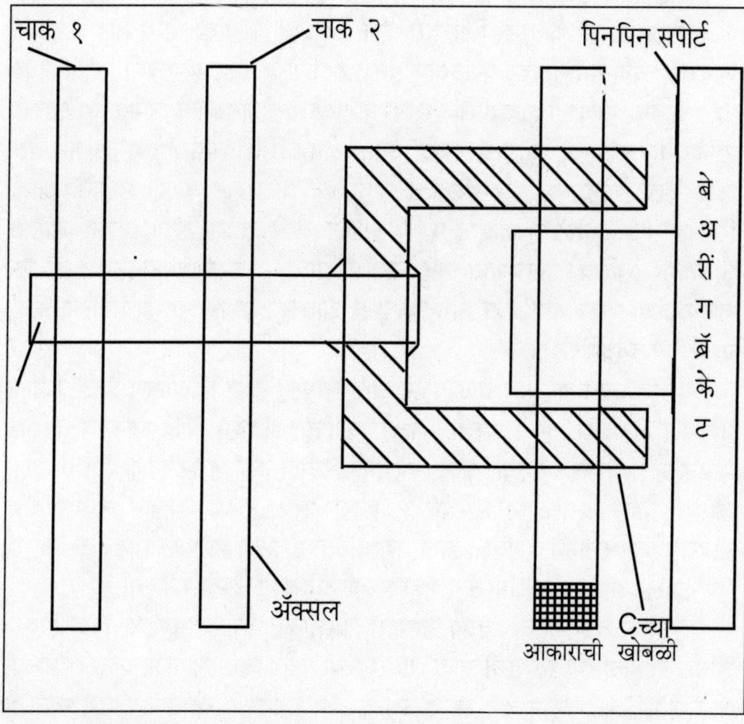

ही योजना दर्शविली आहे.

खोबळी म्हणजे आकृतीत दाखविल्याप्रमाणे इंग्रजी चौकोनी सी च्या आकाराचा एक लोखंडी ठोकळा. मूळ स्टॅन्डवर हा तुकडा फोर्जिंगमधून केलेला होता. फोर्जिंग म्हणजे गरम लोखंड मोठ्या प्रेसमध्ये दाबून एका साच्यामध्ये बसते करणे आणि नंतर हळूहळू गार करणे. या ठोकाठोकीमुळे हा पोलादी भाग अत्यंत बळकट होतो.

एक टन वजन घेण्यासाठी ही खोबणी फोर्जिंगमधून करावयाची कल्पना होती. पण भारत फोर्जने ठोकळ्याच्या डायचे ७५००० रु. व ठोकळ्याचे २००० रु. सांगितले आणि गाडी अडली. कारण दोन्हीही मिळून होणारी रक्कम एअर इंडियाने पूर्ण स्टॅन्डसाठी देऊ केलेल्या रकमेपेक्षाही जास्त होती. त्याच वेळी माझ्या एका मित्राने मला मुंबईत ठाण्याला स्टील कास्टिंग करणारे युनिट चालू झाल्याचे सांगितले. तेथे जाऊन कास्टिंगची ऑर्डर देऊन ४ खोबण्या करून आणल्या. ४ खोबण्यांचे ३ हजार व पॅटर्नचे ५ हजार असा खर्च आला. स्टील कास्टिंग म्हणजे जसे लोखंडाचा रस साच्यात ओतून त्यातून वस्तू बनवतात (बिडाच्या) तसाच पोलादाचा रस ओतून साच्यातून वस्तू बनवतात. या स्टील कास्टिंगच्या वस्तूही खूप बळकट व मजबूत होतात व खूप ठिकाणी फोर्जिंगच्या जागी वापरता येतात.

रोल्स् रॉईसमध्ये बूस्टर सिलिंडरमधील दाब ३० किलो दर चौरस सेंटिमीटरपर्यंत जायचा; त्यामुळे सिलिंडर फुटल्याने हँगरभर तेलाचा सडा पडल्याचे आधी नमूद केले आहेच. मॅस्वीला हायड्रॉलिक लोडरचा पूर्वानुभव असल्याने आम्ही सिलिंडरची ट्रॉलीवरील कामाची पद्धत बदलली. आता दोन्ही सिलिंडर्सना एकदम पंपाने तेल दिले जाई. थोडक्यात, हे सिलिंडरचे पॅरलल ऑपरेशन केले; त्यामुळे दोन्ही सिलिंडरमधील तेलाचा दाब १५ किलोपेक्षा कमी झाला आणि ट्रॉली कामात असताना सिलिंडर फुटण्याचा धोका नाहीसा झाला. हे करण्यासाठी क्रॅडल व योक यांच्या फ्रेमा मुख्य चौकटीवर अगदी घट्ट व आवळून बसविल्या. हायड्रॉलिक पंप, पॉवर पंप व्यवस्थित झाले.

स्टॅन्ड तयार झाला व चाकांवरून ओढू लागलो तेव्हा खोबणीला वेल्ड केलेला अॅक्सल होता, तो तुटून पडला. या अडचणीतून इंडियन ऑक्सिजनच्या वॉरियर नामक ब्रँच मॅनेजरने सुटका केली. कोणतेही स्टील दुसऱ्या स्टीलला, वा बिडाला जोडता येईल असा युनिव्हर्स-डब्ल्यू (UNIVERSE-W) म्हणून वेल्डिंग रॉड इंडियन ऑक्सिजनने बनविला होता. त्याचा वापर करून हा प्रश्न सोडवला. स्टॅन्ड पूर्ण झाला आणि मग दोन-तीन महत्त्वाच्या अडचणी उभ्या राहिल्या.

सामान चढवणे व उतरणे यासाठी यंत्रशाळेत एक उतरणीचा कट्टा (रॅम्प) बांधलेला होता. या स्टॅन्डची चाके त्या रॅम्पच्या बाहेर जाऊ लागली. शेवटी रॅम्पच्या शेजारी फॅब्रिकेट करून दोन स्टॅन्ड उभे केले व त्यावरून स्टॅन्ड ट्रकमध्ये न्यायची

व्यवस्था केली.

ट्रक नेहमीच्या ट्रकपेक्षा रुंद व उघडा आणि फाळके नसलेला हवा होता. जेठाभाई डुंगरसी कंपनीने त्यांच्या एका ट्रकचा प्लॅटफार्म हवा तसा करून घेतला. एवढे अजस्त्र धूड त्या वेळच्या खंडाळ्याच्या घाटातून न्यायचे काम त्यांच्या ड्रायव्हरने सफाईने केले. आधी आरटीओची परवानगी घेतली. पुढे व मागे एकेक गाडी व खांबावरून जाणाऱ्या विजेच्या तारा दूर करण्यासाठी ट्रकमध्ये बांबू घेतलेला एक माणूस अशी वरात डिलिव्हरीच्या ठरलेल्या तारखेच्या एक दिवस आधी निघाली. आम्ही स्टॅन्ड एअर इंडियाकडे दिला.

खरं म्हणजे इंजिन स्टॅन्डची हकिगत येथेच संपायची पण एअर इंडियातल्या ज्या गटाला स्टॅन्ड आयातच करावयाचे होते त्यांनी हा स्टॅन्ड यशस्वी होऊ न देण्यासाठी कारस्थान रचले व मॅस्वीला अडचणीत आणण्यासाठी कंबर कसली.

स्टॅन्ड पोहोचल्यावर आठवडाभरात आम्हाला फोन आला. स्टॅन्डवरील पंप गळत आहेत व स्टॅन्डवर चढवायला अर्धा तास लागतो आहे. आम्ही तर ७ मिनिटांत स्टॅन्ड ऑपरेट करावयाचे मान्य केले होते.

दादांनी श्री. जोगळेकर (इंजिनिअर) आणि दोन फिटर्सना लगोलग मुंबईला पाठवले व दुरुस्ती पूर्ण होईपर्यंत तेथेच थांबायला सांगितले. दादाही दर दिवसाआड मुंबईला जाऊन येऊ लागले. पंधरा दिवसांच्या अथक प्रयत्नांनंतर त्यांनी दोष शोधून काढला. तो एकच होता. एअर इंडियातील दुरुस्ती विभागातील एका फिटरने तेथे काम करणाऱ्या इंजिनिअरच्या सांगण्यावरून स्टॅन्डवरील सर्व तेलाच्या टाक्या उघडून त्यामध्ये खूप एमरी पावडर टाकली होती व तेल ढवळून घेऊन सर्व पंप पंचवीस-तीस वेळा चालवले होते. एमरी पावडर म्हणजे पॉलिश पेपरवर खळीने लावलेला ग्राईंडिंग व्हीलचा चुरा. या पावडरने सर्व पंपांचे सील खराब झाले होते व सिलिंडर्सही खराब होऊ लागले होते. दादांनी सर्व पुरावे गोळा केले व एअर इंडियाचे इंजिनिअरिंग विभागाचे प्रमुख श्री. बालीवाला यांच्यासमोर सादर केले. ते गृहस्थ जाम भडकले. त्यांनी तत्काळ त्या इंजिनिअरला सस्पेंड केले. मॅस्वीला स्टॅन्ड दुरुस्त करायला सांगितला व त्यासाठी आलेला खर्च पुढच्या काही ऑर्डर्समध्ये दर वाढवून मॅस्वीला दिला.

एअर इंडियाला हे सर्व स्टॅन्ड नंतर आम्ही भराभर दिले. हे स्टॅन्डस् एअर इंडियाला इतके पसंत पडले की, त्यांनी या स्टॅन्डच्या निर्मितीबद्दल आम्हाला इम्पोर्ट सबस्टिट्यूशनचा पुरस्कार मिळावा म्हणून जोरदार शिफारस केली आणि आम्हाला १९७१ साली इम्पोर्ट सबस्टिट्यूशनसाठीचे कांस्यपदक मिळाले. हे ॲवार्ड बोर्ड ऑन ॲवार्ड फॉर इम्पोर्ट सबस्टिट्यूशन गव्हर्न्मेंट ऑफ इंडिया अंडरटेकिंग यांच्यातर्फे मिळाले. त्याचे पत्र खालीलप्रमाणे आहे.

तेव्हा व्ही.व्ही.गिरी राष्ट्रपती होते. त्यांच्या हस्ते हे अ‍ॅवार्ड देण्यात आले. ते घेण्यासाठी दादा स्वत: त्या कार्यक्रमाला गेले होते. दुर्दैवाने त्या वेळचे फोटो व अ‍ॅवार्डचा फोटो पुढे झालेल्या खटल्यांच्या कागदपत्रांत अडकल्यामुळे आता उपलब्ध नाहीत.

◆

UNDER POSTAL CERTIFICATE

71

Phone: 625608
Grams: INPROB

(emblem) BOARD ON AWARD FOR IMPORT SUBSTITUTION
(Govt.of India Undertaking)

39, RING ROAD
Mulchand Hospital Corner
NEW DELHI-24.

No.BAIS/101(1)/71/
Dated: 13 APR 1971.

From The Director,
BOARD ON AWARDS FOR IMPORT SUBSTITUTION

To M/s. Masvy & Co. Pvt.Ltd.
Yantrashala,
Kennedy Road,
Near Regional Transport Office
Poona-1.

Sub: Application for Award for Import Substitution - "Masvy I/R Stand".

Dear Sir,

Reference your application forward, the Board has been pleased to announce an award of Rs.

/a Bronze Shield and Merit Certificate"

for your above cited item.

The shield/merit certificate will be given in a specially arranged function, the date and time of which will be duly intimated to you.

Yours faithfully,

Sd/- 12/4/
(Y.C.Verma)
Officer-Incharge.

१०
अंतर्गत कलह व मंदीचा फटका

अंतर्गत कलह

दादांनी, दत्तामामा संपूर्ण विक्री विभाग पाहील या विचाराने त्याची पुण्यात बदली केली होती. ही बदली अंतर्गत कलहाची नांदी ठरली.

आधी उल्लेख केल्याप्रमाणे १९६९ हे वर्ष मॅस्वीच्या वाटचालीतील एक अत्यंत उत्साहवर्धक वर्ष होते. या वर्षी प्रथमच यंत्रशाळा हा स्वत:च्या वस्तुनिर्मितीचा कारखाना स्वतंत्रपणे फायद्यात आला होता. आता मॅस्वीचे इतर लोकांच्या उत्पादनांच्या विक्रीवरचे अवलंबित्व कमी व्हायला लागले होते. खरे तर ते चालूच ठेवून यंत्रशाळानिर्मित उत्पादनांची विक्री खूप वाढवणे शक्य होते.

दत्तामामा दादांचा अत्यंत विश्वासू व योग्य सहसंचालक होता. त्यांच्या दृष्टीने धंद्यातील यंत्रशाळानिर्मित उत्पादनांच्या विक्रीत वाढ करण्याची जबाबदारी पेलण्यास तो अत्यंत समर्थ होता. त्यांचा तो जणू हुकुमी एक्काच होता. दुर्दैवाने दत्तामामाला मॅस्वीने बनविलेली उत्पादने विकण्यात फारसा रस नव्हता. तो अत्यंत अनिच्छेने पुण्याला आला. त्यानंतर दत्तामामाचा यंत्रशाळेतील वस्तूंच्या विक्रीच्या व्यवस्थापनात आपण दुय्यम ठरतो आहोत असा एक ग्रह झाला. कदाचित मी ती विक्री बघत होतो आणि मी कानामागून येऊन तिखट होणार असेही त्याला वाटत असावे. वस्तुत: माझ्याकडून मी त्याला संपूर्ण सहकार्य देऊ इच्छित होतो. त्याने केलेला कोल्हापूर शाखेचा विस्तार हा अत्यंत आदरणीय होता. आमचे अधिकृत विक्रेते बाहेर प्रांतात यंत्रशाळा प्रॉडक्टस् विकू शकत होते; त्यामुळे दादांना दत्तामामा हे काम चोख करील असा विश्वास होता. एक-दोनदा मीटिंगमध्ये त्यांनी ही गोष्ट स्पष्टही केली होती. तरीही कोणत्या वस्तू विकाव्यात यावरून दोघांमध्ये वाद सुरू झाले आणि शेवटी साऱ्याची परिणती जोरदार भांडणात झाली. दादांनी कोल्हापूरहून खूप पैसे पुण्याला पाठवून कोल्हापूरचा धंदा गोत्यात आणला असे दत्तामामा म्हणत होता. काही अंशी

हे खरेही होते. पण खरे तर कोल्हापूरचा धंदा आटला होता मंदीमुळे. मंदीमुळे होणारी वसुली लांबल्यामुळे आपल्याकडे असलेल्या एजन्सीजचा तयार माल ताबडतोब पुण्यात विका असे त्याचे म्हणणे होते, दादांचा त्याला फारसा पाठिंबा नव्हता; दादांचे मत यंत्रशाळेला बनवता येतील अशा वस्तू विका असे होते.

दत्तामामा पुण्यात आल्यावर त्याला सारखे आपण विस्थापित झालो आहोत आणि कुटुंबाला पुण्यात आणण्याची दगदग व गैरसोय झाली आहे असे वाटत होते. खरे तर अगदी स्पष्टपणे असे जाणवत होते की, त्याला विश्वासात घेऊन दादा बहुधा त्याच्याशी बोलले नसावेत. दादांच्या मनात दत्तामामाला प्रथम त्यांच्या धंद्याचा वारस करणे होते. पण ते स्पष्ट करून सांगणे हे त्यांच्या स्वभावात बसणारे नव्हते. या गोष्टी स्पष्ट न केल्याने त्यांच्यातील विसंवाद वाढू लागला. अगदी खरे तर दोन्ही मतांचा समन्वय करून पुण्यात विक्री वाढवता आली असती पण हे करावयाला दोघेही तयार नव्हते. दोन-अडीच महिने दत्तामामा ऑफिसवर येऊन बसायचा पण करायचा काहीच नाही.

त्यानंतर तो ऑफिसमध्ये आला म्हणजे दादा व तो यांच्यात अगदी किरकोळ कारणावरून भांडणे सुरू होत. नंतर दत्तामामा मॅस्वीचे डायरेक्टर श्री. भडकमकर यांना भेटला. MSSIDC च्या मॅस्वीवरील डायरेक्टर्सनाही भेटला व या सर्वांनी दादांनी निवृत्त व्हावे आणि दत्तामामाने मॅनेजिंग डायरेक्टर व्हावे असा ठराव बोर्ड मीटिंगमध्ये आणावयाची तयारी केली. प्रत्यक्ष मीटिंगच्या वेळी स्वतंत्रपणे उद्योजक असलेले दुसरे डायरेक्टर श्री. व्होरा व तिसरे डायरेक्टर श्री. करंबेळकरांनी याला कडाडून विरोध केला; त्यामुळे हा ठराव पास होऊ शकला नाही. दत्तामामा "दादांची सर्वच मॅनेजमेंट चुकली आहे, कोल्हापूरचे सामान्य कामगारांपासून उद्योगपती झालेले लोकही यंत्रशाळेपेक्षा चांगल्या वस्तू बनवितात." अशा स्वरूपाची विपरित विधाने करू लागला. पुढच्या वर्षभरात 'या' उद्योगपतींचे दिवाळे निघाले हे अलाहिदा. म्हणजे दोघांचा एकमेकांवर विश्वास राहिला नव्हता. याचे मूळ कारण दोघांनीही शांतपणे एकत्र बसून विचारविनिमय करून प्रश्न सोडवावयास हवा होता; पण ते झाले नव्हते. त्यातच मंदीची भर पडली. दादांना दत्तामामाकडून मंदीच्या काळात त्याने जास्त चांगल्या जबाबदारीने काम करावे आणि आर्थिक व्यवस्था सांभाळावी अशी अपेक्षा होती. पण दत्तामामाला दादांच्या मनातली ही गोष्ट स्पष्टपणे उमजली नाही; त्यामुळे फूट वाढतच गेली. राजाभाऊ माटे हे दादांचे साडू. राजाभाऊ दत्तामामाचे खूप जवळचे मित्र होते. दादांशीही त्यांचे संबंध चांगलेच होते. आमच्या सर्व नातेवाईक व संबंधी मंडळींत पोक्त व व्यावहारिक सल्ला देण्याबद्दल राजाभाऊंची ख्याती होती. मी मॅस्वी जॉईन करण्याआधी त्यांच्याशी दोन दिवस सतत बोलत होतो व त्यांच्या सल्ल्याने मॅस्वीत आलो होतो. मॅस्वीमध्ये दादांचे व दत्तामामाचे भांडण

सुरू झाल्यावर मध्ये पडून ते सोडविण्याचा राजाभाऊंनी प्रयत्न जरूर केला, पण माझ्या मते तो पुरेसा नव्हता. त्यांनी, दोघांना एकत्र आणून शांतपणे विचार करायला लावला असता व दोघांत हरवलेला संवाद पुन:प्रस्थापित केला असता तर गोष्टी विकोपाला गेल्या नसत्या आणि उद्योग-व्यापार एकजुटीने मंदीला सामोरा गेला असता. किंबहुना त्यांनी जरा जास्तच स्पष्ट बोलून भांडण मिटवायला तरी हवे होते किंवा दोघांपैकी एकाला तडजोड करून धंद्यातून बाहेर पडायला लावायला हवे होते. पण हे झाले नाही व भांडण जवळजवळ वर्षभर सुरूच राहिले. याचा धंद्यावर विपरीत परिणाम झाला.

हे वातावरण इतके अस्वस्थ करणारे होते की, तरुण अननुभवी पण व्यवसाय क्षेत्रातील थोडे फार ज्ञान मिळवलेल्या माझ्या मनात धंदा सोडण्याचे फार मोठे वादळ निर्माण झाले होते; अर्थात मी ते शमवले व धंदा वाचवण्यासाठी काय करता येईल हे पाहण्याचा प्रामाणिक प्रयत्न केला.

मंदीचा फटका

मागील प्रकरणात वर्णन केल्याप्रमाणे मॅस्वीच्या दृष्टीने कंपनीने बनविलेले सर्वोत्कृष्ट उत्पादन १९७१-७२ मध्ये पूर्ण केले.

सर्व ऑर्डर्स अत्यंत यशस्वीपणे पूर्ण करून आणि गिऱ्हाईकांच्या दृष्टीने समाधानकारक काम करूनही १९७१ नंतर मॅस्वी आर्थिकदृष्ट्या फायद्यात येऊ शकत नव्हती. कारण सर्वत्र वेगाने येणारी औद्योगिक मंदी हे होते.

अंतर्गत कलहामुळे कंपनीला मंदीला नीट सामोरे जाता आले नाही व या दुफळीने कंपनीचे अतोनात नुकसान झाले हे खरेच आहे.

खरे तर १९६९ साली प्रथमच यंत्रशाळा फायद्यात आली होती. मॅस्वी कंपनी फार जोरात होती आणि विमानाच्या भाषेत टेक ऑफ घेतला होता. पण नियतीच्या मनात काहीतरी वेगळेच होते.

मॅस्वी संपूर्ण देशात नाव मिळवीत असताना आणि विक्रीचा व उत्पादनाचा आलेख चढता असतानाच अचानकपणे १९७१-७२ मध्ये भारताच्या अर्थव्यवस्थेत मोठ्या प्रमाणावर मंदीची लाट आली.

१९६९-७० मध्ये आम्ही किर्लोस्करांसाठी दरमहा ४००० इंजिनांना लागतील एवढे भाग करत होतो. १९७० साली सप्टेंबर-ऑक्टोबरमध्ये त्या कंपनीच्या अधिकाऱ्यांनी आम्हाला ऑक्टोबरपासून आठ हजार इंजिनांसाठी भाग लागतील तरी त्यासाठी तयारी करायला घ्या म्हणून सांगितले व लगेचच त्यांनी सर्व वाढीव मागण्या (ऑर्डर्स) आमच्याकडे पाठवल्या.

त्यानंतर आठवडाभरातच शंतनुरावांनी दादांना खडकीला भेटायला बोलावले. दादांबरोबर मीही होतो. तेथे त्यांनी लागलेली तयार इंजिनांची थप्पी दाखवली. त्यांचा तयार माल हलला नव्हता. सर्व कारखाना इंजिनांनी भरला होता. त्यांनी आमच्याकडील सर्व मागण्या ताबडतोब थांबविल्या व पुढील ३ महिने फक्त ५०० काम्पोनन्टस दर महिना द्या, त्यानंतर काय ते तीन महिने झाल्यावर सांगू असे सांगितले. हा पहिला जोरदार तडाखा होता. या लाईनवर काम करणाऱ्या ५० जणांना ले-ऑफ देता येतो का असे विचारल्यावर आमच्या सल्लागारांनी सुप्रीम कोर्टात अर्ज करून मगच ठरवता येईल आणि त्यास किमान सहा महिने लागतील असे सांगितले; त्यामुळे या पन्नासजणांचा किमान पगार अंगावर पडू लागला. कंपनीला आशा होती की, एअर इंडियात येऊ घातलेल्या बोईंग ७४७ विमानांसाठी साधनसामग्रीच्या मागण्या येतील. प्रत्यक्षात एअर इंडियाने मंदीमुळे विमान खरेदी किमान वर्षभर लांबवली. ही मंदी एवढी तीव्र होती की, त्या वर्षी आधीच्या वर्षाच्या फक्त सतरा टक्के लोकांनीच विमानाने प्रवास केला; त्यामुळे धंदा येण्याचा हाही मार्ग खुंटला. यामुळे आणखी सत्तर कामगारांचे पगार अंगावर पडू लागले.

अशा स्थितीतही कूपर इंजिनिअरिंग, सातारा रोड यांची बांगलादेश येथे निर्यात चालू होती. म्हणून चाकांची लाईन चालू होती. डिसेंबरमध्ये हीही लाइन संपली.

ही आर्थिक मंदी एवढी तीव्र होती याची कल्पना एकाच उदाहरणावरून लक्षात येईल की, दरमहा हजारांवर जीप गाड्या बनविण्याऱ्या महिन्द्राने त्या वर्षभरात फक्त ३५० जीपस बनविल्या. मंदीचा तडाखा कोल्हापूर ऑफिसलाही बसला. महिना दीड लाखावरून विक्री १०-१५ हजार रुपयांवर आली.

एमएसएफसी - महाराष्ट्र राज्य वित्तीय महामंडळाने मंजूर केलेले कर्ज देणेही यामुळे लांबवले. नंतर हळूहळू टप्प्याटप्प्याने दिले. सतरा लाखांची फिक्स्ड डिपॉझिट्स मात्र झपाट्याने वाढली व ती साधारण २३ लाखांच्या घरात गेली. १९६९-७० साली रिझर्व्ह बँकेने फतवा काढून कंपन्यांनी मुदत ठेवी घेण्यावर अत्यंत कडक निर्बंध घातले व आम्हीही तत्परतेने ती बंधने पाळावयाचे ठरवले आणि डिपॉझिट्स घेणे बंद केले. यामुळे मॅस्वीकडे येणारा ठेवींचा झरा पूर्णपणे आटला व मंदीच्या काळात पैसे उभारण्याचा हा मोठा मार्ग बंद झाला; त्यामुळे मंदीच्या काळात कंपनीमध्ये सतत पैशाची चणचण जाणवत राहिली.

हे सर्व चालू असताना मी मार्केटिंगही बघायला लागलो होतो. मला यंत्रशाळेत बनविलेल्या सर्व सामग्रीची व्यवस्थित माहिती होती व यंत्रशाळा काय करू शकेल याची पूर्ण कल्पना होती म्हणून दादांनी मला मार्केटिंगही पाहण्यास सांगितले होते. हे सुरू केल्यावर काही दिवसांनी दादांनी दत्तामामाला पुण्यास येऊन संपूर्ण मार्केटिंगचा (पुणे, मुंबई व कोल्हापूर येथील) चार्ज घ्यायला सांगितले. मलाही दत्तामामाला

रिपोर्ट करण्यास सांगितले व माझे काम यंत्रशाळेतील बनणाऱ्या वस्तूंचे मार्केटिंग असेच होते. मी खूप विचारांती सर्वच वस्तूंच्या किमती तीस ते पस्तीस टक्क्यांनी आणि विमानतळावरील सामग्रीच्या किमती २०० ते ३०० टक्क्यांनी वाढविण्याचा निर्णय घेतला तसेच चाके, ट्रॉलीज व कॅस्टर्सच्या किमती वाढविल्या आणि डीलर्सना २० टक्क्यांऐवजी ३० टक्के डिस्काउंट द्यायला सुरुवात केली. या निर्णयाने दादा व दत्तामामा दोघेही फारच अस्वस्थ झाले. पण मी त्यांना पटवून दिले की, या मंदीच्या काळात आता ज्यांना खरोखरच गरज आहे तेच खरेदी करतील आणि त्यामुळे अनिच्छेने का होईना पण किमती वाढवून देतील. गिऱ्हाईक आता पूर्वीच्या एकूण वीस-पंचवीस टक्केच असेल पण वाढीव किमतीमुळे आपला तोटा कमी होईल व गिऱ्हाईक जर आजच्या ५० ते ७५ टक्क्यांइतके झाले तर आपण ना नफा ना तोटा या स्थितीत येऊ. मी वर उल्लेख केलेल्या एअर इंडिया, इंडियन एअरलाइन्स व विमानदल यांच्या मागण्या वाढीव किमतीला आल्या. आजवर विकलेल्या वस्तूंच्या, स्पेअर्सच्याही ऑर्डर्स आम्ही १०० टक्के किंमत वाढवून विकावयास सुरुवात केली. पण हे सर्व प्रयत्न अपुरे पडत होते. तोटा वाढतच होता.

मंदी कोणावरही दयामाया करत नाही. ज्याच्याजवळ जास्त आर्थिक ताकद आहे, चांगल्या मार्केटेबल वस्तू आहेत व ज्याची संस्था मार्केटमध्ये खोलवर जाऊन आपला ठसा उमटवून असते ती मंदीला जरा जास्त चांगले तोंड देते इतकेच. आम्ही आटोकाट प्रयत्न करतच होतो. पण आमच्याजवळची आर्थिक ताकद तुटपुंजी होती. कारण दुर्दैवाने कंपनीची अशा प्रकारच्या आर्थिक परिस्थितीला तोंड देण्यासाठी तयारी नव्हती. कदाचित त्यादृष्टीने विचारही केला नव्हता. जर मालाच्या किमती ठरवताना वस्तूनिर्मितीसाठी झालेला डेव्हलपमेंटचा खर्च (टूल्स, जिग्ज, फिक्चर्स, वाढत्या उत्पादनासाठी ले-आउटमध्ये केलेले बदल, टाइम आणि मेथड स्टडीचा खर्च व दर्जेदार तपासणीसाठी लागणारा गेजेस् व तपासणी साहित्यावरील खर्च) हा त्या उत्पादनाची किंमत ठरवताना विचारात घेतला असता तर गंगाजळी निर्माण करणे जमले असते. कंपनीने एव्हाना ५०००० चाके, ५००० कॅस्टर्स आणि ३००० ट्रॉलीज विकल्या. या वस्तूंची प्राइसलिस्ट प्रथम मॅस्वीने बाजारात टाकली. या प्रत्येक चाकामागे २ रु., कॅस्टरमागे ५ रु. व ट्रॉलीमागे २५ रु. या खर्चासाठी ठेवले असते, तरी त्या वाढीव किमतीला विक्री झाली असती; त्यामुळे डेव्हलपमेंटला जो २ लाख रु. खर्च आला तो वसूल झाला असता तसेच विमानतळ सामग्री विभागातून या खर्चापोटी वर्षाला २ लाख रु. मिळाले असते तर कंपनी ५ वर्षांत १२ लाखाची गंगाजळी बाजूला ठेवू शकली असती आणि ही गंगाजळी मंदीच्या काळात उपयोगी पडली असती.

आम्ही जवळपास आठ-नऊ महिने सर्वांना फुकट पोसून झाले होते, तेव्हा

एअर इंडियाकडून वाढीव किमतीला तीन शिड्यांची ऑर्डर आली. ती कशीबशी पुरी केली. तेवढ्यात विमानदलाचे ४ शिड्यांचे टेंडर निघाले. ६७५० रु. चे टेंडर मी १८५०० ला भरले. त्यांनी आम्ही एकटेच टेंडरर होतो म्हणून परत टेंडर मागवले आणि शेवटी ४ शिड्यांची ऑर्डर १८५०० वजा १० टक्के या दराने दिली. तोपर्यंत एअर इंडियाची २० बॅगेज ट्रॉलीजची ऑर्डर आली. शिड्या जेमतेम पुऱ्या झाल्या पण बॅगेज ट्रॉलीजसाठी माल मिळेना. कोणीही पुरवठादार माल देईना; कारण पुरवठादारांची देणी खूप काळ थकली होती आणि बँक पैसा देईना. अशा स्थितीत ही मागणी लटकली. नाही म्हणायला चाकांच्या जुजबी मागण्या येत होत्या; फुटकळ प्रमाणात ट्रॉलीज जात होत्या. किमती ३० टक्क्यांनी वाढवूनही ही विक्री महिना दहा-बारा हजारांच्या वर जाईना.

◆

११
मॅस्वी सावरण्याचे प्रयत्न

याच काळात आम्ही यंत्रशाळेत बनविता येईल व घाऊक उत्पन्न असेल अशा स्वरूपाच्या मागणीची प्रतीक्षा करत होतो. पुण्याजवळील ॲम्युनेशन फॅक्टरीमध्ये ॲम्युनेशन बॉक्सेसची मोठ्या प्रमाणावर गरज होती. या बॉक्सेस लोखंडी पत्र्यातून बनविल्या जात असत. मंदीच्या काळात या बॉक्सेसचा मोठा पुरवठा संरक्षण विभागाला करणे हे मंदीतून बाहेर पडण्याचे साधन ठरेल असा विचार करून आम्ही या बॉक्सेसचे टेंडर भरले. पैकी एच२ए बॉक्सेसचे टेंडर प्रत्येकी रु.१३.७५ ला असे भरले होते. हे टेंडर एकूण १० लाखाचे होते. ही मागणी मिळाली असती तर यंत्रशाळेला नियमित उत्पन्नाचा स्रोत झाला असता, कारण हे टेंडर दर ६ महिन्यांनी एकदा निघत असे. म्हणजे वर्षातून दोन मागण्या मिळणे शक्य होते. (नंतर दादांनी वाढवून घेतलेल्या किमतीने या टेंडरची किंमत ५६ लाख झाली.) ही किंमत आधीच्या टेंडरला दिलेली किंमत होती, ही माहिती आम्ही ॲम्युनेशन फॅक्टरीतून मिळविली. शेवटी हरप्रयत्नाने आम्ही ही ऑर्डर मिळवली. यासाठी दिल्लीमधील गोडबोले नावाच्या सद्‌गृहस्थांची खूप मदत झाली. श्री. गोडबोले यांचा परिचय दादांना त्यांचे दूरचे चुलतभाऊ अनंतकाका यांनी करून दिला. अनंतकाका आर. एन. घाणेकर कंपनीचे भागीदार होते. ते दिल्लीत स्थायिक होते. दिल्लीत माझे दोन मामा असतानासुद्धा दादा कंपनीच्या कामासाठी दिल्लीत गेले म्हणजे त्यांच्याकडे उतरत. तेही दादांच्या दिमतीला गाडी व ड्रायव्हर देत असत. ते स्वत: सिव्हिल इंजिनिअर होते व अण्णांसारखेच अत्यंत शिस्तप्रिय होते. श्री. गोडबोले हे त्यांचीही कामे करत.

या ऑर्डरसाठीही पैसा द्यायला बँक ऑफ महाराष्ट्रने स्पष्ट नकार दिला. पण या ऑर्डरसाठी आम्हाला नॅशनल स्मॉल स्केल इंडस्ट्रीज कार्पोरेशनने एनएसएसआयसी त्यांची गॅरंटी देऊ केली. या ऑर्डरसाठी पतपुरवठा व्हावा म्हणून मी एनएसएसआयसीच्या डायरेक्टर्सना दिल्लीत भेटलो. त्यांच्या मते त्यांच्या गॅरंटीवर आधार ठेवून बँकेने आम्हाला पतपुरवठा करायलाच हवा. यासाठी मी भारत सरकारच्या बँकिंग डिपार्टमेंटमध्ये

बँकिंग सेक्रेटरींना भेटलो. एव्हाना सर्व मोठ्या बँकांचे राष्ट्रीयीकरण झालेले होते व म्हणून ही भेट महत्त्वाची होती. मी ज्यांना भेटायला गेलो, ते गृहस्थ होते श्री. भिडे. हेच भिडे पुढे बँक ऑफ महाराष्ट्रचे चेअरमन व मॅनेजिंग डायरेक्टर झाले.

एच२ए बॉक्स १९७२-७३

हे गृहस्थ मला भेटले नाहीत पण त्यांनी मला त्यांच्या असिस्टंटकडे पाठविले. भिड्यांचे असिस्टंट सेतुरामन यांनी जवळजवळ तासभर माझे सर्व म्हणणे ऐकून घेतले व मला त्यानंतर श्री. जोग, चेअरमन आणि मॅनेजिंग डायरेक्टर बँक

ऑफ महाराष्ट्र यांना देण्यासाठी बंद लिफाफ्यात पत्र दिले व मला म्हणाले,

'तरुण माणसा, नि:शंकपणे परत जा, तुझे काम १०० टक्के पूर्ण होईल.' दिल्लीतून परत येताना सारखे माझ्या मनात सेतुरामन यांचे वाक्य घोळत होते,

'Young man don't worry, bank will find ways to help your H2A boxes project.'

मी आर्थिक संस्थांवर त्यांची धोरणे आणि वृत्ती या संबंधात या पुस्तकात पुढे टीका केली आहे. पण हे मुद्दाम नमूद करू इच्छितो की, या आर्थिक संस्थांतील अधिकाऱ्यांनी एका पैशाचीही अपेक्षा न बाळगता कंपनीला कर्जमर्यादा दिल्या होत्या. याबाबतीत श्री. सेतुरामन यांचा खास उल्लेख करायला हवा. या गृहस्थांनी माझ्यासारख्या अननुभवी इंजिनिअरचे सर्व ऐकले व बँकेला मदत करण्याचा संदेश दिला. त्यांनीही कोणत्याही प्रकारे पैशाची अपेक्षा ठेवली नव्हती. हे मुद्दाम नमूद करावेसे वाटते.

मी चिठ्ठी घेऊन जोगांना बँकेत भेटलो, माझ्या बरोबर अशोकही होता. श्री. जोगांनी माझ्याजवळ दादांची फार आस्थेने व कंपनीची सखोल चौकशी केली व म्हणाले की, 'कंपनी वाचविण्यासाठी प्रदीर्घ काळ अथक प्रयत्न करावे लागतील. त्यासाठी तुम्हा भावांची तयारी आहे का?'

जोगांच्या या प्रश्नाला आम्ही दोघांनीही अगदी निसंदिग्ध शब्दांत 'तयार आहोत अगदी भगीरथ प्रयत्न करू' असे त्यांना सांगितले. त्यांनी आम्हाला 'उद्या या तोपर्यंत मी विचार करून यातून मार्ग कसा काढायचा ते ठरवतो' असे सांगितले.

मी इलेक्ट्रिकल इंजिनिअर होतो व डी.बी.एम.ही केले होते. कंपनीत ९ वर्षे काम करत होतो. अशोक माझा धाकटा भाऊ, त्याने पुणे इंजिनिअरिंग कॉलेजमधून बी.ई. मेकॅनिकल केले होते व अमेरिकेतील वॉशिंग्टन स्टेट युनिव्हर्सिटीमधून एम.टेक्. केले होते. तो दादांना मॅस्वीच्या कामात मदत करावयाची म्हणून अमेरिकेत मिळत असलेली नोकरी सोडून पुण्यात आला होता आणि मॅस्वीच्या प्रॉडक्शनचा चार्ज त्याने घेतला होतो. सर्वात धाकटा भाऊ अरविंद याने पुण्याच्या कॉलेज ऑफ इंजिनिअरिंगमधून बी.ई. मेक्. केले होते व त्याने पुणे विद्यापीठातून एमबीएही केले होते.

१ कंपनी वाचवण्याची योजना

श्री. जोग साऱ्याच बाबतींत खूप आशादायक बोलले. त्यांना दादा व मॅस्वीबद्दल अत्यंत आत्मीयता होती. कंपनी वाचविण्यासाठी ते नक्कीच काहीतरी मार्ग काढतील अशी मला व अशोकला खात्री वाटत होती.

दुसऱ्या दिवशी आम्हाला जोग भेटले नाहीत, पण त्यांनी 'पटवर्धनांना भेटा' असा निरोप ठेवला होता म्हणून आम्ही पटवर्धनांना भेटायला गेलो. त्यांनी आम्हाला

जोगांची कल्पना स्पष्ट करून सांगितली. जिचा गोषवारा खालीलप्रमाणे होता.

आम्हा तिघा भावांनी भागीदारीत एक धंदा चालू करावयाचा. या धंद्याने मॅस्वीची एच२ए बॉक्सेसची मागणी सबकॉन्ट्रॅक्ट करून घ्यायची. बॉक्सेसच्या प्रकल्पासाठी लागणारी यंत्रे व इतर सामग्री घ्यायला बँक आम्हाला आय.डी.बी.आय.कडून त्यांच्या हमीवर कर्ज मिळवून देईल. यासाठी लागणाऱ्या सर्व गोष्टींची पूर्तता बँक करून घेईल. याशिवाय बॉक्सेस बनविण्यासाठी बँक खेळते भांडवल देईल. अशा रीतीने तुमचा धंदा सुरू झाला की, त्यातून फायदा होईल, तो फायदा मॅस्वीला पुनरुज्जीवित करण्यासाठी वापरावा. हळूहळू मॅस्वीच्या सर्वच लहान-मोठ्या मागण्या ही नवीन भागीदारी पूर्ण करेल.

जोगांची ही योजना अगदी सहज नको म्हणण्यासारखी नव्हती. आम्ही योजना स्वीकारली व त्यातून अशोक ॲन्ड ब्रदर्सची निर्मिती झाली. आम्ही कामास लागलो. बँकेकडून ही योजना जोगांच्या मनात होती त्याप्रमाणे सुरळीतपणे राबवली गेली असती तर मॅस्वी निश्चितच अडचणीतून बाहेर पडली असती; पण ते व्हायचे नव्हते. कारण श्री. जोग यांना तातडीने सेवानिवृत्त करण्यात आले व त्यांचा बँकेशी असलेला संबंध संपला. हे पाच-सहा महिन्यांतच घडले.

थोडक्यात, अशोक अँड ब्रदर्सने हळूहळू संपूर्ण यंत्रशाळा भाड्याने घ्यायची, तेथील कामगार आपल्याकडे घ्यायचे, मॅस्वीकडे असलेल्या सगळ्या मागण्या पूर्ण करायच्या आणि मिळणारा फायदा व भाडे यातून मॅस्वीच्या देणेकऱ्यांचे देणे देत राहायचे व चार-पाच वर्षांत सर्व देणी देऊन मॅस्वी कंपनी कर्जमुक्त करावयाची अशी ही योजना होती. जोगांनी अशा प्रकारची योजना दुसऱ्या कंपनीतही (वेस्टर्न इंडिया इरेक्टर्सच्या पुनर्उत्थानासाठी सह्याद्री उद्योग निर्माण करून) यशस्वीरित्या राबवली होती. जोग तीन-चार वर्षे बँकेचे चेअरमन व मॅनेजिंग डायरेक्टर राहिले असते तर त्यांनी ही योजना आमच्याकडूनही योग्य प्रकारे राबवून घेतली असती.

आम्ही बँकेकडे रीतसर अर्ज करून कॅश क्रेडिट मर्यादा मंजूर करून घेतली. मशिनरी व इतर सामग्रीसाठीही आय.डी.बी.आय.कडून १० वर्षांच्या हुंडी फायनान्सची मंजुरी मिळाली.

या धंद्यासाठी बॉक्सेस बनविण्याचे काम मॅस्वीतील यंत्रसामग्रीवर करता येईल हे गृहीत धरून बॉक्सेस बनविण्यासाठी पन्नास डायपंचेस डिझाइन करून प्रत्यक्ष बनविले. बँकेने या धंद्याला बॉक्सेससाठी कच्चा माल घेण्यासाठी पैसे दिले.

मॅस्वीने ५०' x ५०' ची एक शेड अशोक अँड ब्रदर्सला भाड्याने दिली. त्यामध्ये अशोक अँड ब्रदर्सने स्वत:ची मशिनरी बसवली व बॉक्सेस बनविण्यास सुरुवात केली. पन्नास बॉक्सेस बनवून त्या ॲम्युनेशन फॅक्टरीच्या तपासणी विभागामार्फत तपासून योग्य असल्याची स्वीकारार्हता मिळवली.

आम्ही बॉक्सेसची पहिली १००० ची डिलिव्हरी श्री. जोगांच्या हस्ते करण्याचे योजले. कार्यक्रम ठरला व लोकांना बोलावले. ॲम्युनेशन फॅक्टरीमधील तपासणी विभागाच्या मुख्यांनाही बोलावले.

समारंभाच्या नेमके चार दिवस आधी वर उल्लेख केल्याप्रमाणे जोगांना सरकारने सक्तीने सेवानिवृत्त केले. त्यांना सरकारने पटवर्धनांना चार्ज द्यायला सांगितले.

दुर्दैवाने या समारंभाला बँकेतून एकही अधिकारी आला नाही. त्याच वेळी मनात शंकेची पाल चुकचुकली; पण दोन महिने गोष्टी सुरळीत होत राहिल्या.

श्री. भिडे यांना बँकेवर चेअरमन व मॅनेजिंग डायरेक्टर म्हणून भारत सरकारने नियुक्त केले. योगायोगाने श्री. भिडे हे नानामामाचे मित्र होते. दादा व आई श्री. भिडे यांना नानामामामार्फे भेटले होते. मीही भेटायला गेलो होतो पण मला भेटले नव्हते.

श्री. भिडे यांनी या वेळी मनोमन मॅस्वी वाचविण्याचा निर्णय घेतला असावा, कारण याच सुमारास एअर इंडियाने २० बॅगेज ट्रॉलीजचे टेंडर काढले. आधीच्या ऑर्डरपैकी १२ ट्रॉलीज मॅस्वीने अजून दिलेल्याच नव्हत्या. मागील प्रकरणात पैशाअभावी जी ऑर्डर रखडली असे लिहिले आहे तीच ही ऑर्डर. आम्ही हा आधीचाच पुरवठा पूर्ण केलेला नसल्याने मॅस्वीला ही नवी ऑर्डर मिळणे दुरापास्त होते. एव्हाना मॅस्वी व बॉक्सेसबद्दल माझी भिडे यांच्याशी दोन-तीनदा गाठ पडली होती. त्यांनी मला मुद्दाम बोलावून ही मागणी मिळवण्याचा चॅलेंज दिले. मी ते स्वीकारले. त्यांना मी पहिल्या ट्रॉलीज पूर्ण करण्यासाठी भांडवल द्या व मी पहिल्या ट्रॉलीज सहा आठवड्यांत देईन असे एअर इंडियाला स्पष्ट आश्वासन द्यायला परवानगी द्या असे विनवले. त्यांनी ते मान्य केले.

लगेच मी एअर इंडियामधील खरेदी विभागातील माझ्या नेहमीच्या परिचित अधिकाऱ्यांना भेटलो. त्यांनी प्रथम हे अशक्य आहे असेच सांगितले. पण त्यांचा मॅस्वीबद्दलचा पूर्वानुभव आश्वासक असल्यामुळे त्यांना मी सर्व सत्य परिस्थिती सांगितली. त्यांनी त्या रात्री माझ्याबरोबर जेवायला यायचे कबूल केले आणि यासंबंधी काही करता येईल का हे वरिष्ठांना विचारून व तेही विचार करून सांगतील असे सांगितले.

त्या रात्री त्यांनी असे सांगितले की, मॅस्वीने पहिली मागणी का लांबली याचे सकारण सविस्तर पत्र द्यावे. आता सहा आठवड्यांत पुरवठा का व कसा करता येईल ते त्यात नमूद करावे आणि नवीन मागणी दिलीत तर त्यातील येणाऱ्या पैशांपैकी १० टक्के रक्कम परदेश प्रवासासाठी राखून एअर इंडियाकडे ठेवू ही अट मान्य आहे हे लिहून द्यावे. (धंद्यात असलेल्या मंदीवर उपाय शोधण्याचा एअर इंडियाचा हा मार्ग होता. हा आमच्या उपयोगाला आला.) हे पत्र पर्चेस डिपार्टमेंट, 'आमच्या मताने हे मान्य करावे' असा शेरा मारून टेंडर कमिटीकडे देईल. टेंडर

कमिटीत मॅस्वीने केलेले काम माहिती असलेले तीन-चार सदस्य आहेत; त्यांच्याशी बोलून मॅस्वी वाचविण्यासाठी ही मी ऑर्डर मॅस्वीला देईन याची खात्री बाळग.

मी परत भिड्यांना भेटलो, त्यांना सांगून याप्रमाणे पत्र दिले व मागणी मिळवली. बँकेने आधीची मागणी व नवीन मागणी यासाठी खेळते भांडवल पुरवले आणि सत्तर सालच्या अखेरीस ही मागणी घेऊन एक्काहत्तरच्या मार्चपर्यंत आम्ही ती मागणी पूर्ण केली. बॉक्सेसचे कामही तोपर्यंत सुरू झाले होते; त्यामुळे कंपनी आता वाचू शकेल अशी आशा आमच्या मनात निर्माण झाली.

याच सुमारास कंपनीला संकटातून बाहेर काढण्याच्या दृष्टीने एक वेगळीच संधी योगायोगाने चालून आली.

या सुमाराला अरब जगताने ब्रिटन, अमेरिका, फ्रान्स, जर्मनी व जपान या देशांना ब्लॅक लिस्ट करून त्यांच्याकडून सामग्री घेणे बंद केले होते. हे तेव्हाच्या राजकीय वातावरणामुळे अरब राष्ट्रांनी केले होते. तेव्हा कीथ सॉडर्स दुबई विमानतळ प्राधिकरणाचे चीफ इंजिनिअर होते. त्यांना दोनशे बॅगेज ट्रॉलीज हव्या होत्या. इतरही सामग्री हवी होती. पण बॅगेज ट्रॉलीज अत्यंत तातडीने हव्या होत्या. हिंदुस्तानातून वस्तू घेण्यास त्यांच्या देशाची हरकत नव्हती. हिंदुस्तानमध्ये काही मिळतंय का हे पाहण्यासाठी सॉडर्स मुंबईत आले. त्यांना एअर इंडियाने मॅस्वीचे नाव सांगितले व सॉडर्स मॅस्वीला भेटायला येतील असा आम्हाला निरोपही दिला.

सॉडर्स पुण्यात आले, त्यांनी यंत्रशाळा पाहिली. पुण्यातील सर्वोत्कृष्ट हॉटेलमध्ये मी त्यांना दादा व अशोकसह जेवायला घेऊन गेलो. ते मला लगेच महिन्याभरात आठ ट्रॉलीज द्या व त्यानंतर मोठ्या धंद्यासाठी दुबईला भेटायला या म्हणून मागे लागले होते. दुपारी १२ वाजल्यापासून ते आम्हाला किंमत विचारत होते. किमतीबद्दल मी बोलायचे, दादा व अशोक यांनी बोलायचे नाही असे आमचे आधीच ठरले होते.

बोलण्याच्या ओघात अमेरिकन कंपन्या १८०० डॉलर्सला ट्रॉलीज देत होत्या आता दुबई सरकार बहिष्कृत देशांकडून घेऊ देत नाही ही माहिती मला मिळाली.

साधारणपणे चार वाजता मी त्यांना एका ट्रॉलीची किंमत ११७० डॉलर्स व स्पेअर चाके लागतील त्याची १२० डॉलर्स प्रत्येकी अशी सांगितली. आम्ही एअर इंडियाला देत होतो त्यापेक्षा ही किंमत जवळपास ७५ टक्क्यांनी जास्त होती (म्हणजे पावणेदोन पट). त्यामध्ये निर्यातीस योग्य असे पॅकिंग व मुंबई बंदरापर्यंतची वाहतूक होती. तरीही ही किंमत एअर इंडियापेक्षा दीडपटीने तरी जास्त होती.

त्यांनी मला, खरेच चार आठवड्यांत ट्रॉलीज देणार का हे पुनःपुन्हा विचारले. मी हो म्हटल्यावर, दुसऱ्या दिवशी मला जुहूला हॉटेल होरायझनमध्ये भेटायला बोलावले.

परत एकदा श्री. भिडे यांना भेटून त्यांच्याकडून खेळते भांडवल मिळेल याची

खातरजमा करून गाडी घेऊन रात्री ७॥ वाजता मुंबईला पोहोचलो.

सॉंडर्स रात्री ११॥ ला खोलीवर आले. तोपर्यंत मी हॉटेलच्या लॉबीत बसून होतो. सॉंडर्सबरोबर १०-१२ सप्लायर्स होते. त्यातल्या पाच-सहाजणांना त्यांनी लॉबीतच चर्चा करून कटवले व मलाही इतरांबरोबर वर खोलीत बोलावले. मी वर गेल्यावर त्यांनी एकेक करून बरोबर आलेल्या ६-७ जणांशी चर्चा करून त्यांना पाठवले. एव्हाना पहाटेचे दोन वाजले होते. ते म्हणाले 'आनंद ! प्रथम मला पॅकिंगला मदत कर, मला तासाभरात खोली सोडायची आहे.'

त्यांनी बरोबर आणलेल्या व्हॅट ६९ च्या तीन बाटल्या आणि ५५५ सिगारेटसूची ४ कार्टन्स् मला दिली व म्हणाले, 'या गोष्टी घे, कोणालाही दे. हिंदुस्तानात सहजी मिळत नाहीत म्हणून दिल्या आहेत.'

पावणेतीन वाजता पॅकिंग झाल्यावर मला म्हणाले, 'आनंद, किंमत थोडी कमी कर, लगेच ऑर्डर काढतो.'

खोली सोडताना मी ११२० डॉलर्सना ट्रॉली व चाके ११० डॉलर्सना; पण चाके सहाऐवजी वीस घ्या असे सुचवले ते त्यांनी मान्य केले आणि म्हणाले, 'अठ्ठेचाळीस तासांत तारेने (तेव्हा कॉम्प्युटर्स नव्हते) मागणी पाठवतो व चार दिवसांत सर्व रकमेचे पंचेचाळीस दिवसांच्या मुदतीचे लेटर ऑफ क्रेडिट पाठवतो. शिपिंग डॉक्युमेंटस्च्या अगेन्स्ट हे एन्कॅशेबल असेल.'

मला हे सारे स्वप्नवत वाटले. पण त्याच दिवशी (मी पहाटे मुंबईहून निघालो होतो) रात्री तारेने मागणी आली व बरोबर दोन महिन्यांनी मला दुबईत भेटायला बोलावले होते. ऑक्टोबर २७-२८ रोजी १९७१ साली हे घडले.

पुण्यात येताना तर मी हवेत होतो. मॅस्वीच्या व यंत्रशाळेच्या पुनरुज्जीवनाची किल्लीच जणू माझ्या हातात आली होती. आपण आंतरराष्ट्रीय पातळीवर मॅस्वी या ब्रॅंडनेमने आता वस्तू विकू शकू याची जाणीव मला तेव्हा झाली. मंदीच्या काळात धंदा वाढविण्यासाठी निर्यात हा मार्ग मॅस्वीला उपलब्ध झाला असता, तो मार्गच पडताळला गेला नाही. कारण मॅस्वीने ऑर्डर पुरी केल्यावर नवीन ऑर्डर मिळविण्याचा प्रयत्नच केला नाही. या वेळेपर्यंत कंपनीचा ताबा बॅंकेने निवडलेल्या अधिकाऱ्यांकडे होता त्यांना हे करावेसेच वाटले नाही. आजही ही वस्तू फक्त हिंदुस्थानामधूनच घ्या असा दर्जा कोणत्याही आजच्या हिंदुस्थानी उत्पादनाला जागतिक बाजारपेठेत नाही. मॅस्वीकडे हा दर्जा उपलब्ध असूनही त्याचे आंतरराष्ट्रीय मार्केटिंग करता येईल अशी कल्पनाच मॅस्वीच्या व्यवस्थापनाला तेव्हा आली नाही. आज ४०-४२ वर्षांनंतर मात्र ही गोष्ट प्रकर्षाने डोळ्यांपुढे येते.

◆

१२
वित्तसंस्थांचा अवसानघातकीपणा

१९७१ ऑक्टोबर २७-२८ ला एक्सपोर्ट ऑर्डर आल्यावर मी अतिशय आनंदात होतो, पण अचानक ऑक्टोबरअखेर बँकेने वेगळीच खेळी केली.

ऑक्टोबरच्या तीस तारखेला बँकेने अचानक मॅस्वी कंपनीने नजरगहाण व मॉर्टगेज केलेल्या मालमत्तेचा ताबा त्यांच्या माणसांच्या ताब्यात द्या म्हणून पत्र दिले. बँकेचे चार्टर्ड अकाउंटंट सी.एन. जोशी यांच्याकडून माणसे ताबा घ्यायला आली. त्यांनी अशोक अँड ब्रदर्सचा व बॉक्सेसच्या प्रॉडक्शनचाही ताबा घेतला.

दादा व आमचे अकाउंटंट कारखानीस भिडे साहेबांना भेटायला गेले. त्यांना भिडे यांनी वेगळेच काही सांगितले. ते म्हणाले, 'कंपनी नीट चालविण्यासाठी कंपनीमध्ये पैसे गुंतलेल्या सर्व आर्थिक संस्था मिळून कंपनीवर एक ॲडमिनिस्ट्रेटर नेमत आहोत. पंधरा दिवसांत तुम्हाला सविस्तर माहिती देऊ तोपर्यंत सहकार्य करा.'

नंतर दोन-तीन दिवसांत सी. एन. जोशींची ही माणसे गायब झाली व कंपनीत श्री. एस. सी. भावे हे एम.बी.ए. झालेले पण अत्यंत अननुभवी गृहस्थ ॲडमिनिस्ट्रेटर म्हणून आले. या सद्‌गृहस्थांना धंद्यासाठी वेळोवेळी खरेदी व इतर खर्च करावा लागतो आणि हे करणे आवश्यक आहे हे पटवून देण्यातच वेळ जाऊ लागला. या सगळ्याचा दादांना फार त्रास झाला. त्या काळात ते सतत 'रणदुंदुभी' नाटकातील 'असूनि खास मालक घरचा । म्हणती चोर त्याला । परवशता पाश दैवे ज्याच्या गळा लागला ॥' हे पद सतत म्हणत. भावे यांनी दादांना फारसा त्रास दिला नाही पण नीट समजूनही घेतले नाही.

जानेवारी १९७२ मध्ये बँकेने मॅस्वीला पत्र दिले. त्यानुसार सर्व कान्हेरे कुटुंबीयांनी मॅस्वी सोडावी असे कळवले होते. पत्र देताना आम्हाला तोंडी सांगण्यात आले की, 'आम्ही कंपनी रिकन्स्ट्रक्ट करून फायद्यात आणू व मग तुमच्या ताब्यात परत देऊ. तोपर्यंत आम्हाला सहकार्य द्यावे.' त्या पत्रामधील मजकूर मात्र याच्याशी जुळत नव्हता. पण आतापर्यंतचा पूर्वानुभव बँकेने तोंडी सांगितलेल्या गोष्टी तंतोतंत

पाळल्या असा असल्यामुळे आम्ही या गोष्टी मान्य केल्या. त्यांनी असेही सांगितले की, 'आम्ही सांगू तो माणूस तुम्ही जी.एम. म्हणून नेमा आणि नंतर त्याला एम.डी. करा,' ते आम्ही मीटिंगमध्ये मान्य केले. चूक एवढीच की, हे काहीही कागदोपत्री लिहिले नाही.

१९७२ मध्ये बँक व इतर वित्तसंस्था यांना सहकार्य करण्यासाठी ती. आई आणि मी लगेचच बाहेर पडलो. निर्यातीची वर उल्लेखलेली आठ बॅगेज ट्रॉलीजची मागणी काळजीपूर्वक, लक्ष देऊन पूर्ण करणे भाग होते. ती महिनाभर थांबून अशोकने पुरी केली व तो बाहेर पडला. नवीन जनरल मॅनेजर येऊन तो काम व्यवस्थित सुरू करील यासाठी त्याला मार्गदर्शन करावे म्हणून दादा यंत्रशाळेत जातच राहिले.

मी बाहेर पडलो तेव्हा माझ्या मनात अत्यंत निराशा होती. 'हेचि फल काय मम तपाला ।' अशी भावना होती.

गेली आठ-दहा वर्षे मॅस्वीत मी खूप काम केले होते. यंत्रशाळेचे दादांनी लावलेले छोटेसे रोपटे माझ्यासमोर चांगल्यापैकी वृक्षाचे रूप धारण करू लागले होते. मी यंत्रशाळेत रोज दहा ते बारा तास असे सतत नऊ वर्षे काम केले. यंत्रशाळेत मी कामाला लागलो तेव्हा २१५ कामगारांकडून दरमहा साधारण रु. ५५००० एवढे उत्पन्न मिळत असे. हे उत्पन्न यंत्रशाळा फायद्यात न्यायला पुरेसे नव्हते. धंदा फायद्यात आणण्यासाठी मी उत्पादकता वाढविण्याचे वेगवेगळे मार्ग अवलंबिले. येथे मला माझ्या शिक्षणाचा खूप उपयोग झाला. माल एका दिशेने येऊन त्यावर प्रक्रिया करत सरळ पुढे जात राहील असे ले-आउटमध्ये बदल केले. त्याचबरोबर दर्जा सुधारण्यासाठीही दोन कास्टिंगच्या बेस प्लेटस् लेव्हलमध्ये बसवून मोठ्या प्रॉडक्टस्चा प्राथमिक सांगाडा त्यावर बांधायला सुरुवात केली. त्याने दर्जा अतिशय सुधारला व प्रॉडक्टस्च्या फिनिशमध्ये सुबकता आली. चाके, कॅस्टर्स व ट्रॉलीज यासाठी वेगवेगळी जिग्ज्, फिक्चर्स व टुल्स् तयार केली. या सर्वांमुळे उत्पादकता वाढू लागली आणि १९६९ साली १६० कामगारांत रु. २,५०,०००/- महिना होऊ लागले. त्याने कंपनी फायद्यात आली.

१९६५ मध्ये यंत्रशाळा व पर्यायाने मॅस्वी चालवायची असेल तर हे करणे आवश्यक आहे हे मला जाणवले व त्यातून मी हे केले. कागदावर हे अगदी सोपे वाटते पण प्रत्यक्षात महाकर्मकठीण असते. यामध्ये कामगारांच्या अनेक सवयी बदलाव्या लागतात, त्याला ते तयार नसतात; कामाच्या पद्धती बदलाव्या लागतात, त्यालाही त्यांचा विरोध असतो. चहाच्या वेळा, बाथरूमला जाण्याच्या वेळा हे सर्व ठरवावे लागते. यासाठी सर्वांना विश्वासात घ्यावे लागते. माल नाही म्हणून अथवा चुकीचा माल आला म्हणून असेंब्लीमध्ये अडथळा येणार नाही हे पाहावे लागते.

सकाळी सातच्या पाळीच्या आधी मी हजर पाहिजे म्हणून घरून सायकलवर साडेसहा वाजता निघायचो. डबा आई-दादा आणायचे. प्रसंगी काही दिवशी मी रात्री साडेआठला सायकल बाहेर काढायचो.

सर्व इंजिनिअर्स व सुपरवायझर्सना मी त्यांच्यातलाच झालो आहे असे वाटे. चुकले की ओरडत असे, चांगले झाले म्हणजे कौतुक करत असे; कायम न्याय्य दृष्टी ठेवल्याने सहकार्य मिळत गेले. माझ्या या सर्व धडपडीला दादांनी मोकळेपणाने वाव दिला होता.

मी अक्षरश: रक्ताचे पाणी करून उत्पादनवाढ व उत्पादकता साध्य केली. ही दुरापास्त गोष्ट मी साध्य केली. तोट्यात जाणारा धंदा फायद्यात आणला. ही गोष्ट अचिव्हमेंट होती. पण मला मॅस्वीतून बाहेर पडावे लागल्यावर, मी नोकरीसाठी प्रयत्न केले तेव्हा हे कोणीच विचारात घेईना; मला ठरवलं अपयशाचा धनी. जेथे नोकरीसाठी प्रयत्न केले त्या टेल्को कंपनीतील नोकरशहा माझे ऐकूनच घेईनात. अपयशी कंपनी माझी होती याचाच हा परिणाम होता. तशात महाराष्ट्र लघुउद्योग विकास महामंडळातर्फे कंपनीवर श्री. ताम्हाणे डायरेक्टर होते आणि खरं तर ते बँक व MSFC चे सर्व पैसे देऊन, कंपनी ताब्यात घेऊन मला चालवायला देणार होते. एक वर्ष कंपनी ताब्यात घेऊन बँक ऑफ महाराष्ट्र व एमएसएफसी मॅस्वी नीट चालवू शकत नाही आणि कंपनी खरोखरच वाचवण्याच्या स्थितीत आहे, हे महाराष्ट्र लघु उद्योग विकास महामंडळाचे मॅस्वीवरील डायरेक्टर ताम्हाणे यांनी जाणून घेतले होते तसेच त्यांनी सांगितले तर मी परत कंपनी जॉईन करीन आणि ती वाचवण्यासाठी आटोकाट प्रयत्न करीन असे वचन माझ्याकडून घेतले होते. त्यांनी भाऊसाहेब नेवाळकर, चेअरमन महाराष्ट्र लघु उद्योग विकास महामंडळ यांची परवानगी घेऊन बँक व एम.एस.एफ.सी. यांची पुण्यात मीटिंग बोलावली होती आणि मीटिंगमध्ये दोन्ही संस्थांचे सर्व पैसे देऊन कंपनी ताब्यात घेण्याचे ठरवले होते. मी या घटनेची आतुरतेने वाट बघत होतो, पण ते पुण्याला येताना अचानक ॲक्सिडेंटमध्ये गेले. त्याच्या दुसऱ्या दिवशी भाऊसाहेब नेवाळकरांची एम.एस. आय. डी. सी.च्या अध्यक्षपदावरून निवृत्ती जाहीर झाली. तेव्हा तर मला मनाची घोर निराशा पचवणे अत्यंत अवघड गेले. माझ्यावर अवलंबून असलेली बायको व दोन लहान मुले आणि आता आई-वडील व त्यांच्या डोक्यावर येऊ घातलेला मोठा खर्च यांचा विचार करता मनातील उमेदच संपल्यासारखे झाले.

दरम्यान, डीजीएस ॲन्ड डीशी पत्रव्यवहार करून दादांनी बॉक्सेसची किंमत ७५ रु. करून घेतली. सर्व कान्हेरे मंडळींना बँकांनी कंपनी सोडायला सांगितले तेव्हा कंपनीची आर्थिक स्थिती खालीप्रमाणे होती.

कंपनीतील पुणे, मुंबई, कोल्हापूर या तिन्ही शाखांत दरमहा रु. ७५,००० पर्यंत पगार होता. बँक प्रथम फक्त पुण्यातील उत्पादन विभागाचाच ताबा घेत होती. कोल्हापूरचा धंदा तेव्हा स्वतंत्र चालवता येण्यासारखा होता.

देणेकरी मालाचे पुरवठादार यांचे सात लाख देणे होते. डिपॉझिटर्सचे तेवीस लाख आणि व्याज देणे होते. शिवाय एमएसएफसीचे व बँकेचे मिळून वीस लाख देणे होते. खरा साठा साधारण ३ ते ४ लाखाचा होता आणि वसूल होणारी उधारी अंदाजे २ ते २॥ लाखांची होती. दुर्दैवाने सर्वच कागदपत्रे बँकेच्या ताब्यात होती आणि नंतर ती केससाठी मुंबईत नेली; त्यामुळे हे सर्व आकडे जसे माझ्या स्मरणात आहेत, तसे लिहिले आहेत. त्यामध्ये थोडाफार फरक असू शकेल.

कंपनीचे स्वत:चे प्रत्यक्ष जमा झालेले भांडवल १ लाख ८९ हजार एवढेच होते.

पण कंपनीजवळ स्वत:ची एक एकर ३१ गुंठे जमीन होती आणि त्यावर केलेले अंदाजे २० हजार चौरसफुटांचे पक्के बांधकाम होते. पण या गोष्टींत पैसा अडकलेला होता. थोडक्यात, कंपनी अत्यंत आर्थिक अडचणीत आलेली होती. पण तरीही सर्व परिस्थितीकडे डोळसपणे बघणाऱ्या व औद्योगिक व्यवहारांची जाण असणाऱ्यांच्या दृष्टीने कंपनी आजारपणातून पूर्णपणे बाहेर येऊ शकेल अशीही स्थिती होती.

कंपनीजवळ ७५ रु. नगास याप्रमाणे ७५००० बॉक्सेसची ५६ लाखाहून अधिक किंमतीची ऑर्डर होती. अशी ऑर्डर डीजीएस ॲन्ड डी पुढची कमीतकमी ३ वर्षे देऊ इच्छित होती. या बॉक्सेस बनवायला लागणारी सर्व सामग्री जोडली गेलेली व कार्यान्वित झालेली होती. पहिल्या ४५०० बॉक्सेसचा पुरवठा झाला होता आणि त्याचे पैसे आले होते. कोट्यात खूप जास्त पत्रा जे.पी.सी.कडून मिळाला होता व जादा पत्रा विकून बॉक्सेसचा खूपसा खर्च वसूल होणार होता. वर्षभरात ही मागणी पुरी करणे शक्य होते. अगदी वर्षाला पन्नास हजार पेट्या दिल्या असत्या तरी वर्षाला पंचवीस लाख निव्वळ नफा मिळाला असता. असा व्यवहार दोन वर्षे केला गेला असता तर कंपनी तोट्यातून फायद्यात आली असती.

हळूहळू मंदी उठू लागली होती व त्यामुळे एअर इंडिया, इंडियन एअरलाइन्स आणि इंडियन एअर फोर्स यांच्या मागण्यांना परत सुरुवात झाली होती आणि पुढील तीन वर्षांत हा धंदा वर्षाला १२ ते १५ लाखांपर्यंत अथवा अधिक वाढण्याची शक्यता होती. मुख्यत: किमती वाढवून मिळत होत्या. विमानतळावर लागणाऱ्या सामग्रीच्या उत्पादनाबद्दल कंपनीची जवळजवळ मक्तेदारी असल्याने मंदी उठल्यावर पुढील काळात कंपनीला चांगला फायदा झाला झाला असता.

दुबईहून आलेली मागणी पूर्ण केलेली होती. ही मागणी फक्त आठ ट्रॉलीजची

होती. यातून दरमहा २५००० डॉलर्सची निर्यातीची मागणी दुबई एअर पोर्टकडून सुरू झाली असती. तेव्हाचा विनिमय दर डॉलरला दहा रुपयांच्या जवळपास होता. म्हणजेच महिना जवळजवळ तीन लाखाचा धंदा चालू झाला असता. त्याकरिता सॉंडर्सना भेटायला योग्य माणसाने जाणे व ट्रॉलीच्या उत्पादनात काही त्रुटी असतील तर त्या योग्य खबरदारी घेऊन दूर करता येतील हे पटवून देऊन मागणी मिळवणे याची गरज होती. यामुळे कारखान्याला त्याच्या क्षमतेएवढे काम मिळाले असते. बरं, एअर इंडियाकडे भाड्याचे पैसे जमा होते; त्यामुळे प्रत्यक्ष प्रवासाचा खर्च करावा लागणार नव्हता.

हळूहळू पण निश्चितपणे चाके, कॅस्टर्स व ट्रॉलीज यांचा धंदा येऊ लागला होता.

कोल्हापूर व मुंबई येथे तर डीलरशिपचा धंदा होता.

कोल्हापूर, पुणे व मुंबई येथे कंपनीच्या मालकीच्या किंवा भाड्याने घेतलेल्या मोठ्या जागा होत्या. मंदी उठताच धंद्यामध्ये वाढ करण्याची क्षमताही होती आणि सर्वत्र भरपूर जागाही होती. अगदी थोडक्यात, कंपनी संकटातून पूर्ण बाहेर पडण्याची शक्यता आहे अशी स्थिती होती. तसेच वाढीची संपूर्ण शक्यता होती.

मॅस्वी ज्या गोष्टी बनवते त्या देशाच्या परकीय चलनाची मोठ्या प्रमाणात बचत करणाऱ्या आहेत व म्हणून कंपनीचे हे उत्पादन चालूच राहावयास हवे, हा विचार करण्याच्या स्थितीत आर्थिक संस्था नव्हत्या. हीच गोष्ट संरक्षण खात्यामधील उत्पादनाबद्दलही आहे.

बँकांना कान्हेरे यांना काढून टाकायचे होते. हा एक आकस होता, पण एकदा हा निर्णय मान्य केला, तर कान्हेरे यांच्या जागी नामवंत तंत्रज्ञ आणि व्यवस्थापक घेऊन कंपनी चालवणे आणि अडचणीतून बाहेर काढणे हा रास्त मार्ग होता; पण भिड्यांच्या मित्राला जीएम म्हणून नेमणे ही बँकांनी केलेली घोडचूक होती. विशेषत: या जीएमना ना औद्योगिक क्षेत्रातील कामाचा अनुभव होता, ना त्यांनी कोणताही धंदा चालविला होता.

प्रगतीपथावर असलेल्या देशांमध्ये पतपुरवठा करणाऱ्या बँकांच्या कार्यपद्धतीवर प्रकाश टाकणारे चांगले उदाहरण येथे द्यावेसे वाटते. १९६८ साली ट्युरिन येथील इंटरनॅशनल लेबर ऑफिसच्या सेंटर इंटरनॅशनल या संस्थेत मी हे ऐकले आहे. सोनीच्या आकियो मोरीयाटा यांची ही कथा आहे. त्यांचे एक मोटार रिपेअरचे गॅरेज होते. फावल्या वेळात त्यांनी अगदी छोटे, काड्यापेटीच्या आकाराचे रेडिओ बनविले होते. ते त्यांनी अतिशय कळकळीने व अजिजीने विनंती करून बँक ऑफ टोकियोच्या शाखा व्यवस्थापकाला गॅरेजमध्ये नेऊन दाखविले. त्यासाठी त्यांनी त्यांच्या गॅरेजमध्ये वेगवेगळ्या जागी एकूण १५-२० रेडिओ वेगवेगळी स्टेशन्स लावून ठेवले होते,

व त्यामुळे भरपूर गोंगाट होत होता. मग एक-एक रेडिओ बंद करत हा गोंगाट कमी कमी करत पूर्ण थांबवला होता. शाखा व्यवस्थापक याने फार प्रभावित झाला. त्याने वरिष्ठांशी विचारविनिमय करून मोरियाटा याला सर्व प्रकारचे अर्थसहाय्य दिले आणि प्रोजेक्ट मॅनजमेंटसाठी योग्य सल्लागार नेमून प्रोजेक्ट यशस्वी करून राबविला आणि यातून जन्मली सोनी इंटरनॅशनल. बँकेला अजिबात तारण लागले नाही. फक्त विश्वास हाच महत्त्वाचा ठरला.

दादाही आकियोप्रमाणेच आगळे संशोधक होते. सुनियोजित आर्थिक धोरण राबवून व दादांचा योग्य वापर करून आर्थिक संस्थांना कंपनी पूर्णपणे रिव्हाइव्ह करता येणे शक्य होते, पण ही वैचारिक क्षमता असलेला द्रष्टा मॅनेजर आर्थिक संस्थांत नव्हता ही आर्थिक संस्थांची मोठी मर्यादा होती.

दुर्दैवाने वर नमूद केलेल्या शक्यतांचा विचार न करता तिन्ही वित्तसंस्थांनी कंपनी ताब्यात घेऊन, जाणकारांना हटवून पुरेसे तांत्रिक ज्ञान व औद्योगिक संचालनाचा आवाका नसलेला त्यांचा माणूस नेमून वर्षभर चालविण्याचा प्रयोग केला आणि कंपनी चालविता येत नाही म्हणून वर्षभराने १९७४ साली कंपनीला पांढरा हत्ती ठरवून बँक व एमएसएफसी यांनी दादांवर व कंपनीवर खटले भरून कंपनी बंद केली आणि तिची मालमत्ता ताब्यात घेतली. या परिस्थितीत कंपनीचे संचालक, भागधारक, घेणेकरी व कंपनीकडे मोठ्या विश्वासाने ठेवी ठेवणारे ठेवीदार या सर्वांच्या हितरक्षणासाठी हे खटले लढवणे दादांना अपरिहार्य झाले.

आणि मग सुरू झाली दादा विरुद्ध बँक ऑफ महाराष्ट्र आणि दादा विरुद्ध महाराष्ट्र राज्य वित्तीय महामंडळ यांची जीवघेणी कायदेशीर लढाई!

येथे हेही नमूद करायला हवे की, एमएसएफसीचे कर्ज मंजूर होईना तेव्हा दादा ७१ साली एमएसएफसीचे डायरेक्टर पटेल यांना भेटायला गेले होते. त्यांनी 'अर्ज करून कंपनी इंडस्ट्रियल रिकन्स्ट्रक्शन कॉर्पोरेशन ऑफ इंडियाकडे द्या; ते लोक असे उद्योग ताब्यात घेऊन उद्योगांची पुनर्बांधणी करण्यात वाकबगार आहेत' असे सांगितले होते. दादांनी त्यांच्याकडे कंपनीची सर्व माहिती पाठवली होती. त्यांनी सांगितले होते की, 'तुमचा उद्योग आम्हाला घेता येईल पण त्यासाठी तुम्ही तुमच्या बँकेतर्फे यायला हवे'. त्यानंतर दादांनी बँकेकडे तसा अर्जही केला होता, पण बँकेने हा अर्ज आम्हाला काहीही न कळवता पुढे पाठवलाच नाही!

◆

१३
दादांची खडतर अग्निपरीक्षा : मॅस्वीचा ऋणमुक्ततेचा यशस्वी लढा

१९७४-७५ मध्ये मॅस्वी कंपनीवर एम.एस.एफ.सी. व बँक ऑफ महाराष्ट्राने वेगवेगळे दावे दाखल केले. त्या वेळी प्रत्यक्षात यंत्रशाळा आर्थिक संस्थांच्या ताब्यात होती. दादा किंवा आम्हा कोणालाही तिकडे जाताच येत नव्हते. १९७५ मध्ये एम.एस.एफ.सी.ने त्यांच्या कायद्याप्रमाणे एक्स पार्टी डिक्री घेता येणे शक्य होते म्हणून ती घेतली. कंपनीला तोपर्यंत याची माहिती नव्हती. कारखाना व तेथील सर्व मालमत्ता जप्त करून बेलिफाच्या ताब्यात दिली. याशिवाय श्रीमती वाळुंजकर आणि ७/८ ठेवीदारांनी पैसे परत मिळावेत म्हणून पुणे कोर्टात दावे लावले होते. पुण्यात कंपनीचे वकील श्री. भाजेकर होते. पण वय जास्त झाल्याने मला बँक व एम.एस.एफ.सी.च्या विरुद्धच्या खटल्यात भाग घेता येणार नाही असे त्यांनी सांगितले आणि ठेवीदारांच्या दाव्यांमध्ये त्यांचे एक असिस्टंट श्री. कोतवाल यांना नेमा म्हणून सांगितले. श्री कोतवाल भाजेकरांपेक्षा वयाने मोठे होते, पण केसेस चालवयाला तयार झाले.

प्रत्यक्ष महत्त्वाची गोष्ट होती बँक व म.रा.वित्तीय महामंडळाच्या विरुद्ध वकील मिळवणे. पुण्यात यासाठी बा.पां.शाळीग्राम यांची खूप मदत झाली. बा.पां.शाळीग्राम मॅस्वीमध्ये यंत्रशाळेत लेबर ऑफिसर म्हणून काम करत होते आणि त्यांनी नोकरी सोडून सल्लागार असा स्वतःचा व्यवसाय चालू केला होता. शाळीग्राम दादांना ॲडव्होकेट बारसोडे यांच्याकडे घेऊन गेले. बारसोडे तेव्हा बार कौन्सिलचे अध्यक्ष होते. त्यांनी बारसोडे यांना सर्व हकिगत नीट संगतवार सांगितली. नंतर बारसोडे यांच्याशी चर्चा करून त्यांना मॅस्वीची केस घेण्याची शाळीग्राम यांनी विनंती केली. शाळीग्रामांचे म्हणणे त्यांनी मान्य केले व दादांच्या व मॅस्वीच्या केसेस लढविण्याचा प्रस्ताव स्वीकारला. 'माझे बाबा दादांच्या व्यक्तिमत्त्वामुळे व शाळीग्राम यांनी

सांगितलेल्या दादांच्या कर्तृत्वाने भारले गेले होते आणि वकिलीतील सर्वस्व पणाला लावून दादांना वाचवीनच असा त्यांनी दृढ निश्चय केला होता, असे त्यांचे चिरंजीव निखिल बारसोडे याने नंतर मॅस्वीचा विषय निघाला असताना मला सांगितले होते.

हायकोर्टात वकील मिळवण्यासाठी दादांना नाना गांगल यांची मदत झाली, प्रथम वकील मिळेना. तेव्हा बाळासाहेब दांडेकरांनी नाना गांगलांना काळा कोट घालून उभे केले. नंतर नानांनी या केसेस माझ्या आवाक्याबाहेरच्या आहेत, म्हणून सत्यनारायण या नवोदित तेलगु माणसाला वकील नियुक्त केले. बारसोडे यांचे मुख्य ध्येय बँक व एम.एस.एफ.सी. यांचे दोन्ही दावे एकत्र ऐकावेत असा हुकूम घेण्याचे होते व तो त्यांनी मिळवलाच.

ठेवीदारांनी पुण्यात वेगवेगळ्या कोर्टात, दादांच्या विरुद्ध कंपनीचे डायरेक्टर म्हणून कंपनीकडील ठेवी सव्याज परत द्याव्यात म्हणून दावे लावले होते.

१८.९.१९७६ रोजी श्रीमती वाळुंजकरांनी कंपनीत ठेव होती ती परत न केल्यामुळे कंपनी लिक्विडेट करून पैसे द्यावेत असा अर्ज केला होता. हा अर्ज पुण्यात भरलेल्या दाव्याचा निकाल लागत नाही म्हणून मुंबई उच्च न्यायालयाकडे केला होता. त्यामध्ये कंपनीचा वकील नीट बाजू मांडू शकला नाही म्हणून कंपनी लिक्विडेशनमध्ये काढण्याचा हुकूम झाला. प्रोव्हिजनल लिक्विडेटर म्हणून राव यांना नेमले गेले.

पुढे वाळुंजकर यांच्या वकिलाने दादा-आईंच्या प्रॉपर्टीवर अॅटॅचमेंट मागितली आणि पुणे कोर्टाने ती एक्स पार्टी म्हणून दिलीही. येथपर्यंत कंपनी व दादा दोघेही पूर्णपणे गाळात अडकले होते. हा त्यांच्या आयुष्यातला सर्वांत वाईट प्रसंग होता. त्यांची खडतर अग्निपरीक्षा सुरू झाली होती.

फिनिक्स पक्षी जसा राखेतून पुन्हा जन्मतो असे समजले जाते, तसा मीही आयुष्यात परत यशस्वी होईन व धंदा नीट चालवेन अशी दादांची दुर्दम्य आकांक्षा होती आणि त्यादृष्टीने त्यांनी पाय रोवून लढा द्यायला सुरुवात केली.

प्रथम घरावर व घरच्या सामानावर आलेल्या टाचा बारसोडे वकिलांनी बेलिफाच्या लेव्हलला थोपवून धरल्या. या कामी कंपनीचे हिशेबनीस कारखानीस आणि एक कर्मचारी घाटपांडे यांची खूप मदत झाली. पण कोर्टातून या टाचा परत घेऊन त्या सर्व देणेकऱ्यांना लिक्विडेटरकडे अर्ज करण्याचा व लिक्विडेटर जमेल तेव्हा पैसे देईल, तोपर्यंत थांबण्याचा हुकूम मिळविणे आवश्यक होते. यासाठी प्रथम श्री. सत्यनारायण याने हायकोर्टात अर्ज करून देणेकऱ्यांसाठी तुमचे पैसे प्रथम लिक्विडेटरकडे मागा आणि लिक्विडेटर देऊ शकले नाहीत तर डायरेक्टरांकडून वसूल करायचे किंवा कसे हे तेव्हा ठरवू असा हुकूम मागितला. हायकोर्टात श्रीमती वाळुंजकर केसमध्ये असा हुकूम मिळवला व पहिली टाच माघारी फिरली.

यानंतर श्री. कोतवाल वकिलांनी या निकालाची प्रत पुण्यात चालू असलेल्या सर्व दाव्यांत सादर करून सर्व देणेकऱ्यांना प्रथम लिक्विडेटरकडे जा असे हुकूम मिळवले आणि वैयक्तिक मिळकतीवर आलेला जप्तीचा धोका टाळला गेला व दादांच्या वैयक्तिक मालमत्ता सुरक्षित राहिल्या.

यानंतर असाच निर्णय पुण्यामध्ये बँकेच्या खटल्यात श्री. बारसोडे यांनी मिळविला व लिक्विडेशन पूर्ण होईपर्यंत वैयक्तिक मिळकतींवरचा जप्तीचा धोका टळला. वैयक्तिकदृष्ट्या यश मिळण्याची ही पहिली सुरुवात होती. हे सर्व व्हायला सहा महिने गेले. हा सहा महिन्यांचा काळ दादांच्या आयुष्यातील व आमच्या आयुष्यातील अत्यंत खडतर असा होता.

हे सर्व चालू असताना दादा व श्री. सत्यनारायण, श्री. राव या ऑफिशियल लिक्विडेटरना (हायकोर्टाने नियुक्त केलेल्या अधिकाऱ्याला) भेटले. श्री. राव हे अतिशय स्वच्छ, प्रामाणिक व कर्तबगार गृहस्थ होते. त्यांना दादा व सत्यनारायण बँक व एम.एस.एफ.सी.बाबतची मॅस्वीची हकिगत सांगू लागले. दोन दिवसांच्या अथक भेटीनंतर श्री. राव यांनी त्यांना रोज दुपारी भेटायला बोलावले. रोजच्या कामातून मोकळे झाल्यावर श्री. राव दादांसह सत्यनारायणबरोबर चर्चा करत. साधारण दीड महिन्यांच्या चर्चेनंतर व कागदपत्रांच्या छाननीनंतर श्री. राव यांना दादा व सत्यनारायण यांची भूमिका पटली. बँक व एम.एफ.एस.सी यांचे व्यवहार श्री. राव यांना संशयास्पद वाटले व त्यांनी असे ठरविले की, बँक व एम.एफ.एस.सी. यांनी भरलेले खटले, लिक्विडेटर कंपनीतर्फे चालवेल व केसेस लढवेल आणि त्यासाठी लिक्विडेटरमार्फत वकील म्हणून सत्यनारायण यांना नेमेल, पण केसेस संपेपर्यंत खर्च मात्र दादांनाच करावा लागेल हेही त्यांनी स्पष्ट केले.

श्री. राव यांना या निर्णयापर्यंत आणणे हे दादांनी कंपनीच्या अस्तित्वासाठी मिळविलेले मोठे यश होते. राव यांनी ही भूमिका घेतली नसती व प्रचलित एम.एफ.एस.सी कायद्याप्रमाणे त्यांच्या ताब्यात कंपनी देऊन विकायची परवानगी दिली असती तर कंपनीची जिंदगी कवडीमोल दराने विकली गेली असती आणि दादांच्या भावनाही विकल्या गेल्या असत्या. लिक्विडेटर सरकारी असल्याने त्याने सरकारी संस्थांना (बँक व एम.एफ.एस.सी) संपूर्ण सहकार्य करणे अपेक्षित होते पण श्री. राव यांना मॅस्वीची बाजू पटवून देण्यात दादांना यश मिळाल्यामुळे खटले उभे राहू शकले.

या सगळ्या गोष्टी घडेपर्यंत घोर अडचणीत सापडलेल्या आई-वडिलांच्या मागे सातत्याने उभे राहण्याचा निर्णय आम्ही प्रत्येक भावंडाने घेतला होता. आम्हाला मिळणाऱ्या पगारातून आम्ही आई-दादांचा वैयक्तिक खर्च करू शकत होतो, पण केसेसचा खर्च आमच्या त्या वेळच्या आर्थिक कुवतीच्या बाहेरचा होता.

पण तरीही आम्ही सर्व खंबीरपणे त्यांच्या पाठीशी एकजूट होऊन उभे राहिलो, हेच महत्त्वाचे ठरले. कंपनीच्या दृष्टीने ही महत्त्वाची जमेची बाजू ठरली आणि पुढे मिळालेल्या यशाची ही महत्त्वाची पायरी ठरली.

कोर्टाच्या दगदगीतून शिणलेले आई व दादा

काहीही करून पैशाची जुळणी करतो असे दादांनी श्री. राव यांना सांगितले व त्यानंतर दोन महिने लिक्विडेटरने सत्यनारायण यांना घेऊन दोन्ही खटल्यांमध्ये कंपनीतर्फे कोर्टास लेखी उत्तर सादर केले. यानंतर पुढील १० वर्षे दरवर्षी पैसे मिळतील अशा अनेक गोष्टी दादांनी केल्या. प्रथम गिऱ्हाईकाकडून येणे असलेले वसूल करून ते पैसे वकिलांना देण्यास व कोर्टाच्या खर्चास वापरले आणि लढा सुरू झाला.

आई-दादांची जबाबदारी आमच्यावरच होती. त्या वेळी दादांची साठी उलटली होती आणि तोपर्यंतचे त्यांचे सारे आयुष्य अगदी 'तन, मन, धनपूर्वक' मॅस्वीच्या उभारणीसाठी व बांधणीसाठी समर्पित केले होते. मॅस्वीशिवाय इतरत्र कोठेही गुंतवणूक केलेली नव्हती. सर्व व्यवहार अत्यंत सचोटीने व कायद्याच्या चौकटीत राहून केल्यामुळे कोणताही वरकड पैसा आमच्याकडे नव्हता. त्यांचा चरितार्थ चालविणे व आर्थिक संस्थांशी कायदेशीर खटल्यामार्फत लढणे यासाठी लागणारा पैसा या सगळ्यांची व्यवस्था करणे भाग होते. हे खटले किती दिवस चालतील याचा काहीच अंदाज आम्हाला नव्हता. खर्च किती करावा लागेल हेही स्पष्ट नव्हते. २५ वर्षे चाललेल्या या खटल्यांना अंदाजे २५ लाख रुपये खर्च झाले असे आता

दादांच्या पाठीशी असलेले सर्व कुटुंबीय

ध्यानात येते.

आम्ही चौघा भावंडांनी आहे त्या परिस्थितीचा सामना करून सामूहिकपणे यातून बाहेर पडायचे ठरवले. चि. सौ. आशाने तिच्या पगारातील काही रक्कम दरमहा दादा-आईंना द्यायला सुरुवात केली. तिचे पती राजेसाहेब व तिच्या सासरच्या माणसांनी या बाबतीत तिला प्रोत्साहनच दिले. राजेसाहेबांनी तिला सांगितले की, अडचणीच्या वेळी पाठीशी उभे राहिले नाही, तर आप्त कसले? आम्हाला अर्थार्जनाचे वेगवेगळे मार्ग मिळाले. मला नोकरी मिळाली. चि. अशोकने शेअर मार्केटमध्ये पैसे गुंतवून त्यावर उलाढाल चालू केली. अरविंदने घरातच न्यू प्रिमियम विंडोज व डोअर्स हा भागीदारीत धंदा चालू केला. प्रत्येकाने आपल्या पगारातून जास्तीतजास्त पैसे दादांना देता येतील असे पाहिले. मी पगारवाढ मनात ठेवून भराभर नोकऱ्या बदलल्या. अशोकने नायजेरियात जॉब घेतला, तेथून तो लंडनला गेला व तेथून त्याने ऑस्ट्रेलियात इमिग्रेशन घेतले आणि तो दरमहा रु. ३ ते ४ हजार इतकी रक्कम दादांना पाठवू लागला. कल्पना करा की, त्याने देशोधडीला लागल्यासारखे बायको व दोन मुले आणि नोकरी नाही अशा स्थितीत ऑस्ट्रेलियाला इमिग्रेशन केले. त्याआधी त्याने मुंबईत चालू केलेला मॅस्वीसारखे प्रॉडक्ट निर्माण करण्याचा धंदा बंद केला होता.

अरविंदला धंद्याबद्दल मॅस्वीच्या सगळ्या वातावरणाने शाश्वती वाटेना म्हणून त्याने घानाला नोकरी घेतली. अरविंदला घानातून कॅनडाला इमिग्रेशन मिळाले. तो हिंदुस्थानात परत यायला निघाला तेव्हा घानात बंड झाले. अक्षरशः लढाईच्या धुमश्चक्रीत तो विमानतळावर पोहोचला. मानेवर पिस्तुल ठेवून त्याच्या खिशातील

पैसे काढून घेतले गेले, पण विमानात बसता आले व दैव बलवत्तर म्हणून पुण्याला परत आला. परत आल्यावर दोन महिन्यांत अशोकसारखाच तो कॅनडाला सहकुटुंब विनानोकरी देशांतरित झाला. तीन-चार महिन्यांत त्याला नोकरी मिळाली आणि तो पैसे पाठवू लागला. त्या वेळी आमच्या सर्वांचीच खडतर अग्निपरीक्षा चालू होती.

याच काळात घरी जप्ती घेऊन आलेल्या बेलिफास माझी पत्नी सौ. अंजली व तीन वर्षाचा मुलगा जय याने तोंड दिले. या सर्व हालअपेष्टांचा आम्हा सर्वांनाच फार त्रास झाला.

आमची बुडं स्थिर होईपर्यंत दादांनी घरातील चांदीच्या वस्तू, अण्णांनी हौसेने घेतलेले दागिने विकले आणि त्यातून चरितार्थ व वकिली खर्च भागवला.

त्यानंतर दादांनी मॅस्वीची शेख मेमन स्ट्रीटवरील जागा दुसऱ्या भाडेकरूला देण्यासाठी मालकाशी करार केला; त्यातून पैसे उभे केले.

सुभाष मदन हा चॅम्पियन स्पोर्ट्‌सचा मालक, माझ्या अशोक मदन म्हणून वर्गमित्राचा भाऊ, त्याच्या धंद्याच्या वाढीसाठी जागा बघत होता. दादांनी ७५९/५२ येथील आमच्या चाळीत बांधकामास रिकामी असलेली जागा बांधून तेथे तीन मजली दुकान आणि ऑफिस त्याला भाड्याने दिले. बांधकामाचा खर्च त्याने केला. या व्यवहारातही पैसे आले, ते सर्व पैसे वकिलांना देण्यासाठी आणि स्टॅम्प फीसाठी वापरले. नंतर मुंबईची दीक्षित निवासाची जागा मनोहर दीक्षितांना देण्याचा करार केला. त्यातून काही पैसे आले आणि मुंबईत स्वत:ची वास्तू झाली.

घरातील तांब्या-पितळेची मोठाली भांडी विकली, त्यातून आलेले पैसे खटल्यासाठी वापरले. हेही करून पैसे पुरेनात म्हणून राहत्या घरावर चोप्रांबरोबर करार करून ओनरशिप स्कीम केली. त्यातून आलेल्या पैशाने कोर्ट-कचेरीची नड भागविली. १९७४-७५ पासून १९९१ पर्यंत अशा विविध मार्गांनी उत्पन्न केलेले पैसे त्यांनी खटल्यात घातले. याच काळात बंडूदादाने बायकोचे दागिने गहाण टाकून पैसे मामाला पाठवले. माधवमामाने लागतील तसे शक्यतो जास्तीतजास्त पैसे पाठवले. एकदा तर त्याने एकरकमी रु. ५०००० दिले होते. याच काळात आशाच्या सासऱ्यांनी मोठी रक्कम दादांना दिली. माझ्या सासूबाईंनी (आक्कांनी) शक्य तेवढी मदत केली. याच काळात दादा अत्यंत शांत होते, धीरोदात्त होते. मुंबई-पुणे प्रवास दोघे द्वितीय वर्गाने करायचे. व्हीटीला गाडी पकडायला ते बसने जायचे. नंतरनंतर मी त्यांना माझ्या कंपनीची गाडी पाठवू लागलो. अशोक व अरविंद अडी-अडचणीला मोठी रक्कम पाठवू लागले. मीही दरमहा पैसे देत होतोच. ज्याला जे जमेल ते त्याने केले. कोणीही तक्रार केली नाही किंवा भांडणे केली नाहीत. अशा रीतीने सतत वीस-बावीस वर्षे आम्ही चौघा भावंडांनी व इतर नातेवाइकांनी खर्च भागवला आणि दादांवर रुसलेल्या नशिबाशी लढा दिला.

जवळजवळ ४०-४५ वर्षे स्वत:च्या गाडीतून ड्रायव्हरने दादांना सर्वत्र नेण्या-आणण्याची पद्धत होती. ती बदलून केवळ पैसे नाहीत म्हणून त्यांना रेल्वे व बसने प्रवास करावा लागला. या साऱ्याची त्यांना व आम्हाला खूप खंत वाटत होती. एकंदरित विपन्न अवस्थेतील वार्धक्य, त्याच्या जोडीला कोट-कचेऱ्या आणि घरखर्चासाठीसुद्धा मुले व आप्तेष्टांकडे पैसे मागावे लागणे हे अत्यंत लाजिरवाणे आहे हे शल्यही त्यांच्या मनात कायमच होते.

ही सारी अग्निपरीक्षा चालू असताना दादांच्या मनात विचारांचे किती काहूर उठले असेल याची कल्पनाच करता येत नाही. जवळजवळ तीस वर्षे खपून उभा केलेला धंदा मातीमोल किमतीला विकला जाणार ही कल्पनाच भयंकर होती, पण इलाज नव्हता. स्वत:वर नाकर्तेपणा व बुडव्या असा शिक्का बसणे हेही अत्यंत त्रासदायक होते; त्यामुळे मोठ्या अनिच्छेनेच त्यांनी आपल्याजवळच्या एकेक गोष्टी विकल्या. अण्णांनी गोळा केलेल्या, मोठ्या हौसेने नातवंडांसाठी ठेवलेल्या चांदीच्या वस्तू विकणे ही त्यांना एक शिक्षाच होती. मुलांच्या आयुष्यात कायम वापरता येतील व त्यांच्या अडी-अडचणीच्या वेळी तोंड द्यायला उपयुक्त ठरतील अशा सर्व गोष्टी त्यांनी मोडीत काढल्या. बायकोचे दागिनेही विकले. हे सर्व करत असताना आपण मुलांच्या संधी नाहीशा करत आहोत याची त्यांना अतोनात खंत वाटत होती. ते खोल गर्तेत अडकले होते आणि सुटकेसाठी मुलांच्या सर्व राखीव निधीचा व तरतुदीचा वापर नाइलाजाने त्यांना करावा लागत होता; त्यामुळे दादा अतिशय वैतागलेले असत. खरे तर करायची अजिबात इच्छा नाही, पण केल्याशिवाय गत्यंतर नाही अशा विचित्र पेचात ते अडकले होते. हे सर्व करणे त्यांना अत्यंत लाजिरवाणे वाटत होते; त्यामुळे कोणी मॅस्वीबद्दल बरे-वाईट बोलले की ते अत्यंत वैतागत असत.

मॅस्वीचे हे दिवाळे निघाले तेव्हा ते ६५ वर्षांचे होते. बँकांनी कंपनी ताब्यात घेतली तेव्हा ते साठीचे होते. पासष्टीनंतर त्यांच्या नसानसांतून वाहणारे इंजिनियरिंग व त्यावर आधारित संशोधन त्यांनी बाजूला ठेवले आणि अव्याहतपणे त्यांनी कायद्याचा अभ्यास सुरू केला.

सगळे अंगलटीस आले तरी ते घाबरले मात्र नाहीत. अत्यंत शांतपणे व धीराने आणि गांभीर्याने ते आपली दिनचर्या पार पाडत. सकाळी उठल्यावर भस्त्रिका करत, व पी.टी.चे व्यायाम आणि आसने करत. हे झाल्यावर एखाद्या निष्काम कर्मयोग्याप्रमाणे रोज कायद्याची पुस्तके वाचून कंपनी ॲक्टमधील तरतुदींवर सखोल चिंतन करीत व महत्त्वाच्या वाटलेल्या गोष्टी लिहून काढत. नंतर आठवडाभरात या मुद्द्यांची ते सत्यनारायणबरोबर चर्चा करत. पुण्यात आले म्हणजे बारसोडे यांच्याबरोबर चर्चासत्र होई. दादांनी काढलेल्या मुद्द्यांचा हे वकील अभ्यास करायचे आणि कंपनीच्या

बचावासाठी त्यावर आधारित कृती करायचे.

दिवस जाऊ लागले तसतसे ते रावाचे रंक होऊ लागले, पण त्यावर विचार करायला व उगाचच पश्चात्ताप करत बसायला त्यांना वेळ नव्हता. मॅस्वीसंदर्भात सर्व खटले जिंकणार आणि कंपनी ताब्यात घेऊन पुन्हा प्रस्थापित करणार असा त्यांना ठाम विश्वास होता.

दादांच्या जागी एखादा कमकुवत मनाचा मनुष्य असता तर त्याने जीव दिला असता अथवा तो मानसिक रुग्ण झाला असता, पण दादा व सर्व कुटुंबीय त्या भीषण अग्निपरीक्षेतून जात होते, लढत होते. वेळोवेळी आलेले अपयश पचवत होते, पण लढणे चालूच होते. मॅस्वीबद्दल ते फार एकांगी झाले होते. तुम्ही एकांगी विचार करता असे कोणी म्हटले म्हणजे ते जाम संतापत असत. त्यांचा हा संताप आम्ही कुटुंबीयांनी समजून व सांभाळून घेतला.

ते रोज रात्री ९॥ वाजता झोपायचे. अंथरुणावर पाठ टेकली की घोरायला लागायचे. डोक्यात कायम होते मॅस्वीचे विषय. प्रथमपासून जवळपास नास्तिक असलेले दादा खोल गर्तेत अडकल्यावरही देवदेव करू लागले नाहीत, अंगारे-धुपारे यांच्या नादी लागले नाहीत, नवससायासही केले नाहीत किंवा कोणत्या महाराजांचे शिष्यही बनले नाहीत. त्यांचा स्वत:वर पूर्ण विश्वास होता. मनाचे श्लोक हे पुस्तक मात्र कायम जवळ असे. कोणतेही पान उघडून दहा एक मिनिटे हे श्लोक म्हणायचे. सायंकाळी रघुवंशातील एक-दोन सर्ग पाठ म्हणायचे. 'रघुवंश व मेघदूत' संपूर्ण आणि बरीचशी गीता तोंडपाठ होती.

या आत्यंतिक कठीण दिवसांतसुद्धा त्यांचे खाण्याचे प्रयोग चालू असत. सहज पचतात म्हणून रोज हिंदुस्थान बेकरीची कणकेची बिस्किटे घेत. त्रास होत नाही व अत्यंत सत्वयुक्त असते म्हणून रोज थालीपीठ खात. परंतु रोज सकाळी थालीपीठ करणे कठीण वाटायला लागल्याबरोबर त्यांनी थालीपीठ खाणे बंद करून रोज सकाळी न्याहरीला बाजरीची भाकरी दुधाबरोबर घेण्यास सुरुवात केली.

स्थिती बदलल्यावर मुंबई-पुणे प्रवास ते दुसऱ्या वर्गाने आधी आरक्षण करून करत असत. ऐंशीव्या वर्षीही डेक्कन क्वीनने प्रवास करताना, आईला आवडतात म्हणून कर्जतला खाली उतरून ते २ मिनिटांत दिवाडकरांचे बटाटेवडे घेऊन येत.

या काळात ते सर्व आप्तस्वकीयांकडे कार्याला जात. तोंड चुकवणे हा प्रयोग त्यांनी केव्हाही केला नाही.

आपण केलेल्या जंगम प्रॉपर्टीच्या विक्रीची दादांना खंत वाटत होती. कदाचित म्हणूनच उत्तरायुष्यात, 'राहते घर व जिमखान्यावरची चाळ अण्णांची आहे, फक्त मुंबईतील फ्लॅट माझा आहे' असे ते म्हणत.

एक गोष्ट मात्र खरी की, दादा मॅस्वीच्या केसेस संपूर्णपणे एकट्याने लढत

होते. मुले, बंडूदादा, माधवमामा, मनोहरमामा हे सतत पैसे देत होते. माझ्या बहिणीचे सासरे अप्पासाहेबही देत होते; पण लढाईसाठी जिद्द होती दादांची. वकीलद्वयही मोठ्या हिरिरीने लढले पण साऱ्यामागे प्रेरणा होती दादांची. ज्या काळात बँका व इतर सरकारी अर्थसंस्था कायमच बरोबर असतात, फसवाफसवी करत नाहीत, अशी कोर्टाची भूमिका होती त्या काळात असे लढणे म्हणजे दगडावर डोके आपटण्यासारखे होते. एक-दोनदा तडजोडीसाठी बोलणीही केली, पण वित्तसंस्थांनी जेव्हा आडमुठ्या अटी घातल्या तेव्हा त्यांनी लढा चालू ठेवला आणि स्वत:ची जिद्द व दांडगा आत्मविश्वास या जोरावर ते यशस्वी झाले.

याच काळात बँकेला एम.एस.एफ.सी.ने ताब्यात न घेतलेल्या मालमत्तांवर व जागांवर रिसीव्हर नेमण्याचा हक्क कोर्टाने दिला आणि बँकेने मुंबईचे गोडाउन, पुण्यातील एलआयसीच्या बिल्डिंगमधील दुकान व कोल्हापूर ऑफिस या गोष्टी मूळ मालकांना देऊन टाकल्या. हे करताना, असे व्यवहार कसे होतात याचा विचार करता, त्यांना नि:संशय आर्थिक मोबदला मिळाला असणार; पण तो बँकेत मॅस्वीच्या खात्यात जमा केला गेला नाही. हा सारा व्यवहार त्यामुळे आम्हाला कायमच संशयास्पद वाटला.

सत्यनारायण, अशोक व सौ. शुभांगी (अशोकची पत्नी, ती वकील आहे.) दादांबरोबर मुंबई हायकोर्टाचे निवृत्त न्यायाधीश श्री. के. टी. देसाई यांना मॅस्वीच्या खटल्यासंदर्भात भेटले. त्यांनी एक आठवडा कागदपत्रे वाचायला घेतला व नंतर सांगितले की, मॅस्वीला केस नाही. त्यावर सत्यनारायणने विचारले, 'मग काय करायचे?' तेव्हा त्यांनी सांगितले की, 'प्रत्येक पायरीवर लढा. हे करत असताना संस्थांनी केलेल्या चुका उघड्या पडतील, त्यातून तुम्हाला मार्ग मिळेल त्याचा वापर करा.' अशा पद्धतीने दादा अग्निपरीक्षेच्या काळातही वावरत होते. १९७७ सालापासून त्यांनी मुक्काम मुंबईला हलवला होता. अधूनमधून विशेष कारणाने पुण्याला येत.

आई अतिशय हळवी, शीघ्रकोपी व अतिशय अस्थिर मनाची होती. तिला बँकेने कंपनी सोडायला सांगितले तेव्हा ती चांगलीच संतापली, 'मला सांगणारे हे कोण?' असा प्रश्न उपस्थित केला तेव्हा दादांनी तिला, बँक कंपनी फायद्यात आणून आपल्याला परत देणार आहे असे सांगितल्यावर तिने क्षणार्धात राजीनामा दिला. त्यानंतर वर्षभर ती शांत होती. पुढे जसजसे वित्तसंस्थांनी जप्ती व खटले या गोष्टींतून आपले रंग दाखवायला सुरुवात केली तसतशी ती भडकू लागली. अनेकदा तिने बँकेच्या अधिकाऱ्यांवर आमच्यासमोर तोंडसुख घेतले, त्यांच्या कार्यक्षमतबाबत शंका घेतली. तिला आवरून, शांत करण्यात आम्हाला दोन-तीनदा नाकी नऊ आले होते. जे झाले ते सर्वस्वी चुकीचे आहे, पण ते आता बदलता येणार नाही हे तिला उमगले होते. चालू केलेल्या जप्ती व खटल्यांचा परिपाक, आपली

घरे-दारे लिलावात विकली जातील आणि कान्हेरे मंडळींची पूर्ण बेअब्रू होईल या कल्पनेने ती सैरभैर झाली.

या संकटातून बाहेर पडण्यासाठी तिने अनेक देवी-देवतांना साकडे घातले, मन शांत करण्यासाठी तीन-चार महाराजांकडे जाऊन आली. आशाच्या सासूबाईंचा 'श्री सूक्ता'वर फार गाढ विश्वास होता. त्यांच्या सल्ल्याने (रोज सोळा वेळा, सोळा दिवस, सोळा बायकांनी श्री सूक्ताचे पठण घरी करावे; हे वर्षातून तीन ते चार वेळा करावे.) आईने श्री सूक्ताची उपासना सुरू केली. तरीही मन अस्थिरच होते. 'मन चिंती ते वैरी न चिंती ।' अशी तिची अवस्था झाली होती. आठ-दहा देवांना नवस बोलून आली होती. मानसिक ताणांनी ती घायकुतीला येत असे.

त्या काळात घरी येणाऱ्या परसूकाकांना (दादांचे दूरचे चुलत बंधू) ती सारखे भविष्य विचारी. त्यांना दादांची पत्रिका कायम दाखवत असे.

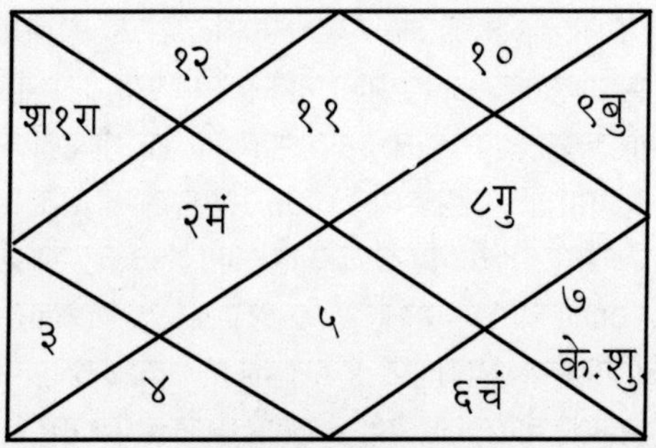

(दादांची पत्रिका)

त्यांनी सर्व ठीक होईल असं सांगितल्यावर ३-४ दिवस ठीक असे. पण परत 'येरे माझ्या मागल्या...' सुरू होई. आशाची नणंद मंगलाताई यांचे सिधये म्हणून ज्योतिषी होते, त्यांच्याकडेही मी तिला घेऊन जात असे. असेच अंजलीच्या वडिलांचे मित्र श्री. सदावर्ते होते, तेही चांगले ज्योतिषी होते. आई मला त्यांच्याकडेही पिटाळे. पण 'वाईट तेच घडेल' या धास्तीने पंधरा-वीस वर्षे ती सतत ग्रासलेली होती. तशात स्वत:च्या सासऱ्याने मोठ्या कौतुकाने केलेले दागिने विकले याचा तिला फार रोष होता. त्याचे तिला फार दु:ख होते. नाइलाज म्हणून हे तिने केले होते पण त्यानंतर अनेकदा 'होत्याचे नव्हते झाले हो' असे दादांना सारखे हिणवत असे. 'माझे ऐकले नाही म्हणून असे झाले' असं दादांना वारंवार सांगत असे.

अशी तिची मन:स्थिती असली तरी मॅस्वीतून पैसे मिळणे बंद झाले तेव्हा तिनं

मोठ्या हिमतीनं एक धंदा सुरू केला. (१९७६-८०) त्या धंद्यातून तिनं आशा घारे (अक्का आत्याबाईंची नात) हिच्या मदतीने अहमदाबाद येथून साड्या आणून विकण्यास सुरुवात केली. प्रतिनिधींच्या 'विशाळगड फार्मस्' करत असलेल्या वस्तू, नगरहूनही अनेक प्रकारच्या साड्या, मुंबईमधून पिशव्या व पर्सेस असा अनेक प्रकारचा माल तिनं विकला. त्यातील खूपसा माल शिवाजी पार्कवर फूटपाथवर स्टॉल टाकून केशव विकत असे. पुण्यात अनेक ठिकाणी प्रदर्शने भरवून विक्री होत असे. पुढे म्हाळगी यांच्या मुंबईतील दुकानातील थोडी जागा केशवला मिळाली. या दोन्ही धंद्यांतून येणाऱ्या पैशांवर तिनं दादांचा, तिचा आणि केशवचा खर्च भागविला.

जसजसे तिचे वय वाढत गेले तसतसा तिला अल्झायमरचा त्रास सुरू झाला. हा आजार बहुधा आनुवंशिक असावा, पण मॅस्वीच्या अग्निपरीक्षेतील मानसिक धक्क्यांनी हा जास्त जलद वाढला. आई हयात असताना सर्व देणेकऱ्यांचे पैसे देऊन झाले असते तर फार चांगले घडले असते, पण तिच्या नशिबी ते पाहण्याचा योग नव्हता. फक्त पैसे परत करण्याची प्रक्रिया सुरू झाली.

ही अग्निपरीक्षा सुरू झाली तेव्हा माझ्या मनातील ससेहोलपट मागच्या प्रकरणात मी स्पष्ट केलीच आहे. मला नोकरी मिळण्यासाठी मॅस्वीची स्थिती फार आड आली. मॅस्वीच्या अपयशाचे खापर खासगी व्यवसायातील कंपन्यांनी माझ्या माथी फोडले. मुलाखतीत मी परोपरीने त्यांना सांगितले की, मी जगातील तत्कालीन व्यवस्थापनाची अद्ययावत तंत्रे शिकलो आहे, पण स्वत:चा पारंपरिक बुडणारा धंदा वाऱ्यावर सोडा आणि चांगली नोकरी शोधा असे कोठेही या तंत्रात सांगितलेले नाही. ''मी धंदा वाचविण्याचा आटोकाट प्रयत्न केला, यंत्रशाळेचा पूर्ण विकास केला, उत्पादकता तर खूपच वाढविली, पण हे कोणी ऐकूनच घेत नसे.'' तुम्ही अपयशाला जबाबदार आहात असे एकच टुमणे माझ्या मागे लावून मला दरवाजा दाखवत.

पुढे किर्लोस्करांनी मी केलेले भगीरथ प्रयत्न जाणले व मला नोकरी दिली. पुढे आणखी नोकऱ्या मला मिळाल्या. त्यानंतर बुडती स्वस्तिक कंपनी सुधारण्यासाठी बँक ऑफ महाराष्ट्रने नेमलेल्या दास या तेव्हा स्वस्तिकचे सर्वेसर्वा झालेल्या गृहस्थाने मला स्वस्तिक सुधारण्यासाठी खास बोलावून कामावर घेतले. हा एक विलक्षण योगायोग होता. 'हीच सुबुद्धी बँकेला मी मॅस्वीत असताना झाली असती तरऽऽऽ...' माझ्या मनात ही रुखरुख कायमची आहे

मला नोकरी मिळेपर्यंत सौ. अंजली (माझी पत्नी) डॉक्टरेटसाठी युजीसीची फेलोशिप घेऊन संशोधन करीत होती. डॉक्टरेट तिनं नंतर पूर्ण केले. पण फेलोशिप संपताच गरज म्हणून गरवारे महाविद्यालयात प्राध्यापक म्हणून नोकरी करू लागली. पुढे तिला संशोधनामधील लक्ष काढून अडचणीमुळे नोकरीत घालावे लागले. चि. आशाला सरकारी नोकरी होती. तिला व सौ. अंजलीला, त्या नोकरी करायच्या तेथे

त्यांच्या सहकाऱ्यांनी मॅस्वीत ठेवी ठेवलेल्यांच्या वतीने अनेकदा, स्टाफ रूममध्ये मोठ्याने विचारणा केली. त्यांना समर्पक उत्तरे दिल्यावरही त्यांना घालूनपाडून बोलणे चालूच असायचे. त्यांनी ते सहन केले, नव्हे त्यांना ते सहन करावे लागले.

अशोक आणि अरविंदने देशोधडीस लागल्याप्रमाणे देशांतर केले, पण हे सर्व मॅस्वीमुळे करावे लागले ही त्यांची रुखरुख कायम आहे.

अगदी खरं तर मॅस्वी बंद पडली यामुळे आम्हा तिघा भावांवर कुऱ्हाड कोसळली. आमच्या आशा-आकांक्षाचा चुराडा झाला. दादांच्या प्रेरणेने यंत्रशाळेत सचोटीने आंतरराष्ट्रीय दर्जाचे अनेक नवनवे प्रॉडक्टस निर्माण करू आणि नवीन उद्योजकांपुढे यंत्रशाळा हा एक मोठा आदर्श ठेवू; यंत्रशाळेचा विस्तार करून आंतरराष्ट्रीय पातळीवर सर्वोच्च दर्जाचा माल उत्पन्न करून व विकून मोठे मानांकन मिळवू या आमच्या आकांक्षांचा पूर्ण बोजवारा उडाला.

पण आम्हीही दादांप्रमाणे पराभव पत्करला नाही. अग्निपरीक्षेला भिडलो, सामोरे गेलो. त्यातून कोर्टामध्ये यश मिळत गेले.

१९८३-८४ मध्ये प्रथम बँकेचा खटला सुनावणीस आला. जस्टीस वारियावा यांनी प्रथम सत्यनारायण यांना काही बोलूच दिले नाही. 'ही अगदी ओपन अॅन्ड शट केस आहे. तुम्ही पैसे द्यायचे मान्य करा, नाही तर मी डिक्री काढतो.' त्यावर सत्यनारायण म्हणाले की, 'हे सर्व एक्स पार्टी केससारखे चालले आहे, मला काही मुद्दे मांडायचे आहेत, मांडू देणार की नाही?' जस्टिस वारियावा अनिच्छेने म्हणाले, 'तो तुमचा अधिकार आहे, मांडा.' सत्यनारायण म्हणाले, "मॅस्वीचे ऑफिस पुण्यात, कारखाना पुण्यात, बँकेचे हेड ऑफिस पुण्यात तेव्हा ही केस प्रथम पुण्यातच चालवायला हवी. येथे हायकोर्टात नाही, म्हणून केस मिस्ट्रायल करा." जज्जनी थोडा विचार केला आणि म्हणाले, "खरं आहे! पण तुम्ही खूप उशिरा हा मुद्दा मांडला. या बाबतीत आपण कनाईव्ह करून केस चालूच ठेवू या!"

मग सत्यनारायणने बँकेने कंपनी कशी ताब्यात घेतली, दादांना कसे फसविले असे मुद्दे मांडले. त्यावर जज्जसाहेब म्हणाले, 'प्रॉमिसरी नोटेवरच्या सह्या कान्हेरे व सौ. कान्हेरे यांच्याच आहेत ना? मग झाले तर'

इतके सारे झाले तेव्हा सत्यनारायण जाम भडकला होता; तो जरा मोठ्यानेच म्हणाला, 'ठीक आहे, पण ज्या सेकंड चार्जमुळे बँक सिक्युअर्ड प्रेफरन्शियल क्रेडिटर झाली आहे, तो रजिस्टर केल्याचा काय पुरावा आहे?'

जज्जने पुरावा सादर करायला सांगितला. थोडा वेळ बँकेने थातूरमातूर म्हणणे मांडले. त्यांना जज्जने अडविले आणि पुन्हा एकदा पुरावा सादर करायला सांगितला.

तेव्हा बँकेच्या वकिलाने सांगितले की, चार्ज रजिस्टरच केलेला नाही. इतका वेळ ओपन व शट केस म्हणणारे जज्ज एकदम भडकले आणि म्हणाले की, 'केस डिसमिस करतो, नाहीतर आजच कॉम्प्रमाईझ करा. तुम्हाला हा एकच मार्ग आहे.' असे त्यांनी बँकेला ठणकावले.

आई तेव्हा कॉम्प्रमाईझच्या विरुद्ध होती, पण सत्यनारायण व लिक्विडेटर रावने तिला समजावले की, आता केस डिसमिस केली तर बँक परत केस करू शकते, पण समझोता केल्याने सर्वच प्रश्न निकालात निघतो. अखेर लिक्विडेटरने प्रॉपर्टी विकल्यावर बँकेचे ३० लाख रुपये द्यावेत, तोपर्यंत व्याज लावू नये आणि जर लिक्विडेटरला ३० लाख मिळाले नाहीत तर पडेल ती तूट डायरेक्टरकडून घ्यावी, ही अट मान्य झाली व समझोता झाला.

जस्टीस देसाई यांच्या सल्ल्याची येथे पहिली प्रचिती आली. या समझोत्यावर लिक्विडेटर राव, सत्यनारायण आणि आम्ही सर्व फार खूश झालो.

यानंतर काही काळाने कारखान्यातून मशिनरी व इतर सामग्री चोरीला गेली. पेपरमधील बातमीवरून सत्यनारायणने कोर्टात अर्ज केला, तेव्हा कंपनी आमच्या ताब्यात नव्हती असे एम.एस.एफ.सी ने म्हटले; पण कंपनीवर नेमलेल्या वॉचमनचा पगार कंपनीकडून येणे आहे असे एम.एस.एफ.सी ने दाव्यात म्हटले हे कोर्टाला दाखविल्यावर कोर्टाने एक कमिशनर नेमला. त्याच्याकडे कंपनीचा चार्ज दिला व सिक्युरिटी एम.एस.एफ.सी नेच ठेवायची आणि झालेल्या नुकसानीबदल लिक्विडेटरने एम.एस.एफ.सी.कडून सहा लाख घ्यायचे असा हुकूम दिला.

यानंतर एम.एस.एफ.सी.ची मूळ केस उभी राहिली. त्यामध्ये सत्यनारायणने त्यांनी घेतलेला ताबा वगैरे मुद्दे मांडले. जज्ज वारियावाच होते. परत प्रॉमिसरी नोटवरच्या सह्याच निर्णायक आहेत असे त्यांनी स्पष्ट केले. पण, 'लिक्विडेटरला एम.एस.एफ.सी नीट लिलाव करील याची खात्री नाही म्हणून कमिशनरने लिलाव करावा' असा निर्णय दिला. अशा रितीने एम.एस.एफ.सी कमी किमतीत ही कंपनी विकण्याची शक्यता राहिली नाही. १९९४ मध्ये १९ एप्रिलला पहिला लिलाव झाला, पण त्यात पुरेशी किंमत न आल्याने ९ जून रोजी परत लिलाव झाला. तेव्हा व्ही. एम. जोग आणि कंपनी या बांधकाम व्यावसायिक कंपनीने एक कोटी पंचावन्न लाख किंमत देऊन व्यवहार केला. पण पुढे कमिशनरने किती जमीन विकली याबद्दल वाद निर्माण झाला. यामध्ये एक एकर व तीन गुंठे जागा विकली असे कमिशनरने सांगितले. यावर विकत घेण्याऱ्यांनी सर्व जमीन घेतली आहे असा कोर्टात अर्ज केला. तो डिस्ट्रिक्ट कोर्टात मान्य झाला. त्यावर लिक्विडेटर हायकोर्टात गेले, येथेही सर्व जमीन विकली आहे असा निकाल दिला. हा हुकूम कन्फर्म

करायला जस्टिस धनंजय चंद्रचूड यांच्यासमोर आला असता त्यांनी सही करायचे नाकारले व मला यात कंपनीचे नुकसान दिसते आहे, सुप्रीम कोर्टात अपील करा असा हुकूम दिला. २६ गुंठे जागेची केस अजून सुप्रीम कोर्टात पेंडिंग आहे. पण आलेल्या सर्व पैशातून लिक्विडेटरने सर्व देणेकऱ्यांचे, कर्मचाऱ्यांचे व डिपॉझिटर्सचे सर्व पैसे ४ टक्के व्याजाने (दरसाल) परत केले आणि शिल्लक पैसे शेअरहोल्डरना देण्यास सुरुवात झाली.

१९९६ मध्ये लिक्विडेटरने पैसे परत करण्यासाठीची पहिली जाहिरात दिली. या जाहिरातीत प्रत्येक क्रेडिटरने विहित नमुन्यात त्यांचा क्लेम लिक्विडेटरकडे सादर करावा असे होते. दादांनी विहित नमुन्याच्या प्रती काढून ठेवीदारांसह सर्व क्रेडिटर्सना पाठवल्या व त्या भरून लिक्विडेटरकडे द्यायला सांगितले आणि लिक्विडेटरच्या विनंतीवरून, त्यांनी सादर केलेले क्लेम्स सर्टिफाय करून लिक्विडेटरला दिले. त्यानंतर सर्व देणेकऱ्यांनी सादर केलेल्या मागण्यांची छाननी होऊन प्रत्यक्ष पैसे देण्याचे काम २००० साली सुरू झाले. दादांच्या हयातीत कर्जदारांचे पैसे देण्यास सुरुवात झाली आणि आपण बुडवे ठरणार नाही असे समाधान त्यांना मिळाले. धंद्यामध्ये अशा रितीने पत परत मिळविणे हे अत्यंत जिकिरीचे काम होते. ते त्यांनी साध्य केले.

अशा रितीने महत्प्रयासाने दादांनी देणेकऱ्यांचे सर्व पैसे (मुद्दल) आणि त्यावर चार टक्के व्याज परत करण्यात यश मिळवले. त्यांच्या उत्तर आयुष्यातील ही सर्वांत समाधानकारक घटना होती.

◆

१४
युगान्त

मॅस्वीच्या केसेस चालू झाल्यावर १९७६ नंतर आई आणि दादा मुख्यत्वे मुंबईतच राहत. त्यांच्या बरोबर तेथे केशव राहत होता. हा केशव प्रथम मॅस्वीमध्ये शिपाई म्हणून मुंबई ऑफिसमध्ये काम करत होता. मॅस्वी बंद पडल्यावर दादा त्याला दरमहा जेवून-खाऊन पगार देत आणि तो दादा-आईंची २४ तास काळजी घेत असे. १९९५ नंतर आईचा अल्झायमर खूपच वाढू लागला. त्यामध्ये सुद्धा एक गोष्ट अशी होती की, काही दिवस तिची स्मृती एकदम व्यवस्थित असे, तिला सर्व व्यवस्थित आठवत असत. काही वेळा मात्र ती खूपच गोष्टी विसरायची अथवा विचित्रपणे गोष्टी लक्षात ठेवायची. एकदा ती सौ. अंजलीला, शिरा करत असताना शिऱ्यामध्ये रव्याइतकेच मीठ घातले पाहिजे असा आग्रह करू लागली आणि असे कायमच घालतात असे सांगू लागली. १९९७ साली पुण्यात तिचे मोतीबिंदूचे ऑपरेशन झाले तेव्हा ती मुक्कामाला पुण्यात माझ्याकडेच होती. त्या काळात अल्झायमर खूपच बळावला होता. १९९९ साली १७ सप्टेंबरला तिला ८० वे वर्ष लागणार होते; त्या दिवशी सर्व नातेवाइकांना बोलावून आम्ही ८० वा वाढदिवस करावयाचा ठरविले होते आणि त्याप्रमाणे आमंत्रितांची यादी केली होती. १२ सप्टेंबरला माझ्या कंपनीची गाडी पाठवून आई-दादांना पुण्यात आणणार होतो आणि छत्रे सभागृहामध्ये सर्व कार्यक्रम करणार होतो. जगदीशने, तिच्या भाच्याने याचे कॉन्ट्रक्ट घेतले होते.

अचानक ८ सप्टेंबरला संध्याकाळी ५.३० वाजता अशोकचा मला सिडनीहून फोन आला; तो म्हणाला की, 'मला फार अस्वस्थ वाटत होते म्हणून मी मुंबईला दादांना फोन केला होता. तेव्हा त्यांनी आईला हॉस्पिटलमध्ये नेल्याचे सांगितले व ती गंभीर आहे आणि हृदयाची पलपिटेशन्स वाढली आहेत म्हणून हॉस्पिटलमध्ये हलविले आहे. तरी तू फोन करून बघ.'

अर्ध्या तासात मुंबईतील शेजारच्या जोशी वहिनींचा फोन आला की, 'आई

हॉस्पिटलमध्ये जाताना साडी बदलून, व्यवस्थित कपडे करून गेली आहे तरीही तुम्ही ताबडतोब निघा.' अर्ध्या तासाने केशवचा फोन आला की, 'आई गेली. मोहन व प्रतिभा हुल्याळकर (दादांची भाची) तिला दवाखान्यातून घरी आणत आहेत आणि फडके व कुसुमताई (अशोकचे सासू-सासरे) घरी येत आहेत.' मी, अंजली, अरविंद, स्मिता व जय गाडी घेऊन निघालो. आईला घरी आणलेले होते. दुसऱ्या दिवशी तिच्या मृत्यूचा दाखला घेतला, तिच्या सर्व मैत्रिणी व बहुतेक सर्व नातेवाईक आणि संबंधित पुण्यात आहेत म्हणून तिला पुण्यात आणायचे ठरविले. तसा महापालिकेकडून रहदारी पास मिळविला व रुग्णवाहिकेतून आम्ही तिचे पार्थिव घेऊन पुण्याला आलो. वाटेत बऱ्यापैकी पाऊस झाला, पण आम्ही व्यवस्थित पोहोचलो. शव ससूनच्या मॉर्गमध्ये हलविले, कारण अमेरिकेहून आशा निघाली होती आणि ती दुसऱ्या दिवशी पोहोचणार होती.

थोडक्यात, आईचा ८० वा वाढदिवस होऊ शकला नाही. त्याऐवजी तेराव्याचे जेवण करण्याचा योग नियतीने मांडला होता. मृत्यूसमयी फक्त केशवच जवळ असण्याचा योग होता. ती अगदी अचानक गेली. स्वत:च्या पायाने चालत, स्वत: अंघोळ करून ती गेली. तिची अशी इच्छाच होती की, लोळागोळा होऊन खितपत पडून मरण नको. स्वत:ची आन्हिके स्वत: करू शकत असतानाच अचानक एक दिवस मृत्यू यावा; तसेच झाले.

एम.व्ही.जोग आणि कंपनी जागेबाबतची केस हायकोर्टातून सुप्रीम कोर्टात नेण्याचा कोर्टाचा आदेश आला आणि लिक्विडेटरने क्रेडिटर्सचे पैसे देण्याची जाहिरात दिल्यावर दादांचे कोर्टातले काम संपले होते. आई गेली त्याच्या आधी दोन वर्ष लिक्विडेटरकडून क्रेडिटर्सचे क्लेम तपासण्यासाठी व सर्टिफाय करण्यासाठी दादांकडे पाठविले जात. दादा ते टायकलवाडीतील फ्लॅटमधून करत असत. आम्ही अधूनमधून जमेल तसे त्यांना भेटून येत असू. लागतील तेवढे पैसेही पाठवीत होतो. १९९९ साली आई अचानक गेली. तिच्या अन्त्यसंस्कारासाठी दादा पुण्यात आले. दोन महिने दादा पुण्यात होते. ते त्यांच्या जिमखान्यावरच्या फ्लॅटमध्येच राहिले. नंतर त्यांनी मुंबईला जायचा निर्णय घेतला. मी गाडीतून त्यांना मुंबईत सोडून आलो. स्वयंपाकाला बाई, बाकी सगळ्या कामाला केशव होता. तरीही शेजारच्या डॉ. कोरडेंना भेटून लागेल ती मदत करण्यास सांगितले तसेच पैसेही लगेच पाठवू; त्यासाठी थांबू नका असेही सांगितले. या काळात, २००० साली दादांना खूप अस्वस्थ वाटू लागले म्हणून डॉ. कोरडे यांनी त्यांना दवाखान्यात ठेवले. आम्ही लगेच मुंबईला गेलो. अरविंदने दादा घरी येईपर्यंत मुंबईत राहण्याचा निर्णय घेतला.

यानंतर थोड्याच दिवसांत लिक्विडेटरकडून लोकांना चेकद्वारे पैसे मिळू लागले. तेव्हा दादांनी खूपच समाधान व्यक्त केले. 'कोर्ट कचेऱ्या करून मिळालेले हे यश, मी बुडव्या नाही, कान्हेरे कुलाला कलंक नाही, हे ठळकपणे स्पष्ट करणारे आहे,' असे ते म्हणाले.

याच काळात एक दिवस त्यांनी मला त्यांची अखेरची इच्छा व्यक्त करण्यासाठी बोलावले. त्यांनी सांगितल्याप्रमाणे मी सगळ्याचा तर्जुमा तयार केला. त्यानंतर आठवड्याने, अशोक पुण्याहून ऑस्ट्रेलियाला परत निघाला होता, तेव्हा तो तर्जुमा घेऊन दादांच्याकडे सह्या घेण्यासाठी गेला. तेव्हा त्यांनी तो नाकारला. मी असे काही सांगितलेच नव्हते असे म्हणू लागले. याच वेळेला त्यांना काही गोष्टी आठवेनाशा झाल्या हे जाणवले.

अचानक ते म्हणू लागले की, त्यांची आई त्यांना खिडकीतून बोलावते आहे. आम्हाला जाणवले की, आता त्यांचा अंतिम समय जवळ आला आहे. मधूनच १९४२ च्या चळवळीत, ठाण्याजवळच्या जंगलात इलेक्ट्रिकल पॉयलॉन कसा उडविला हेही सांगू लागले. पण असे काही त्यांनी केले होते असे कुठेही आणि कोणीही म्हटलेले नव्हते.

२७ मार्चला मी व अंजली त्यांना भेटायला मुंबईला गेलो. पोहोचल्याक्षणीच पुण्याहून आम्हाला फोन आला की, मृदुलाला (माझी धाकटी सून) प्रसुतीसाठी दवाखान्यात नेले आहे व लगेचच सिझेरियन शस्त्रक्रिया करणार आहेत असे त्यांनी सांगितले. पण दादांनी जेवण करून जा असा आग्रह धरला. त्यांच्याबरोबर जेवताना ते म्हणाले, 'की मुलगा होणार आहे. नवीन मालक येणार आहे. सगळे व्यवस्थित होईल. त्याचे मोठे बारसे करा.' हे सर्व त्यांनी उत्स्फूर्तपणे सांगितले होते. थोडक्यात, तेव्हा त्यांना बारशाला आपण नसू अशी मृत्यूची स्पष्ट जाणीव झाली होती.

त्यानंतर आम्ही पुण्यात पोहोचलो. मध्ये लोणावळ्यालाच मृदुला बाळंत होऊन मुलगा झाल्याचा फोन आला. आम्ही मेमध्ये बारसे करायचे ठरविले म्हणून आशा दादांना मुंबईहून पुण्याला घेऊन आली. केशवलाही तिने बरोबर आणले होते. तीन-चार दिवस ते तिच्याकडेच मुक्कामाला होते. ९ तारखेला संध्याकाळी ७ वाजता मृदुला मुलाला घेऊन त्यांना भेटायला गेली. त्यांनी मुलाला पाहिले, मांडीवर घेतले व म्हणाले, "नवीन वारसदार आहे; मोठ्या जोरात बारसे करा." पुढच्याच आठवड्यात बारसे ठरले होते व मुलाचे नाव अक्षय ठेवायचे असे मृदुलाने ठरविले होते.

त्याच दिवशी रात्री केशव मला दादांचे जास्त झाले आहे असे घाईने सांगून परत गेला. माझे घर आशाच्या घरापासून मिनिटभराच्या अंतरावर आहे, पण तरीही आम्ही पोहोचेपर्यंत आणि आशा वरच्या खोलीतून खाली येईपर्यंत दादा गेलेले होते. आम्हाला दुःख एवढेच की, जवळ असूनही अंतिम क्षणी आम्ही कोणीच त्यांच्या

जवळ नव्हतो, फक्त केशवच होता.

अशा रितीने त्यांनी सुरू केलेल्या 'मॅस्वी-युगाचा' अंत झाला. मी असे म्हणतो कारण दादांच्या मनात सर्वांचे पैसे देऊन झाल्यावर जे पैसे उरतील ते वापरून मॅस्वी परत चालू करायची व आधीच्याप्रमाणे यश मिळवून कंपनी भक्कम पायावर उभी करायची असे होते. ते करणे त्यांना वयपरत्वे अशक्य होते; (तेव्हा ते नव्वदीच्या जवळ होते) तरी त्यांची जिद्द दांडगी होती.

मॅस्वी अशा प्रकारे संपली असली तरी दादांनी पेटवलेली उद्योजकतेची, आयुष्यात संपूर्ण यश प्राप्त करण्याची ज्योत, अनेकांच्या हृदयात तेवली आणि त्यांनी अनेक क्षेत्रांत यश मिळविले. दादा हे एक प्रेरणास्थानच ठरले.

◆

१५
दादा : एक बहुआयामी व्यक्तिमत्त्व

दादा एक उद्योजक व संशोधक होते. दोन्ही क्षेत्रांत त्यांनी स्पृहणीय यश मिळविले होते. पण दादा हे एक माणूस म्हणून आणखीही अनेक बाबतींत वाखाणण्यासारखे होते. ते एक उत्कृष्ट मित्र होते. कुटुंबवत्सल होते, कुटुंबप्रमुख व कुलप्रमुख म्हणून त्यांनी कर्तबगारी दाखविली होती. ते दिलदार होते. हाती घेतलेल्या प्रत्येक गोष्टीचा सखोल अभ्यास करणारे अभ्यासक होते. अगदी थोडक्यात, त्यांचे व्यक्तिमत्त्व बहुआयामी होते.

दादा : एक प्रेरणास्थान

माझ्या आयुष्यात यश मिळविण्यासाठी धंदा चालू करण्याचे मी ठरवले तेही दादांना सांगूनच. दादांच्या सांगण्याप्रमाणे प्रथम विक्री व्यवसाय चालू करायचे ठरवले. त्यासाठी प्रथम माझे क्षेत्र, इंजिनिअरिंग क्षेत्रातील व्यवसाय व उद्योगधंदे एवढेच मर्यादित केले आणि या ठिकाणी विकता येतील अशा इंजिनिअरिंग प्रॉडक्टसची डीलरशीप मिळविण्याच्या मागे लागलो.

मी स्वस्तिकमध्ये नोकरी करत असताना धंदा सुरू करण्यासाठी खटपट करतो आहे असे समजल्यावर माझ्या कॉलेजमधील एका मित्राने 'मॅस्वीत बसला एवढा फटका पुरे झाला, आता धंद्याचे खूळ मनातून काढून टाक' असा मोलाचा सल्ला दिला. मी फक्त हसलो व एजन्सीज मिळविण्याच्या मागे लागलो. धंदा सुरू होऊन काहीसा स्थिरावल्यावर धंद्याच्या वाढीसाठी, मला गरज होती म्हणून त्याला विचारले व मोठ्या खुषीने तो धंद्यात भागीदार म्हणून सामील झाला!

१९८० ऑगस्टमध्ये मला पहिली एजन्सी मिळाली ती हिंदुस्थान एव्हरेस्ट टूल्सची. नोव्हेंबरमध्ये ग्रीव्हजची एजन्सी मिळाली. फेब्रुवारी २०११ मध्ये जगप्रसिद्ध न्यूमॅटिक प्रॉडक्ट बनविणाऱ्या मार्टोनियर कंपनीच्या हिंदुस्थानात कोलॅबरेशन असलेल्या न्यूकॉन इंडस्ट्रीजची डीलरशीप मिळाली.

धंदा हळूहळू विस्तारला. दादांचा आदर्श ठेवून १९९७ पर्यंत विक्री व्यवसाय वाढवला. त्याचे रूपांतर नंतर प्रायव्हेट लिमिटेडमध्ये केले.

१९९८ मध्ये न्यूमॅटिक उत्पादने विकत असताना बजाज ऑटोने आम्हाला टू हॅन्डेड सेफ्टी युनिट करून मागितले. हे एक इनोव्हेशन होते. ते जयने (माझा मोठा मुलगा) यशस्वीरीत्या साकारून दिले. त्यानंतर सुरू झाली बजाजसाठी उत्पादन करावयाच्या अनेक गोष्टींची निर्मिती प्रक्रिया. यासाठी जयच्या नेतृत्वाखाली आम्ही ऑटोमेशन अॅन्ड सिस्टिम्स प्रा. लि. हा नवीन धंदा सुरू केला. या धंद्यात जशी दादांनी मॅस्वीत त्या कालानुरूप इनोव्हेशन केली तशीच जयने केली व इनोव्हेशनची एक मालिकाच सुरू झाली. आमच्या दुर्दैवाने यातील अनेक गोष्टी पाहावयास दादा नव्हते. जयने विकसित केलेल्या प्रॉडक्टमध्ये सिंगल लिव्हर ऑपरेटर म्हणून एका लिव्हरच्या साहाय्याने ऑपरेटर, २, ३ किंवा ४ मशिन्स एकामागून एक अशी चालवू शकतो. दुसऱ्या एका प्रॉडक्टचा उपयोग मशिनिंग सुरू करावयाच्या आधी त्यावर लावलेले कास्टिंग नीट जागेवर घट्ट बसले आहे का अयोग्य बसले आहे हे तपासण्यासाठी होतो. यास 'सीट चेक' असेच नाव आहे. त्यानंतर त्याने पिक अॅन्ड प्लेस (उचला व योग्य जागी ठेवा) अशी संरचना विकसित केली आहे. कन्व्हेराईज्ड पॅलेट हॅन्डलिंग युनिट बनवली आहेत. दोन वेगवेगळी मशिन्स एका मशिन्सच्या पीएलसीमधून चालवता येतील अशी मशीन्स इंटरफेसिंग करून दिली आहेत.

एका अमेरिकन कंपनीसाठी लोखंडी पिंपे एका मोठ्या प्रेसखाली दाबून सहा इंच जाडीच्या लादीमध्ये दाबण्यासाठी ड्रम कॉम्पॅक्टिंग युनिट तयार करून अमेरिकेला एक्स्पोर्ट केले आहे, त्याच्याच जोडीला प्लॅस्टिक बाटल्या (रिकाम्या) डबे क्रश करण्याचे मशिनही करून दिले आहे.

फाउंड्रीसाठी आम्ही अमाईन गॅस जनरेटर्स ही इक्विपमेंट तयार करून देतो. ती आम्ही वर्षाला दहा-बारा विकतो.

सध्या आमच्याकडे युनिव्हर्सल रोबोज या डेन्मार्क कंपनीची एजन्सी आहे. त्या यंत्रमानवाचा वापर करून वेगवेगळी युनिट्स इंडस्ट्रियल वापरासाठी आम्ही गिऱ्हाईकांना करून देत आहोत. आमच्या कामावर युनिव्हर्सल रोबोज एवढे खूष आहे की, गेल्या वर्षी त्यांनी जगातील पाच उत्तम काम करणाऱ्या डीलर्समध्ये आमच्या धंद्याची निवड केली आणि आम्हाला आंतरराष्ट्रीय स्तरावर बक्षीस दिले.

एकंदरीत जयची वाटचाल खूपशी आजोबांसारखीच चालू आहे, पण शक्यतो कोणत्याही गिऱ्हाईकाची डेव्हलपमेंट आमच्या पदराला खार लावून करून देत नाही. प्रत्यक्षात दादांचे मार्गदर्शनही आमच्या जीआय ऑटोला मिळू शकले नाही. कारण हा धंदा सुरू केला त्याच सुमारास ते गेले. पण या धंद्यात आम्हाला चांगले यश मिळाले आहे हेही त्यांच्या आशीर्वादाने व त्यांचा आदर्श आमच्यासमोर

असल्यामुळेच आहे, असे मला वाटते.

मॅस्वीतील टक्क्या-टोणप्यांची पूर्ण कल्पना असल्यामुळे त्या अनुभवाचा वापर मी पुरेपूर करतो आहे.

सौ. अंजली (माझी पत्नी) हिच्याबद्दल आधी सविस्तर लिहिलेच आहे. माझा धाकटा मुलगा हर्ष कॅन्सरचा सर्जन आहे. त्याचे शिक्षण टाटामध्ये झाले आहे आणि तो ॲडलेडमधील प्रसिद्ध सरकारी हॉस्पिटलमध्ये सर्जरी विभागात कन्सल्टंट म्हणून काम करतो. त्याने FARCS ची पदव्युत्तर पदवी मिळवली आहे. त्याची पत्नी डॉ. सौ. मृदुलाने ऑस्ट्रेलियात Intensive Care मध्ये पोस्ट ग्रॅज्युएशनची पदवी घेतली आहे. तीही ॲडलेडमध्ये दुसऱ्या सरकारी हॉस्पिटलमध्ये नोकरी करते. तेथील मॅनेजमेंटने तिच्यावर २-३ वेळा अन्याय केला; त्यावर तिने कोर्टकचेऱ्या करून २-३ वर्षे झगडून न्याय मिळवला. तिने दादांचा आदर्श डोळ्यांपुढे ठेवून हे केले असे हर्ष म्हणतो. खटला न करता सामोपचाराने गोष्टी संपवाव्यात असे तिला सर्वजण सांगत होते. पण तिने न ऐकता खटले केले. हेही दादांचे अनुकरण होते.

माझ्या नंतर पंधरा वर्षांनी चि. अरविंदने पुण्यात स्वत:चा टॉगल क्लॅम्प्स बनविण्याचा उद्योग काढला आहे. तो घानात नोकरीला गेला होता, तेथून परत आल्याचा उल्लेख मागे आला आहे. त्यानंतर तो कॅनडात असताना 'बंबाडीये कॅनडेअर' या कंपनीत लिॲझॉन इंजिनिअरिंग विभागात काम करत होता. तेथे ही कंपनी विना वैमानिक चालणारी विमाने (ड्रोन) बनवायची. हे काम अत्यंत क्लिष्ट व भरपूर तांत्रिक ज्ञानावर आधारित, आव्हानात्मक होते. कालांतराने जर्मनीचे असलेले हे कॉन्ट्रक्ट संपले. नंतर तो नोकरी सोडून परत आला व स्वत:चे तांत्रिक ज्ञान वापरून त्याने क्लॅम्प्स करायला सुरुवात केली. यासाठी त्याला (एच२ए बॉक्सेस या मॅस्वीमधील उत्पादनाप्रमाणे) अनेक डायपंचेस व फिक्चर्स करावी लागली. गेली वीस वर्षे तो हा धंदा यशस्वीपणे करतो आहे.

चि. अशोक ऑस्ट्रेलियाला मायग्रेट झाला आहे. तेथे त्याला ऑस्ट्रेलियन डिफेन्सच्या प्रॉडक्शन युनिटमध्ये वर्क्स मॅनेजरची ऑफर होती पण त्याला त्यासाठी ऑस्ट्रेलियन सिटिझनशिप घ्यायला लागली असती; म्हणून तेथे त्याने प्लॅनिंग विभागात काम पत्करले. तो आता एक यशस्वी प्रोजेक्ट मॅनेजर आहे.

माझी धाकटी बहीण चि. आशा डॉक्टर (एम.बी.बी.एस., डी.सी.एच. व एम.डी) झाली. तिचे पोस्टिंग शिरूरमध्ये असताना तिने लहान मुलांसाठी स्वस्त आणि पोषक खाद्य तयार केले. तिचे संशोधन सतत चालू असते. तिने एकूण ९१ रिसर्च पेपर्स प्रसिद्ध केले आहेत आणि सहा जागतिक व भारतीय स्पॉन्सर्ससाठी रिसर्च यशस्वीरित्या पूर्ण केले आहेत. तिला ४ प्रतिष्ठित बक्षिसेही मिळाली आहेत. सध्या तिने १० पेटंटससाठी अर्ज केले आहेत. त्यातील ३ आंतरराष्ट्रीय व उरलेली

७ भारतीय आहेत. दादांची संशोधनाची परंपरा तिने पुढे चालू ठेवली आहे.

ती त्यांच्या घरचा विशाळगड फार्मस् हा धंदाही सांभाळते. याबद्दल उल्लेख आधी आलाच आहे.

तिचा मुलगा आदित्य सिव्हिल इंजिनिअर आहे व बिल्डर म्हणून तो त्याचा स्वत:चा धंदा यशस्वीरित्या गेली १५-१६ वर्षे चालवितो आहे. त्याने धंदा करण्याची स्फूर्ती दादांकडून व मामांकडून घेतली आहे.

दादांच्या सर्व नातवंडांनी दादांना त्यांच्या आयुष्यात एक प्रेरणास्थान मानून स्वत:ची वाटचाल सुरू ठेवली आहे. दादांच्या पुढच्या पिढ्यांसमोर दादा हा एक आदर्श होता हे एक स्वाभाविकच आहे. परंतु त्यांच्या सहवासात आलेल्या अनेकांचे ते प्रेरणास्थान ठरले आहेत.

अशोकचा एक मित्र मेकॅनिकल इंजिनिअरिंगच्या शेवटच्या वर्षाला मॅस्वीमध्ये तपासणी विभाग प्रमुख म्हणून येऊ लागला. शेवटची परीक्षा दिल्यावर निकाल लागायच्या आधीच त्याने मॅस्वीत करिअर सुरू केले. पुढे यथावकाश त्याला पदवी मिळाली. यंत्रशाळा बँकेच्या ताब्यात गेल्यावर त्याने महिन्द्रामध्ये जॉब घेतला, नंतर आर्को व्हिटनी या हायड्रॉलिक इक्विपमेंट (ऑईल) बनविणाऱ्या कंपनीत काम करायला सुरुवात केली. पुरेसा अनुभव मिळाल्यावर त्याने हायड्रॉलिक सिलिंडर्स व इतर सामग्री बनविण्यास सुरुवात केली. हे करायच्या आधी तो दादांना भेटला आणि त्यांचा सल्ला घेऊन त्याने पुढचे पाऊल टाकले. आज त्याचा धंदा पुण्यामध्ये जोरात आहे. आता तो निवृत्त झाला आहे व त्याचे दोन मुलगे हा धंदा पुढे चालवतात.

मॅस्वीत काम करणाऱ्या दोघांनी १९७०-७१ मध्ये मॅस्वीप्रमाणेच चाके, कॅस्टर्स, व्हील्स बनविण्याचा कारखाना सुरू केला, आता तो धंदा तीस वर्षांनी दोघापैकी एकाने ताब्यात घेतला आहे.

पुण्यात भोसरीमध्ये मॅस्वीचे सर्व प्रॉडक्टस मॅस्वीच्या डिझाइनप्रमाणे बनविण्याचा एक कारखाना १९७५ पासून चालू आहे (पायोनिअर इंडस्ट्रिज) आणि त्या धंद्याने आता मॅस्वीची अनेक गिऱ्हाईके मिळविली आहेत.

यंत्रशाळेत इंजिन स्टॅन्डच्या डिझाइनचे काम करणारे दोघे ड्राफ्ट्समन टेल्कोत त्यांच्यासाठी स्वत:ची सामग्री बनविण्याच्या विभागात (ग्रोथ शॉप) मध्ये डिझाइनमध्ये कामाला लागले. पुढे दहा वर्ष तरी ते वेळ मिळेल तसे दादांना येऊन भेटत असत आणि त्यांना यंत्रशाळेतील दादांच्या मार्गदर्शनाखालील कार्यानुभवाचा टाटामध्ये खूपच उपयोग होतो असे सांगत असत.

याशिवाय दादांच्या मार्गदर्शनासाठी यंत्रशाळा बंद झाल्यावरही अनेक कामगार, कर्मचारी येत. त्यांना भेटून त्यांचा सल्ला घेत. याचा उल्लेख आधी आलाच आहे.

दादांच्या आशीर्वादाने व त्यांनी जी आदर्शवादी वाट चोखाळली होती, तीच

चोखाळत आम्ही सर्व यशस्वी झालो आहोत. एक प्रकारे ही मॅस्वीची वेगळी यशोगाथाच आहे.

दादा : एक कुटुंबप्रमुख

दादांचे स्वत:च्या कुटुंबाकडे - आम्हा चौघाही मुलांकडे - किती लक्ष होते याचा उल्लेख सुरुवातीला आला आहेच. परंतु या स्वत:च्या कुटुंबापलीकडे जाऊन त्यांनी एक ज्येष्ठ नातेवाईक म्हणून पुढे होऊन अनेक महत्त्वाच्या जबाबदाऱ्या पार पाडल्या आहेत.

दादांकडे कान्हेरे घराण्यातील मोठेपणाने अनेक जबाबदाऱ्या आल्या. त्याचप्रमाणे त्यांच्या लग्नानंतर सासरे लवकर गेल्यामुळे आणि त्यांचे बहुतेक सर्व मेहुणे १९४२ च्या स्वातंत्र्यलढ्यात सहभागी झालेले असल्यामुळे सासरच्याही (जोशी यांकडच्याही) काही महत्त्वाच्या जबाबदाऱ्या त्यांच्यावर आल्या.

दादांच्या एका भाच्याने लग्न ठरवून पत्रिका वाटल्यावर गुंगारा दिला होता व तो नाशिकजवळच्या गंगापूर धरणाच्या बांधकामासाठीच्या सामग्रीवर देखरेख करण्यासाठी आडगावी जाऊन बसला होता. हे लग्न करायचे नाही असा हट्ट धरला होता. दादा तेथे गेले, त्याला समजावले मग लग्न सुरळीत पार पडले.

सर्वात धाकटा मामा मनोहर याचे शिक्षण फक्त मॅट्रिक एवढेच झाले होते. त्याचे आयुष्य वेगवेगळे धंदे करून बघण्यात जात होते. त्याला त्याच्या मनाजोगता धंदा देऊन त्याच्या जीवनाला निश्चित दिशा देण्यात दादांचा सिंहाचा वाटा होता.

मनोहरमामाने दादांच्या सल्ल्याने १५०, शनिवार पेठ येथील जोशी यांच्या वाड्याच्या बखळीत शेड बांधून तेथे कलागार नावाने जॉब वर्किंग व फॅब्रिकेशनची कामे सुरू केली. मनोहरमामाने पुढे कलागारमध्ये स्वत:चे प्रॉडक्ट विक्रीसाठी हवे या हेतूने किचन टेबल्स्, बहुधा पुण्यात प्रथमच तयार करून विकावयास सुरुवात केली. नंतर त्याने हॉस्पिटल फर्निचर बनवून विकावयास सुरुवात केली. काही वर्षे संपूर्ण महाराष्ट्रभर हॉस्पिटल फर्निचर म्हणजे कलागार असे नाते जुळले होते. या उत्पादनातही दादांनी त्याला सातत्याने खूपच मोलाचा सल्ला दिला.

महादेवकाका दादांचे चुलतभाऊ. ते आयनीहून शिकायला पुण्याला आले होते. त्यांना क्रिकेटर व्हायचे होते. ते शाळेकडून क्रिकेट खेळत. ते चांगल्यापैकी लेगस्पिन गुगली गोलंदाज होते. अण्णांनी त्यांच्या मागे 'खेळ आवर व प्रथम परीक्षा दे' असे टुमणे लावले. त्यातून मतभेद वाढल्याने हा मुलगा शिकणार नाही, म्हणून अण्णांनी त्यांना आयनीला परत पाठवले हे दादांना कळले. दादांनी त्यांना गुपचुप मुंबईस नेले व तेथे मॅट्रिकला बसविले. या सर्व प्रकारात त्यांचे क्रिकेट खेळणे मात्र संपले. मॅट्रिक झाल्यावर ते आयनी येथे परत गेले व तेथून सरकारी नोकरीत गेले.

महाराष्ट्रात त्यांच्या अनेक ठिकाणी बदल्या झाल्या. शेवटी ते मंडणगड येथून निवृत्त झाले.

अण्णा दरमहा आयनीला सीतारामकाकांना १९५५ पासून औषधे पाठवीत. ती साधारणत: पन्नास रुपयांची असत.

काका ही औषधे खेड्यात वाटतात असे अण्णांना कळल्यावर त्यांनी औषधे पाठविणे बंद केले. हे दादांना कळताच त्यांनी मुंबईहून औषधे पाठविणे चालू केले. फक्त ही गोष्ट त्यांनी अण्णांना कळू दिली नाही.

१९६३ मध्ये सीतारामकाका गेल्यावर महोदवकाकांनी कोकणात आयनी आणि मेटे येथील सर्व जमिनी ताब्यात घेतल्या. सीतारामकाकांना तेव्हा जवळपास एक लाख रुपयांचे कर्ज होते. त्या वेळी दादा त्यांना काही मदत करू शकतात का अशी विचारणा त्यांनी केली. दादांना तेव्हा उचलून पैसे देणे शक्य नव्हते. यंत्रशाळेत बरीच रक्कम गुंतवली होती. यावर काय मार्ग काढावा याचा विचारविनिमय चालू असताना आईने एक नवीन कल्पना काढली. ती काकांना म्हणाली, 'या वर्षी आंबे दलालांना न विकता येथे पुण्याला पाठवा. मी कोणताही नफा न घेता तुम्हाला चांगल्या किमतीला विकून देईन आणि त्यातून तुम्ही कर्ज फेडा. दोन-तीन वर्षांत सर्व कर्ज फिटेल.'

दादा व महादेवकाकांना ही कल्पना पटली. त्या वर्षी खूप आंबे, अंदाजे पस्तीस हजार पुण्यात आणले.

मला धंद्याचे बाळकडू मिळेल, मार्केटिंगबद्दल नवनवीन विचार सुचतील आणि पुढे मॅस्वीच्या विकासासाठी त्याचा खूप उपयोग होईल व माझे व्यक्तिमत्त्व धंदा करण्याच्या दृष्टीने विकसित होईल हे मनात धरून दादांनी मी बी.ई.च्या निकालाची प्रतीक्षा करत घरीच आहे हे पाहून, आईला आंबे विकायला मदत करावी असे मला सुचवले. मी मोठ्या आनंदाने कामाला लागलो. त्या वर्षी प्रथमच आम्ही पूनम हॉटेलमध्ये आंबाविक्रीचा स्टॉल लावला. रोज जेवणाऱ्यांची संख्याही खूप होती. तेथे एखाद्यास जेवताना तयार आंबा हवा असल्यास रु.२॥ ला आंबा कापून देत असू.

आई-दादांच्या ओळखीमुळे व आंब्याचा दर्जा खरोखरच उत्तम असल्याने पहिल्या वर्षी आंब्याचा खर्च वजा जाता व लोकांचे खराब व नासलेले आंबे बदलून देऊनही (हे करणारे फक्त आम्हीच होतो.) आम्ही महादेवकाकांना पस्तीस हजार रुपये पाठवले. पुढील दोन वर्षांत त्यांचे कर्ज फिटले.

एक जबाबदार पालक

१९६६ मध्ये माझी बहीण आशा हिचे लग्न झाले. १९६७ मध्ये माझे लग्न

झाले. त्या वेळी त्यांनी घेतलेली भूमिका मुलांच्या सुखाबद्दलच्या त्यांच्या कल्पना स्पष्ट करतात.

जेव्हा (आशाचे) बहिणीचे लग्न ठरले, तेव्हा सासरच्यांनी जे मागितले ते सर्व दादांनी मान्य केले; त्यामुळे देण्या-घेण्यावरून कोणताच तणाव राहिला नाही. बैठकीनंतर घरी जमलेल्या नातेवाइकांना हे खरे तर आवडले नव्हते. त्यांनी दादांना विचारले की, तुम्ही तुमच्या लग्नात काहीच मागितले नव्हते व आज येथे त्यांचे सगळे मान्य केले हे कसे? त्यावर ते म्हणाले,

'काहीही मागायचे नाही हे माझे तत्त्व कायम आहेच; पण माझ्या तत्त्वाप्रमाणे दुसरे वागले पाहिजेत असा दुराग्रह मी करणार नाही आणि त्यांच्या सर्व मागण्या मी पूर्ण करू शकतो आहे, आशाला स्थळ एकदम पसंत आहे तर माझ्या तत्त्वांसाठी मी या व्यवहारात का मोडता घालू?'

मला विद्यागौरी ऊर्फ लता करंदीकर ही मुलगी पसंत होती आणि ही पसंती मी घरात सांगितली. पंधरा दिवसांनी मी माझ्या निर्णयावर ठाम आहे हे स्पष्टपणे सांगितल्यानंतर आमचा करंदीकरांकडे निरोप गेला. माझी व तिची (सौ. अंजली) माट्यांकडे मुलाखत झाली आणि आमचे लग्न ठरले. बैठकीमध्ये दादांनी त्यांच्या तत्त्वानुसार फक्त खण-नारळ व मुलगी द्या असे सांगितले. जे करायचे तुम्ही खुशीने करा. आमची सर्व खर्च करून लग्न करण्याचीही तयारी आहे असे सांगितले. अंजलीचे दादांशी जिव्हाळ्याचे नाते कायमच राहिले.

खरे तर मॅस्वीची स्थिती डबघाईला आलेली असताना अशोक व अरविंदची लग्ने झाली. तेव्हा दादांनी त्यांचे होणारे व्याही श्री. फडके व श्री. जठार यांना मॅस्वीबाबत स्पष्ट कल्पना दिली होती. कदाचित नादारीही जाहीर करावी लागेल हे दादांनी त्यांना सांगितले होते. अरविंदचा प्रेमविवाह होता व स्मिता सर्व अडचणींना तोंड द्यायला तयार होती. तिने तिच्या आई-वडिलांना तसे स्पष्ट सांगितलेले होते. पण फडके यांचा परिचय फक्त ते शिवाजी पार्कला आमच्यासमोर राहणाऱ्या बाबूराव पटवर्धनांचे साडू एवढाच होता. विनायकराव तेव्हा दादांना म्हणाले होते की, 'सदाचारी, सद्‌गुणी व निर्व्यसनी मुलगा, त्याची पुणे इंजिनिअरिंगमधील डिग्री आणि सिॲटल येथील पुलमन युनिव्हर्सिटीतून घेतलेली पोस्ट ग्रॅज्युएट डिग्री या जोरावर हा मुलगा जगात कोठेही कोणत्याही स्थितीत नशिब काढेलच. संकटे काय केव्हाही येतात. असे काही लग्नानंतर झाले असते तर! तेव्हा आम्हाला मुलगा पसंत आहे. तुम्ही नि:शंकपणे लग्न ठरवा.' या दोन्ही लग्नांत दादांनी काही मागितले नाही व मॅस्वीची स्थितीही प्रांजळपणे सांगितली. कदाचित यामुळेही असतील पण दोन्ही व्याह्यांचे व दादांचे संबंध कायमच चांगलेच राहिले.

दादा : एक होमिओपाथ

दादांनी आयुष्यात अनेक प्रकारच्या आजारांशी (स्वत:च्या व नातेवाइकांच्या) सामना केला. लग्न झाल्यावर आईचा कान गळू लागला होता. डॉक्टरांनी त्यांना कानांत आत गळणारा पू भिंगातून दाखवला आणि उपाय म्हणून लवकरात लवकर टॉन्सिल्स काढण्याचा सल्ला दिला. दादांना गळणारा कान व टॉन्सिल्स यांचा खास संबंध वाटला नाही, त्यांनी त्यांच्या मित्राच्या सल्ल्यावरून पार्ल्याला पातकर नावाच्या होमिओपाथला गाठले. त्यांच्या औषधाने आईचा कान बरा झाला व ऑपरेशन टळले. दादांना होमिओपथीबद्दल कुतूहल वाटू लागले. पुढे अशोक चालायला लागल्यावर अचानकपणे परत रांगू लागला. पायावर उभे केल्यावर पडू लागला. त्यांनी परत पातकरांना गाठले. सर्व डॉक्टर्स पोलिओची शंका घेऊ लागले होते; पण अशोक पूर्ण बरा झाला व चालू लागला. आता मात्र दादांनी त्यांचे कुतूहल अभ्यास करण्यात बदलले. १९५०-५१ पासून रीतसर होमिओपथीचा अभ्यास चालू केला. मुंबईत दादरला कारखानीस नावाच्या गृहस्थांकडे शिकले. नंतर दरमहा नवनवीन पुस्तके आणून त्यांचा अभ्यास सुरू झाला. आम्ही पुण्याला आलो, तोपर्यंत ते चांगल्यापैकी होमिओपाथ झाले होते.

पुढे घरातील सर्वांना छोट्या-मोठ्या आजारांत ते होमिओपथीची औषधे देऊ लागले. त्यासाठी त्यांनी मॅस्वीतील सुताराकडून एक खास लाकडी पेटी करून घेतली होती. त्यात ७०-७५ औषधे असत. वेगवेगळ्या ताकदीचीही असत. २००-२२५ बाटल्या कायम या पेटीत असत.

१९६३-६४ मध्ये माझ्या आक्का आत्याबाईंनी आमच्या घरी येऊन बहिणतीज साजरी केली. त्याच दिवशी तिने दादांकडे त्यांच्या असाध्य पोटदुखीवर औषध मागितले. आक्का आत्याबाईची जुनाट पोटदुखी त्यांच्या एका डोसने नाहीशी झाली होती. सौ. अंजलीचे, माझ्या पत्नीचे युरीन इन्फेक्शनही असेच बरे केले होते. अंजलीची असह्य कळा येणारी पोटदुखी त्यांनी एका डोसने बरी केली होती. दादा चांगल्यापैकी तज्ज्ञ झाले होते. अनेकजण त्यांच्याकडे औषधाला येत. तेही औषध लिहून देत. एखाद-दुसरा डोस लगेच देत. एक-दोन दिवसांत बरे वाटले नाही तर ते तज्ज्ञांकडून तपासणी करून आणायला सांगत. एखादा गंभीर आजार असेल तर तत्काळ तज्ज्ञांकडे जाण्याचा सल्ला देत, पण खूप जुनाट व्याधी असेल तर (आव, दमा इत्यादी) त्यावर ते औषध देत. अनेकांना त्यांच्या औषधाने गुण येत असे. माझे एक आतेबंधू व तज्ज्ञ पॅथालॉजिस्ट डॉ. माधवदादा कोल्हटकर यांच्याशी ते अनेकदा वेगवेगळ्या आजारांबद्दल चर्चा करत. व्ही. व्ही. अँड कंपनी या पुण्यातील प्रसिद्ध होमिओपॅथिक फार्मसीचे मालक साठे दादांचे मित्र होते तर श्रीकृष्ण होमिओचे

मालक पळसुले दादांचे लहानपणापासूनचे मित्र होते. ते दादांकडे होमिओपथी औषधांबद्दल मुद्दाम चर्चा करायला येत असत. दादांचा होमिओपथीचा व्यासंग अखेरपर्यंत कायम होता. त्यांच्या उतारवयात जवळजवळ १० वर्षे त्यांच्या सर्व आजारांना स्वत:चेच औषध घेतले. क्वचितच त्यांना रुग्णालयात ठेवावे लागले. शेवटी २ वर्षे शेजारचे डॉ. कोरडे व त्यांचे पुतणे दादांना रोज तपासत आणि औषधे सुचवत. दादा गेले तेव्हा घरात होमिओपथीची शंभर-सव्वाशे पुस्तके होती. त्यांनी काही औषधे निश्चितपणे काही ठरावीक आजारांवर अथवा लक्षणांवर वापरली होती. त्यातील काही औषधे आमच्या लक्षात आहेत व ती आजही आम्ही वापरतो.

दादांच्या होमिओपथीच्या अभ्यासाचा व त्यांच्याबरोबर वेळोवेळी झालेल्या चर्चेचा डॉ. माधव कोल्हटकर यांच्यावर खूप प्रभाव होता. माधवदादाने सरकारी नोकरीतून खास परवानगी घेऊन एक वर्षाचा सायटोपॅथॉलॉजी या विषयाचा अभ्यास अमेरिकेत जाऊन केला. माधवदादा पॅथॉलॉजी घेऊन एम्.डी. झाला होता व अगदी लहानपणापासून दर आठवड्याला दादांना भेटायला येत असे. तो मेडिकलला गेल्यावर दादा व त्याच्यात खूप वेळा उपचार पद्धतीवर चर्चा व्हायची. दादांनी त्याला पटवून दिले होते की, आजार बरा होण्यास प्राधान्य हवे. सर्व प्रकारच्या उपचारांचे (पथीजचे) एकत्रीकरण करून औषधे किंवा उपचार करावयास हवेत. तरुण विद्यार्थी असताना माधवदादा फक्त ॲलोपथीचाच विचार करत असे, पण दादांचे म्हणणे त्याच्या मनावर बिंबले होते. आता तो सर्व प्रकारच्या उपचारांचे एकत्रीकरण करून कोणास हवे असल्यास औषधे सुचवितो. सध्या त्याचा भर योग, प्राणायाम, आयुर्वेदिक व होमिओपथीची औषधे यावर असतो. तो त्याच्या काळात हिंदुस्तानातील प्रख्यात कॅन्सरतज्ञ झाला. त्याने अभ्यासून दिलेला निर्णय तेव्हा तरी सर्व डॉक्टर्स अंतिम मानत. या त्याच्या कर्तृत्वाचा दादांना सार्थ अभिमान होता. त्याच्या प्रगतीत दादांचा मोठा वाटा आहे असे तो आजही नम्रपणे नमूद करतो.

दादा : एक सल्लागार

प्रकृतीव्यतिरिक्त इतर अनेक बाबतींतही दादांचा सल्ला घेण्यासाठी रविवार गाठून अनेकजण येत. त्यामध्ये नातेवाईक असत. मॅस्वीत काम करणारे लोकही असत. दादा सर्वांना जमेल तसे भेटत असत, सल्ला देत असत आणि अनेकदा कोणाशी काय बोलणे झाले हे फक्त त्यांच्याजवळच ठेवत.

दादांकडे अनेकदा शांताबाई घाटे, घाटेकाकांसह मुलांना घेऊन येत. सिंहेंद्र घाटे यांच्या मोठ्या भावाने लग्न केले नव्हते. शांताबाई व मुले ही आपली जबाबदारी आहे असे ठरवून ते त्यांच्या बरोबर राहत व मुलांची काळजी घेत. दादांना भेटून मुलांबद्दल अडचणी असल्यास सांगणे आणि त्यावर उपाय शोधणे हे त्यांचे उद्दिष्ट

असे. सणावारांना शांताबाई आवर्जून घरी येत असत. निरंजनच्या (घाटे काकांचा धाकटा मुलगा) विज्ञानकथा लेखनाचे दादांना खूप अप्रूप होते. त्याचे एक पुस्तकही त्याने दादांना अर्पण केले आहे.

स्वातंत्र्यसैनिकांबद्दल कृतज्ञता

आमच्या घरात सातत्याने वावरणारी एक ऋषितुल्य व्यक्ती म्हणजे द.म.सुतार. ते दादांचे जवळचे मित्र होते. ते 'धर्नुधारी' मासिकाचे संपादक होते. ते दादा व कुटुंबीयांबरोबर काश्मीरच्या ट्रिपलाही गेले होते. ते एक स्वातंत्र्यसैनिक होते. मुळशीच्या सत्याग्रहात ते सेनापती बापटांबरोबर होते. ते अविवाहित होते. स्वातंत्र्यलढ्याच्या काळात सर्व स्वातंत्र्यसैनिक कायमच एक पाय तुरुंगात व एक बाहेर असे गृहीत धरून सर्वत्र वावरत असत. १९४२च्या लढ्यात भूमिगत असताना ते अनेकदा आमच्या घरी दीक्षित निवासामध्ये राहत असत.

एक दिवस सुतारांनी दादांना एक आगळीच विनंती केली. ते म्हणाले की, एस.एम.जोशी (प्रसिद्ध समाजवादी नेते व पुण्याचे खासदार) यांना पुढच्या आठवड्यात साठावं लागणार आहे. त्यानिमित्त त्यांचा सत्कार करून त्यांना जेवण द्यायचं माझ्या मनात आहे. त्यानंतर पंधरा दिवसांच्या आत आमच्या घरी एक अत्यंत साधा पण हृद्य कार्यक्रम झाला. जेवणाच्या टेबलावर एस.एम.जोशी, त्यांच्या पत्नी ताराबाई, दादा, आई, सुतार व दत्तामामा. १९४२ साली सुतार व एस.एम.बरोबर दत्तामामाही येरवडा येथे तुरुंगात होता. त्यांची व सुतारांची चांगली मैत्री होती. त्या वेळी स्वातंत्र्यानंतर नेहरू सरकार करत असलेल्या अनेक गोष्टींबद्दल साधकबाधक चर्चा झाली. नेहरूंचा 'जवाहर' असा एकेरी उल्लेख मी फक्त तेव्हाच ऐकला.

अगदी खरे तर सुतारआजोबा (आजन्म ब्रह्मचारी असणाऱ्या सुतारांना माझ्या मुलाने सुतारआजोबा म्हणायला सुरुवात केली.) काय किंवा नंतर विनोबांचे साहित्य घेऊन विकायला येणारे शेजवलकर काय; ही स्वातंत्र्यलढ्यासाठी सर्वस्व ओतलेल्या पिढीची प्रतीके होती. शेजवलकर यांनी तर मेडिकलची तीन वर्षे झाल्यावर शिक्षण सोडले होते. सुतार-शेजवलकर या दोघांसारख्या असंख्य स्वातंत्र्यसैनिकांकडे समाज आदराने पाहात होता. कुवतीप्रमाणे समाजातला प्रत्येक घटक त्यांना मदत करून स्वातंत्र्यदेवतेचे ऋणच फेडत होता जणू! शेजवलकर आले की, दादा आवर्जून विनोबांचे वाङ्मय घेत असत. अनेक पुस्तके पुन:पुन्हा घेत असत. ही त्यांनी देशासाठी केलेला त्याग व निष्ठा यांना दिलेली पावती असे.

दादा : उत्तम खेळाडू

दादा उत्तम ब्रीज खेळत असत. बॅडमिंटन, टेनिस, स्विमिंग व हॉकी हे खेळ

उत्तम खेळत. ते त्यांच्या मँचेस्टर कॉलेजचे हॉकीचे कॅप्टन आणि सेंटर फॉर्वर्ड होते. अनेकदा ते रेडिओवर क्रिकेट कॉमेंट्री ऐकण्यात दंग असत. कसोटी क्रिकेट पाहायला जाण्याचा त्यांना खास शौक होता. बाळासाहेब दांडेकर हे प्रख्यात खेळाडू माधव आपटे याचे नातेवाईक होते. त्यांच्यामार्फत त्यांना हिंदू जिमखान्याची (वेस्ट स्टॅन्डमधील) तिकिटे मिळत. किमान ३-४ सामन्यांना ते मला घेऊन गेल्याचे स्मरते. ते खेळाडू होते व खिलाडूवृत्ती त्यांच्या नसानसांत भरलेली होती. त्यांच्या मित्रमंडळींतही एकमेकांची थट्टामस्करी चालत असे. आम्हा मुलांच्या थट्टामस्करीतही ते भाग घेत. आमच्या मामा मंडळींशीही ते खेळीमेळीने वागत.

पुढे मॅस्वीच्या फटक्याने त्यांच्यातील खिलाडूवृत्ती कमी झाली आणि ते चिडचिडे व शीघ्रकोपी झाले; पण त्यांचा धीरोदात्तपणा मात्र कायम राहिला.

दादांची सचोटीवरील भक्ती व दादांना गिऱ्हाईकांमध्ये असलेला मान

मॅस्वीचा सर्व धंदा अतिशय चांगल्या गिऱ्हाईकांबरोबर झाला. कंपनीचे सर्व व्यवहार चोख होते. कोठेही आयकर अथवा विक्रीकर चुकवण्याचा प्रयत्नच नव्हता.

कंपनीच्या एकूण व्यवहारांपैकी ९९ टक्के व्यवहार अत्यंत स्वच्छ व पारदर्शक होते. १ टक्का व्यवहार आमच्यावर लादले जात, ते करण्याबद्दल दादांच्या मनात कायम तिटकारा असे. हे सर्व त्यांच्या वागण्या-बोलण्यातून आणि व्यवहारातून सर्वांना जाणवत असे; त्यामुळेच त्यांच्या सर्व ग्राहकांचा व ग्राहकांच्या अधिकाऱ्यांचा त्यांच्याकडे बघण्याचा दृष्टीकोनही वेगळा असे.

सर्वच गिऱ्हाईकांना दादांबद्दल प्रेम, आपुलकी व आस्था असे. दादा बनवितात त्या साऱ्या वस्तू निर्विवाद दर्जेदार असतात, अगदी परकी बनावटीइतक्या सरस असतात किंबहुना काही बाबतींत मॅस्वीची वस्तू परकी वस्तूंपेक्षाही चांगली असते असा त्यांचा अनुभव होता. या बाबतीतल्या दोन-तीन बोलक्या अनुभवांचा आवर्जून उल्लेख केला पाहिजे.

मी लग्नानंतर मॅस्वीच्या कामासाठी नागपूरला गेलो होतो. तेथील विमान दलाच्या शाखेकडून काही ऑर्डर्स घ्यायच्या होत्या. तेथे जाऊन मी तेथील कमांडच्या प्रमुखांना भेटलो. विंग कमांडर दादलांनींनी मागण्या तर दिल्याच; पण मला मुद्दाम त्यांच्या कॅन्टीनमध्ये जेवायला बोलावले, रात्री डिनरसाठी. मला, मी अंजलीला (माझ्या पत्नीला) घेऊन आलो आहे असे सांगावेच लागले. त्यांनी आम्हाला एअरपोर्टवरील त्यांच्या कॅन्टीनमध्ये नेण्या-आणण्यासाठी गाडी पाठविली. त्यांनी दादांची खूप आस्थेने चौकशी केली व मी धंद्यात आलो आहे, मग आता दादांना हत्तीचे बळ येईल असेही ते म्हणाले. दुसऱ्या दिवशी मी कामावर जाणार होतो तेव्हा त्यांनी आवर्जून अंजलीला आणायला लावले व आमचे काम होईपर्यंत तिला त्यांच्या

घरी थांबवले व आम्हाला घरी जेवायला घालून परत पाठवले. या साऱ्या आदरातिथ्यामागे निश्चितच दादांनी सेनादलासाठी उपयुक्त उत्पादने करण्यासाठी दाखवलेली कळकळ आणि केलेली धडपड याबद्दल वाटणारे आदरयुक्त कौतुक होते असे मला वाटते.

इंडियन एअरलाइन्सबरोबरही सर्व व्यवहार अतिशय स्वच्छ व सौहार्दपूर्ण असल्याचा अनुभव सांगावासा वाटतो.

इंडियन एअरलाइन्सचे चीफ इंजिनिअर मेथा दादांचे मित्र झाले होते. एकदा ते पुण्याला शिडीच्या तपासणीसाठी आले होते. अंतस्थ हेतू दादा भेटतील असा होता; पण दादा आजारी होते म्हणून त्यांच्याशी फोनवर बोलले. शिडीची तपासणी झाल्यावर मी त्यांना जेवायला चलण्याचा आग्रह केला. नको नको म्हणत तयार झाले. जेवणाचे बिल त्यांनी दिले. माझे ऐकले नाही. शेवटी म्हणाले, 'इंडियन एअरलाइन्स मला एवढा डेली अलाउन्स देते की, आणखी ५ माणसांचे जेवण सहज होईल. मला इंडियन एअरलाइन्सचा अभिमान आहे, तसाच दादांचाही. ते भेटतील म्हणून मुद्दाम आलो. नाहीतर मला इन्स्पेक्शनची गरज नाही हे मुंबईतच सांगता आले असते. मॅस्वीची निर्मितीच असते एकदम परफेक्ट, चूक दाखवायला जागाच नसते म्हणून तपासणी एक फॉरमॅलिटी एवढेच!'

एअर इंडियाबरोबरच्या ५० सालापासून जवळजवळ दोन तपांच्या व्यवहारात फक्त इंजिन स्टॅन्डबद्दलच त्यांच्या इंजिनिअरिंग डिपार्टमेंटचा अपवादात्मक कटू अनुभव आम्हाला आला. एअर इंडियाने अक्षरश: लक्षावधी रुपयांचा धंदा दिला, पण त्यात कोठेही लाचलुचपत नव्हती. तपासण्यांसाठी त्यांचे इंजिनिअर्स वरचेवर येत असत, ते हॉटेलमध्ये त्यांच्या खर्चाने राहत. क्वचित प्रसंगी एक-दोघे सपत्नीक येत, पण सर्व खर्च ते करत. एखाद-दुसऱ्या वेळी ते तपासणीसाठी आले असताना आम्ही जेवण देत असू तसेच आम्ही एअर इंडियात भेटायला गेलो तर ते जेवण देत असत. संबंध अतिशय स्वच्छ व पारदर्शक होते. या साऱ्या संबंधाला मैत्रीचा ओलावा जरूर होता व तो वृद्धिंगत होत होता. पण 'ऑर्डर देतो; टक्केवारी द्या' असा प्रकार नव्हता.

मॅस्वी कंपनी डबघाईला आल्यावर तिच्या पुनरुज्जीवनासाठी एअर इंडियाच्या खरेदी विभागाने २० ट्रॉलीजची ऑर्डर दिली. पण यामध्ये पैशाच्या देवाण-घेवाणीची अपेक्षा नव्हती. एअर इंडियाचे एक विश्वासू व तांत्रिकदृष्ट्या अतिशय योग्य असे पुरवठादार वाचावेत अशीच त्यांची प्रामाणिक इच्छा होती.

एअर इंडियाचे काळे व गाडगीळ हे खरेदी विभागातील इंजिनियर्स, तसेच इंजिनिअरिंग व ग्राउंडसपोर्ट डिपार्टमेंटमधील इंजिनियर्स दादांचा आदर करीत आणि त्यांना योग्य मान देत. मी अनेकदा दादांबरोबर एअर इंडियातील लोकांना भेटायला जात असे. दादांनी त्यांचे कार्ड आत पाठवले की, हे लोक हातातील काम बाजूला

सारून पी.ए.ला प्रथम आम्हाला त्यांच्या दालनात आणायला पाठवत. चर्चेसाठी ठरलेल्या जागी ते प्रथम येऊन बसलेले असत. आम्ही दालनात आलो म्हणजे आमच्यापर्यंत चालत येऊन, स्वत: दार उघडून आम्हाला आत बसवत आणि नंतर ते बसत असत. असेच काहीसे त्यांना पुण्याजवळच्या अनेक कारखान्यांत भेटीला गेलेले असतानाही अनुभवाला येत असे.

दादा आणि भाऊसाहेब नेवाळकर (चेअरमन, महाराष्ट्र स्मॉल स्केल इंडस्ट्रिज डेव्हलपमेंट कॉर्पोरेशन) यांचा स्नेह धंद्यामधून विकसित झाला. भाऊसाहेबांनी यंत्रशाळेला दिलेल्या पहिल्या भेटीपासून या स्नेहाला सुरुवात झाली. भाऊसाहेबांनी मॅस्वीला कायमच जास्तीतजास्त पाठिंबा दिला. त्यांच्या संस्थेने मॅस्वीवर पैसे वसुलीसाठी खटले भरले नाहीत. मॅस्वीची एजन्सी घेतली व दिल्लीतील आमची कामे करण्यास त्यांनी मदतही केली. मॅस्वी बंद झाल्यानंतर ती पुन्हा चालू करण्यासाठी त्यांनी श्री. ताम्हाणे, मॅस्वीवरील डायरेक्टर यांना पुण्याला आर्थिक संस्थांच्या बैठकीस पाठवून कंपनी ताब्यात घेण्याची प्रकिया चालू करण्यास सांगितले होते. याचा उल्लेख आधी आलाच आहे.

कोणतेही रक्ताचे नाते नसताना केवळ दादांच्या स्वभावामुळे सुभाष मदन (चॅम्पियन स्पोर्टस्‌चे मालक) दादांच्या पडत्या काळात त्यांच्या पाठीशी सतत उभे राहिले.

मॅस्वीच्या ऑफिसच्या बिल्डिंगचे बांधकाम करणारे श्री. नानासाहेब कुलकर्णी व रंगनाथ कुलकर्णी हे दोघे दादांचे जवळचे मित्र झाले होते आणि म्हणूनच बांधकामाचे पैसे द्यायचे राहिलेले असतानाही त्यांनी कधीही तगादा लावला नाही. त्यांच्या वागण्यातही कुठला बदल झाला नाही. इतकेच काय लिक्विडेटरकडून सर्वांचे पैसे दिले जात असताना त्यांनी पैशासाठी अर्जही केला नाही.

बहुसंख्य डिपॉझिटर्स, पुरवठादार व कामगार हेही दादांच्या स्वभावामुळे त्यांच्याशी जोडले गेले होते; त्यामुळे त्यांनी दादांच्या अडचणीच्या काळात त्यांच्याकडे कसलीही मागणी न करता उलट त्यांना जमेल तशी मदतच केली.

सार्वजनिक जबाबदारीचे भान

१९६५ च्या सुमारास दादा डेक्कन जिमखाना कॉलनी पंचायतचे अध्यक्ष झाले. त्यानंतर पुढे जवळजवळ २० वर्षे त्यांनी कॉलनी पंचायतचे काम केले.

कॉलनी पंचायतकडे 'सुवर्ण स्मृति' कार्यालयामुळे कायम पैशाचा ओघ होता. त्यांचे आर्थिक व्यवहार अत्यंत चोख होते. त्या काळात त्यांनी भागधारकांचे अधिकार परत मिळवण्यासाठी डेक्कन जिमखाना या खेळाच्या संस्थेशी मोठे भांडण केले. कॉलनी पंचायतचे सभासद डेक्कन जिमखान्याचे विशेष भागधारक आहेत.

त्यांना खास अधिकार आहेत. डेक्कन जिमखाना ही लिमिटेड कंपनी आहे व तिची नोंदणी को-ऑपरेटिव्ह कायद्याखाली झालेली आहे. पण तरीही डेक्कन जिमखाना ही को-ऑपरेटिव्ह संस्था नाही हे सखोल अभ्यासाने सिद्ध केले आणि चॅरिटी कमिशनरने जिमखान्याचा घेतलेला ताबा त्यांनी उठवला. डेक्कन जिमखाना ही संस्था परत भागधारकांच्या ताब्यात दिली. सध्या हे प्रकरण प्रलंबित आहे. हे सारे करण्यासाठी दामूअण्णा नगरकर सेक्रेटरी व कार्यकारिणीचे सदस्य आणि प्लॉट होल्डर्स यांनी दादांना सक्रीय पाठिंबा दिला. १९७५ नंतर मॅस्वी प्रकरणी कोर्टकचेऱ्या जोरात चालू असतानाही दादांनी या कामाला वेळ दिला व दामूअण्णांच्या मदतीने यश मिळवले हे विशेष! डेक्कन जिमखाना कॉलनी पंचायत आणि नंतर डेक्कन जिमखान्याच्या खेळ विभागाची जागाही शिरोळे पाटलांकडून ९९ वर्षांच्या लीजवर घेऊन संस्था चालू केल्या होत्या. दादा व दामूअण्णांनी शिरोळे पाटलांबरोबर कायम स्वरूपाचे लीज डीड करून घेतले; त्यामुळे आज प्लॉट होल्डर्सही कायमस्वरूपी लीज होल्डर झाले आहेत.

दादांनी व दामूअण्णांनी कार्यालयामुळे (सुवर्ण स्मृती) कॉलनी पंचायतकडे कायमच लाखाच्या पटीत रक्कम शिल्लक राहील हे पाहिले आणि अत्यंत चोख शिस्त घालून दिली.

दादांचे शेजारी, मित्र व नातेवाइकांशी संबंध

दादांच्या मानसिकतेवर प्रकाशझोत टाकणाऱ्या घटना मी अनेक वेळा अनुभवल्या. त्यातील ही एक आहे. आईची साठे म्हणून एक मैत्रीण होती. त्या मैत्रिणीचे यजमान श्री. साठे, मोठे शेअर ब्रोकर होते. पण त्या धंद्यात पूर्णत: बुडाले होते. साठेबाई आईकडून अडीनडीला १५-२० रुपये नेत असत आणि जमेल तसे परत करीत असत. एक दिवस त्या आल्या. त्यांना त्या क्षणी पंधरा रुपये हवे होते. पण आधी घेतलेले पैसे परत केले नाहीत म्हणून आईने त्यांना परत पाठवले. अर्धवट रडत आणि अत्यंत निराश मनाने त्या घरी निघाल्या होत्या. एवढ्यात दादांनी त्यांना जाताना पाहिले; आईला कारण विचारले व ते कळताच आईला साठेबाईंना परत बोलावण्यास लावले आणि त्यांना गरज होती तितके पैसे देण्यास सांगितले. तेव्हा दादा आईला म्हणाले,

'त्यांची नड खरीखुरी आहे ना! आणि आज आपल्याला पैसे देता येत आहेत ना! मग त्यांना पैसे दे, त्यांची नड भागव.'

घरात फर्निचरची आवश्यकता वाटू लागली. तेव्हा शेजारी असलेल्या साठे यांना त्यांनी घरातील सर्व फर्निचर करण्यास सांगितले. ते क्रिकेट उत्तम खेळत, पण क्रिकेटच्या नादी लागून त्यांचे शिक्षण अर्धवट राहिले. नाइलाज म्हणून सुतारकाम

शिकले आणि सुतारकामाचा धंदा चालू केला. त्यांना मदत व्हावी या हेतूनेच दादांनी त्यांच्याकडून घरातले सर्व नवे फर्निचर व तत्सम वस्तू करून घेतल्या.

दादांचे खास स्नेही श्री. एन.के. फिरोदिया व श्री. एच.के.फिरोदिया हे आवर्जून चि. आशाच्या लग्नाला आले होते. त्यांनी चि. आशाला त्या वेळी त्यांच्याकडे असलेल्या डायरेक्टर्स कोट्यामधून बजाज स्कूटर भेट दिली. त्या वेळी या स्कूटरसाठी १७ वर्षाचे वेटिंग असे. फिरोदियांबरोबरची मैत्री ही आगळीच होती. फिरोदियांनी दादांच्या मैत्रीला दिलेली ही एक दाद होती.

दादांचे अनेक परिचित दादांच्या विनंतीला मान देऊन यंत्रशाळेत येत असत. खाली असलेले दोन फोटो श्री. धनंजयराव गाडगीळ व श्री. आ.रा.भट आणि ग.दि. माडगूळकर यंत्रशाळेत आले तेव्हाचे आहेत.

दादांना एकूण सहा मेहुणे बहिणींकडून होते. या सर्वांशी त्यांचे संबंध चांगले होते. मात्र मॅस्वीच्या अध:पतनानंतर फाटक व कोल्हटकर ठेवींच्या रकमा अडकल्यामुळे दादांवर वैतागले होते.

आईच्या सर्व भावंडांशीही दादांचे जास्त चांगले संबंध होते. पुढे मॅस्वीमुळे दादा व दत्तामामात कडाक्याचे भांडण झाले; पण नानामामा आणि माधवमामा यांच्याशी मित्रवत संबंध होते. हे दोन मामा व मनोहरमामाही दादांना सर्वतोपरी मदत करायला पुढे आले. नानामामाची काही काळ मुंबईला बदली झाली होती. त्यांना सरकारी जागा मिळेपर्यंत दादांनी शिवाजी पार्कवरील ब्लॉकमध्ये दीक्षितांची केस विरुद्ध जाईल अशी भीती असूनही राहायला दिले होते. दादांचे खरे मैत्र जुळले त्यांच्या व्याह्यांशी, अक्का करंदीकर, विनायकराव फडके व रंगनाथ जठार आणि अप्पासाहेब प्रतिनिधी यांच्याशी.

मॅस्वीच्या पानिपतानंतर काही नातेवाईक आमच्याशी अतिशय वाईट वागले. त्याबद्दल दादा म्हणत की, त्यांची वागणूक रास्तच आहे, कारण त्यांचे व त्यांच्या मित्रांचे मॅस्वीत ठेवलेले ठेवींचे पैसे जवळपास बुडालेच आहेत. इतर नातेवाइकांनी मात्र कान्हेरे कुटुंबीयांना समजून घेतले. सर्वांनी दादांना जास्तीतजास्त पाठिंबा दिला. या अडचणीच्या काळात प्रतिनिधी मंडळी, नात डॉ. हेमांगी प्रतिनिधी (काळे) बंडूदादा आणि वहिनी, मनोहरमामा, माधवमामा व नानामामा यांनी कोर्ट-कचेऱ्यांसाठी पैशाचा मदतीचा ओघ चालूच ठेवला व म्हणून दादा केसेस चालवू शकले.

दादांबरोबर मॅस्वीत केशव कलंत्रे हा शिपाई होता. दादांनी त्याला मुंबईतील घरात खानसामा व इतर सर्व कामांसाठी मदतनीस म्हणून ठेवले होते. त्याने मुलाप्रमाणे दादा-आईंची सेवा केली. म्हणूनच दादा-आईंच्या पश्चात आम्ही चौघे भावंडे त्याला दादा देत होते तितका पगार दर महिन्याला पेन्शन म्हणून देतो.

डॉ. धनंजयराव गाडगीळ व आ. रा. भट यांची यंत्रशाळेला भेट

ग. दि. माडगूळकरांची यंत्रशाळेला भेट

दादांचे शेजारच्या डॉ. आबासाहेब लोणकरांशी, समोरच्या 'श्रेयस'च्या चितळ्यांशी व शेजारच्या डॉ. फडकेंशी आणि करंदीकरांशी जिव्हाळ्याचे संबंध होते. आमच्या घरातून 'सुवर्ण स्मृती' कार्यालयाकडे जाण्यासाठी दार होते. तेथे जायला सोईचे व्हावे म्हणून आमच्या आणि लोणकरांच्या मधल्या कंपाउंडला एक दार करून घेतले होते.

डॉ. आबासाहेबांनी तर माझ्याशी माझ्या करिअरबद्दल ३-४ वेळा सखोल चर्चा करून व्यवस्थित मार्गदर्शनही केले होते.

अण्णा व दादा अत्यंत कर्तृत्ववान, तत्त्वनिष्ठ, निर्व्यसनी आणि निगर्वी आहेत, हे त्यांनी मला जाणीवपूर्वक सांगितले होते. मला माझ्या घरातच दोन आदर्श आहेत असे ते म्हणत असत.

दादांचे शिवाजी पार्कवरील एक शेजारी कांतीलाल मोदी यांच्याशी खूप स्नेहाचे संबंध होते. पुण्यात आले की मोदींची घरी एक चक्कर असेच.

मोदी यांचा स्वत:चा स्टील वायर्स व रोप्स बनवायचा कारखाना होता. दादांना ते अनेकदा व्यावहारिकदृष्ट्या तुम्ही सर्वस्वी फक्त मॅस्वीच्या एकाच उद्योगात गुंतवणूक करून घोडचूक करता आहात, असे सातत्याने सांगत असत. कांतीलालही इंजिनिअर होते व सर्व गुजराती धंदेवाल्याप्रमाणे त्यांचीही शेअर मार्केटमध्ये गुंतवणूक होती आणि दादांनी तशी करावी असे त्यांचे म्हणणे होते.

आणखी असाच चांगला स्नेहसंबंध बुधवार पेठेतील प्रसिद्ध व्यापारी आणि सध्याच्या फिनोलेक्स ग्रुपचे मालक के. पी. छाब्रिया यांचे बंधू व रामचंद्र भगवानदास या पेढीचे मालक यांच्याशी झालेला होता. दादा त्यांना गमतीने 'सिंधी' म्हणत. ते आमच्या बॅडमिंटन ग्रुपमध्ये होते. दर दिवाळीला ते आमच्याकडे एक मोठी करंडी भरून वेगवेगळी फळे घेऊन येत. त्या काळात डाळिंबे, सफरचंद यांचे अप्रूप असे. संक्रांतीला आम्ही त्यांच्याकडे तिळगूळ घेऊन व दरवर्षी मे महिन्यात आंब्याची पेटी भेट घेऊन जात असू.

आईवरही दादांचा खूप प्रभाव होता. त्यांच्या आग्रहाने तिने शिक्षण पुरे केले, बॅडमिंटन व ब्रिजही शिकली आणि कंपनीची डायरेक्टरही झाली. दादा व आईचे एकमेकांवर निस्सीम प्रेम होते. आईला तिचा नवरा एक हुशार तंत्रज्ञ व संशोधक आहे याची पुरेपूर जाणीव होती. आईने तिचे स्वतंत्र व्यक्तिमत्त्वही जपले होते आणि दादांना त्याचे अप्रूप होते.

आई अत्यंत प्रेमळ पण शीघ्रकोपी होती. तिला माणसांची दादांपेक्षा जास्त चांगली पारख होती. ती पैशांच्या हिशेबाच्या बाबतीत अत्यंत चोख होती. मुलांमध्येही हे यावे यासाठी ती मुलांना पॉकेटमनीचा हिशेब लिहायला लावी.

मुलांच्या सर्वच दुखण्यांत आई स्वत: शुश्रूषा करीत असे. पण अनेकदा धीर सोडून डॉक्टरांना बोलावयाला निघे. पण दादा अत्यंत धीराचे होते; ते कधीही खचत

नसत. त्यांनी सर्वांची सर्व आजारपणे धीराने हाताळली.

आई-दादांच्या पश्चात सारीच मालमत्ता चारही भावंडांत सारखी वाटली पाहिजे असा तिचा आग्रह होता व तो दादांनाही पूर्णपणे मान्य होता. मॅस्वीच्या वादळातून बाहेर पडल्यावर तिने तिच्याजवळ शिल्लक राहिलेल्या दागिन्यांची अंजली व आशा यांच्या मदतीने सोनारांकडून किंमत करून आणली. तिच्या पश्चात हे दागिने कोणाला द्यायचे याचे तिने वाटप करून ठेवले. तीन सुना व आशा यांना सारख्याच किमतीचे दागिने येतील असे पाहिले. तिच्या पश्चात हे वाटप दोन मिनिटांत झाले.

चि. आशाच्या लग्नाच्या वेळी आशा संस्थानिकांकडे जाणार या कल्पनेनेच ती फार भेदरलेली होती. 'संस्थानिकांकडे गेली म्हणजे तुमची मुलगी तुम्हाला कायमची तुटली. ती संस्थानच्या रीतीरिवाजात अडकेल, तिचं शिक्षणही पूर्ण होणार नाही.' अशी भीती आईला तिच्या मैत्रिणींनी दाखवली होती; त्यामुळे आईनं मोठ्या निग्रहानं आशाच्या सासूबाई अक्कासाहेब व होणारे यजमान राजेसाहेब यांच्याकडून आशाला शिकायचंय तोपर्यंत शिकेल आणि जे करावयाचे ते करिअर करील; आमचे त्याला सहकार्यच राहील असे वचन मिळवले.

अर्थातच प्रतिनिधी मंडळी जात्याच शिक्षणाला प्रोत्साहन देणारी आणि सज्जन आहेत. त्यांनी सदैव सहकार्यच केले. पण मैत्रिणींच्या चुकीच्या सल्ल्याने आई अशी वागली हेही खरेच.

आईनं सौ. अंजली (माझी पत्नी) हिच्या शिक्षणाला खूपच मदत केली. माझी दोन्ही मुलं सांभाळायला मुली असत व त्यांच्यावर मुलांची देखभाल सोपवून अंजली शिकायला जात असे. पण आई घरीच असलेल्या ऑफिसमध्ये असे व तिचे या मुलांवर बारीक लक्ष असे. तसेच मुलांचे खाणे-पिणे ती जातीनं बघत असे.

आईने संसार खूप नेटका केला. इतर सामाजिक कार्येही केली व धंद्यातही खूपच मदत केली. आई दादांची खरोखरच सर्वत्र सहचारिणी होती.

दादा व आईचं एक खास वैशिष्ट्य म्हणजे एखादी व्यक्ती जेव्हा जेव्हा त्यांच्या सहवासात येई तेव्हा ती दादा लोहचुंबक असल्याप्रमाणे त्यांच्याकडे आकर्षित होई. त्यांनी व आईनंही आयुष्यभर माणसं जोडली. काही अपवाद सोडले तर त्यांचे सर्वांशी कायम चांगले संबंध राहिले. दादांचे व्यक्तिमत्त्व बहुआयामी होते आणि ते निष्काम कर्मयोगीही होते.

त्यांच्या गुणवैशिष्ट्यांचा सर्वांत चिरस्थायी स्वरूपाचा भाग म्हणजे ते उद्योजकता प्रेरक होते. त्यांच्या सहवासात येणाऱ्यांना त्यांच्यातील उद्योजकतेची व राष्ट्रीय, सामाजिक दृष्टीने विचार करण्याची लागण होत असे. डॉ. कोरडे यांनी दादांच्या मृत्यूनंतर आम्हा भावंडांना लिहिलेले पत्र तरुणांनाही दादांबद्दल काय वाटत असे हे दाखविणारे आहे.

24 May, 2001

Dear Mr. Anandbhau, Arvindbhau, Ashokbhau and Ashatai,

I do apologise for writing to you in English; but I might be more comfortable in English, expressing my feelings as they stand today.

Being from the medical profession, it is common to be associated with suffering and death and doctors tend to be branded as unemotional. However any honest doctor will testify to the facts being entirely opposite.

To me, personally, Dada was not just a patient, but an inspiration. He represented an era completely different from today; an era where people lived with some of the strongest principles; an era which was poles apart from the times we, the younger generation live in, an utter chaos amidst materialism, unhealthy hypocrisy and blind westernisation.

In many ways, Dada would remind me of my grandfather. Even he erected our family edifice in much the same way as Dada, having suffered a lot of hardships to give us this wonderful legacy of culture and respectability. The most commendable part of this whole exercise was that he never compromised on any of his staunch principles.

Although age caught on with him finally, he never allowed to lose grip on his phenomenal ability to command respect through his learned thoughts in marathi, english and even sanskrit. All through my association with him, the one quality that impressed me most was his profound basic intelligence, which, I am sure has been passed on to you and your children in abundance. An added quality was his tremendous self-discipline which would always reflect in the systematically drafted health report he would write to me every day.

I also found him to possess that undying will to live on to recover the lost glory of his company which he had nurtured dearly as his own baby. He always would talk of re-establishing that splendour and pass it on to you as his unparalled legacy.

The brief period that I was looking after him, I developed a great attachment to the man. The loss which I feel today is probably of a similar magnitude as it is to you.

These are the early days of my medical career and I shall always look back upon Dada as a man who has unknowingly given me many useful pointers towards a successful life ahead. I was fortunate to have had an opportunity to serve him, which I did to the best of my ability.

I offer my sincere condolences to the bereaved family. May his soul rest in peace.

24/05/2001

Dr. Kedar Korde

Dr. Kedar M. Korde
M.B.B.S., MD.,
Reg. No. 82916

दादा : एक द्रष्टा उद्योगपती

काळाच्या वीस-पंचवीस वर्षे पुढे असलेल्या या द्रष्ट्या माणसाचा समाजाला व देशाला काही प्रमाणातच उपयोग झाला. देशाला आवश्यक असलेल्या परकीय चलनाची बचत करून व परकीय चलन मिळवून दादा देशाला आत्मनिर्भरता देऊ इच्छित होते. काही प्रमाणात ते यशस्वी झाले, पण या देशातील आर्थिक संस्थांची, त्यांना समजून घेण्याची कुवतच नव्हती आणि म्हणून अत्यंत मौल्यवान ठरली असती अशा त्यांच्या उभारीचे चीज होऊ शकले नाही. आयात पर्यायासाठी ब्रॉन्झपदक मिळवणारी ही कंपनी दुर्दैवाने शेवटी लिलावात विकली गेली.

दादांचे वागणे अत्यंत सुस्थितीत असताना व अत्यंत संकटात असतानासुद्धा अगदी सारखेच असे. ते कायमच रास्त वागले, सन्मार्गाने चालले व तत्त्वांशी कोणतीही तडजोड न करता जगले. थोडक्यात, ते निष्काम कर्मयोगी होते. दादांबद्दल मला पुढील सुभाषित उद्धृत करावेसे वाटते :

उदये सविता रक्तौ रक्तश्चास्तमये तथा ।
संपत्तौच विपत्तौच महताम् एकरूपता ॥

उगवतीचे वा अस्ताला जातानाचे सूर्यबिंब सारखेच लाल असते. तसेच महान व्यक्ती संपत्तीच्या उच्च शिखरावर असताना अथवा अतिशय विपन्नावस्था असतानासुद्धा एकाच पद्धतीने (सन्मार्गानेच) वागतात.

◆